சோளம்
என்கிற
பேத்தி

கி. கண்ணன்

யாவரும் பப்ளிஷர்ஸ்

சோளம் என்கிற பேத்தி
ஆசிரியர்: கி.கண்ணன் ©

முதல் பதிப்பு: ஏப்ரல் 2023

வெளியீடு: யாவரும் பப்ளிஷர்ஸ்
தொடர்பு: 9042461472, 9841643380
editor@yaavarum.com, www.yaavarum.com

பக்கங்கள்: 204 விலை: ரூ.250

Solam enkira pethi
by K. Kannan ©

First Edition : April 2023
Published by :
Yaavarum Publishers
24, Shop no - B, S.G.P Naidu Complex,
Dhandeeswaram Bus Stop
Opp: Bharathiar Park
Velachery Main Road
Velachery, Chennai - 600 042
Contact : 9042461472, 9841643380
editor@yaavarum.com, www.yaavarum.com

Pages: 204, Price: INR 250

ISBN: 978-93-92876-86-8

Courtesy:
Cover painting by Sridhar

Designer: G. Murugan

என் பாட்டி
கோவிந்தம்மா
என்கிற
உதடிக்கிழவிக்கு...

நன்றி...

ஜீ.முருகன்
ஸ்ரீநேசன்
கோபாலகிருஷ்ணன்
கவின் ஆன்டனி
கருணாகரன்
உமாபதி
ஜீவகரிகாலன்.

முன்னுரை

ஒரு நாவலை வாசிக்கும் முன் எதிர்பார்ப்பாக இருப்பது, அந்த நாவலை வாசித்து முடிக்கும்போது இந்த வாழ்வு குறித்த ஏதோ ஒரு புதிய புரிதலை அது ஏற்படுத்தியிருக்க வேண்டும் என்பதாக இருக்கும். பல்வேறு விதமான மனிதர்களின் சந்திப்புக்கள், பேச்சுகள், செயல்பாடுகள், முரண்கள் எனக் கதை சொல்லப்பட்டிருந்தாலும் இந்தக் கூறுகளைப் பல்வேறு விதமாக அடுக்கி அந்த நாவலின் ஆசிரியன் உணர்த்த விரும்பியது என்ன?

குடும்பத்துக்குள், ஊருக்குள், நகரத்துக்குள், நாட்டுக்குள் எனப் புழங்கும் மனிதன் தினசரி ஏராளமான சம்பவங்களைச் சந்திக்கிறான்; ஆயிரக்கணக்கான கதைகள் உருவாகின்றன. எனும்போது இந்த ஆசிரியன் எதற்காக இந்த மனிதர்களை இந்தக் கதைக்குள் உலாவவிட்டான்? எதற்காக இந்தக் கதைகளைத் தேர்ந்தெடுத்தான்? இதுவரை அந்த வாசகன் சந்திக்காத என்னவிதமான மனிதர்கள் இவர்கள்? இதுவரை அந்த வாசகன் பார்த்திராத என்னவிதமான கதைகள் இவை?

இந்தக் கேள்விகளுக்கான பதிலாக, தான் படைக்கப்பட்டதற்கான நியாயங்களோடுதான் எல்லா நாவல்களும் சிறுகதைகளும் எழுதப்படுகின்றனவா? ஒரு எழுத்தாளனாக தன்னை ஸ்தாபித்துக்கொள்ளுதல் என்கிற தன்முனைப்புக்கப்பால் மேலான உன்னத நோக்கம் ஒன்று அவனில் செயல்பட்டிருக்கிறதா என்றால் 70 சதவீதம் இல்லை என்பதே என் அவதானிப்பு.

'எனக்குத் தெரிந்த வாழ்க்கை ஒன்று இருக்கிறது, எனக்குத் தெரிந்த வித்தியாசமான மனிதர்கள் இருக்கிறார்கள், இந்த வாழ்க்கையை, மனிதர்களை, ரத்தமும் சதையுமாக எழுதும் திறமையும் இருக்கிறது, அதனால்...' என்பது போலவே பெரும்பாலான எதார்த்த நாவல்கள் உருவாக்கப்படுகின்றன. கலாபூர்வமானதும் அறிவார்த்தமானதுமான ஒரு செயல்பாடு அவற்றில் நிகழ்ந்திருப்பது மிக அபூர்வம். ஓர் ஓவியத்தில், சிற்பத்தில், இசையில் நாம் எதிர்ப்பார்க்கும் கலை மேதமையை ஏன் சிறுகதையில், நாவலில் எதிர்ப்பார்க்கக்கூடாது.

அப்போது எழுத்தாளன் அறிவாளியாகவும் கலைஞானம் கொண்டவனாகவும்தான் இருக்க வேண்டுமா? என்றால் ஆம் என்பதே நியாயமான பதிலாக இருக்கும். ஏனென்றால் அவன் பிரத்தியேகமானவன்; ஒரு நல்ல படைப்பை உருவாக்கும் அளவுக்குத் தன்னைத் தகுதிபடுத்திக்கொண்டவன். இந்த மனித சமூகத்தின் மனசாட்சியை அசைத்துப் பார்க்கும் அளவுக்கு அவனிடம் கேள்விகள் இருக்கின்றன. இந்த சமூகத்தின் ஏற்றத் தாழ்வுகளை, சமநிலையற்ற தன்மையைப் புரிந்துகொள்ளும் அளவுக்கு அவனிடம் ஞானம் இருக்கிறது.

இது ஜனநாயகமற்றதாகவும் மேட்டிமைத்தனமான கருத்தாகவும் தோன்றக் கூடும். ஆனால் ஒரு வயலினில் நல்ல இசையை எழுப்ப எப்படிப் பயிற்சி தேவையோ அது போன்றதுதான் இது. பரந்துபட்ட வாசிப்பும் புனைகதை மொழியின் நுட்பங்களும் தன்னையே நிராகரித்து மறுகட்டமைப்புச் செய்துகொள்ளும் பக்குவமும் ஒரு எழுத்தாளனுக்கு அவசியம்தானே? அவனுடைய எழுத்துச் செயல்பாடு மேலான ஒன்றை நோக்கியதாக அமையும்போதுதானே அவன் சிறப்பானவனாக ஆகிறான்.

கி. கண்ணனின் ‘சோளம் என்கிற பேத்தி’ நாவலை கண்ணன் ஏறக்குறைய பத்து ஆண்டுகளாக எழுதி வந்துள்ளார். மாற்றங்கள் செய்துள்ளார். அந்த உழைப்பின் பலன்தான் இந்த 30 அத்தியாயங்கள். ஒவ்வொரு அத்தியாயமும் ஏதோ ஒரு அவசியத்தை, சிறப்பைத் தனக்குள் கொண்டுள்ளன.

கதை நிகழும் இடம் சென்னையில் போரூருக்கும் கிண்டிக்கும் இடைப்பட்ட உள்முகமான, தாழ்த்தப்பட்ட மக்கள் வாழும் பகுதி. காலம் 60, 70-களில். ஆனால் எங்குமே ஆசிரியர் சென்னையைக் குறிப்பிடவில்லை; சாதிய அடுக்கின் சமனற்ற நிலையிலோ அன்றைய வெகுஜென அரசியல் சூழலை விவரிப்பதிலோ ஆர்வம் காட்டவில்லை. கவனமாகவே இதை ஆசிரியர் தவிர்த்திருக்கிறார். இதுவே இந்நாவலை பிரத்தியேகமான ஒன்றாக மாற்றுகிறது.

குன்றுமேடு என்ற ஒரு பகுதி. தினக்கூலிகளாக அங்கு வாழும் மக்கள். அவர்களின் முரண்கள், மோதல்கள், பாலியல் செயல்பாடுகள், சமரசங்கள், சின்னச் சின்ன சந்தோஷங்கள்,

தயவு தாட்சண்யங்கள், அவமானங்கள், துயரங்கள்தான் இந்த நாவல்.

ஒரே சாதி என்றாலும் திருமணங்களை நிர்ணயிக்கும் முக்கிய கூறாக இருப்பது அந்தஸ்து. சோளத்துக்கும் அவள் காதலன் பூனைக்கும் இடையில் இருப்பது அதுதான். சோளமும் உதடிக்கிழவியும் அந்தக் கிராமத்தைப் பொருத்தவரை ஒரு குடிசையில் ஆப்பக்கடை போட்டு ஜீவனம் நடத்தும் வக்கற்றவர்கள். அடுப்பைப் பற்ற வைக்கக்கூட அடுத்த வீட்டு அடுப்பின் நெருப்பை நம்பியிருப்பவர்கள். பூனையோ அந்தக் கிராமத்தில் பத்தாம் வகுப்பு முடித்த முதல் ஆள். அரசாங்க உத்தியோகம் கிடைப்பது உறுதி. அந்தஸ்திலும் உயர்ந்த குடும்பம். அவர்களுடைய காதலே திருமணத்தை உறுதிப்படுத்தாத தற்காலிகக் காதலாகவே இருக்கிறது. பூனை அவளைத் திருமணம் செய்துகொள்வதாக எந்த உறுதியையும் அளிப்பதில்லை. சோளமே கூட அதை எதிர்பார்பதில்லை. அது பாலியல் வேட்கைக்கான வடிகால் அவ்வளவுதான். பூனை தன்னை நிராகரித்துவிட்டான் எனும்போது சோளத்துக்குப் பெருத்த ஏமாற்றம் ஏற்பட்டாலும் அதுதான் அவளது இயலாமையை அவளுக்கு உணர்த்துவதாகவும் இருக்கிறது. டங்காருவின் யோசனைக்கு உதடிக்கிழவி தயங்கும் போது சோளமே முன்வந்து அதை ஏற்றுக்கொள்ளச் செய்வதும் அதுதான், மீசைக்காரனுக்கு இணங்கிப்போகச் செய்வதும் அதுதான்.

உறவே என்றாலும் விபத்தில் கால்போன ஒருவனுக்கு பெண் கொடுக்க மறுத்து தன் பெண் மாலாவின் காதலுக்கு உதவிய சோளத்தின் வீட்டை எரிக்கத் துணிந்த கூழ்வயித்தனை இயக்குவதும் அந்தஸ்துதான்.

வாழ்வின் உண்மை நிலைகளில் நம் சராசரி மதிப்பீடுகள் தகர்ந்து போகின்றன. நாம் அவற்றைப் பொதுத்தளத்தில் ஒப்புக்கொள்வதில்லை என்றாலும் அடித்தட்டு மக்களிடம் தொடங்கி மேல்தட்டு மக்கள் வரை அவை மலிந்துகிடக்கின்றன. குற்றங்கள் புரிவதிலும் பிறழ்வான ஒரு ரகசிய வாழ்வைச் சுகிப்பதிலும் மனித மனம் தயங்கும் அல்லது மறைக்குமே தவிர செய்யாமல் இருப்பதில்லை. அது அதன் இயல்பு. தூய்மை

என்பது ஒரு முள்கிரீடம். இந்த நாவலில் வரும் சரோஜா, நாகம்மாள் எல்லாம் அந்த விதத்தில் சுதந்திரமானவர்கள்; இந்த முள்கிரீடத்தை ஏற்காதவர்கள்.

இந்த நாவலில் உதடிக்கிழவியும் அவள் பேத்தி சோளமும்தான் பிரதானப் பாத்திரங்கள் என்றாலும் அவர்களோடு குறைந்தது இருபது பாத்திரங்களாவது முழுமையாக உருவாக்கப் பட்டிருக்கிறார்கள். ஒவ்வொருவரையுமே எந்தச் சாய்வும் இல்லாமல் அவர்களின் உயர்ந்த தாழ்ந்த குணாதிசயங்களோடே உலாவவிட்டிருக்கிறார் ஆசிரியர். மேலும் இவர்களைக் கொண்டு சிறப்பான ஒரு நாடகத்தையும் அரங்கேற்றியிருக்கிறார். அதன்வழி ஒரு கலாபூர்வமான நாவலைப் படைத்திருக்கிறார் என்றே உணர்கிறேன்.

ஜி. நாகராஜனின் 'நாளை மற்றுமொரு நாளே' போல இதுவும் ஒரு விளிம்பு நிலை மக்களைப் பற்றிய நாவல்தான். தமிழ் நாவல் பரப்புக்கு ஒரு சிறந்த வரவு.

ஜீ. முருகன்
25.03.2023

1

பிற்பகல் நேரம். வெய்யில் இறங்கிக்கொண்டிருந்தது. உதடிக் கிழவி பரங்கிமலை கடைத்தெருவுக்குப் போக ஆயத்தமானாள். வாய் நமநமத்தது கிழவிக்கு. சுருக்குப் பையிலிருந்த வெற்றிலைப் பாக்கை எடுத்து உரலில் போட்டு இடித்தாள். டொக் டொக்கென்ற உரலின் ஓசைக்கேற்றவாறு அவளது தளர்ந்த உடல் குலுங்கியது. நன்றாக இடித்து வழித்து வாயில் போட்டு அதக்கிக்கொண்டாள். நீளப் புகையிலையில் கொஞ்சம் இணுக்கி அதனோடு சேர்த்துக்கொண்டாள். புகையிலையின் காரம் நாடி நரம்புகளில் பாய்ந்தது. கிழவி சுறுசுறுப்படைந்தாள். நன்றாகக் கழுவி வெள்ளைத் துணியில் பதமாகக் காய்ந்த பச்சரிசியை அப்படியே துணியோடு சுருட்டிக் கூடையில் வைத்தாள். அடுத்து மாட்டுக்கறி வாங்க அலுமினிய குண்டானை வைத்தாள். அவ்வளவுதான் வண்டி புறப்பட வேண்டியதுதான். வழக்கம்போல் சொல்லிவிட்டுப்போக பேத்தியைப் பார்த்தாள். சோளம் அழுக்குத் துணிகளை மூட்டை கட்டிக்கொண்டிருந்தாள். கிழவி ஏற இறங்க சோளத்தைக் கவனித்தாள். ஒருவித பய உணர்வும் கவலையும் கொண்டாள். சோளம் முழுதாக வளர்ந்திருந்தாள். எப்படி இவளைக் கரை சேர்ப்பது என்ற கவலை கிழவியின் மனதில் ஓடியது. பெருமூச்சு விட்டவாறு கன்னியம்மாவை வேண்டினாள்: ''தாயி நீதான் இவளுக்கு ஒரு வழியக் காட்டணும்''.

எரவானத்தில் சொருகியிருந்த தேய்ந்த செருப்புகளை எடுத்துக் காலில் மாட்டினாள் கிழவி. கூடையை எடுத்து இடுப்பில் வைத்துக்கொண்டாள். கிளம்பிக்கொண்டே சோளத்திடம் சொன்னாள்.

''தோ பார் சோளம்... பள்ளத்துக்குப் போனமா வந்தமான்னு இருக்கணும். புரிஞ்சிதா. ஊரு கெட்டுக் கெடக்கு. அடங்கிச் சென பட்டுவா...புரிஞ்சிதா...''

சோளம் எரிச்சலை அடக்கியவாறு தலையாட்டினாள்.

''மய வர்ற மாரி கீது... வெறவ அள்ளி உள்ள வை. பத்திரம், வரட்டுமா...''

கிழவி கிளம்பினாள். சோளம் தயங்கியவாறு ஆயாவைக் கூப்பிட்டாள். போகும்போது கூப்பிட்டால் கிழவிக்குப் பிடிக்காது. எரிச்சலோடு சோளத்தைத் திரும்பிப் பார்த்தாள்.

"இன்னாடி"

"சோப்பு வேணும்..."

கிழவிக்குத் துணுக்கென்றது.. போன வாரம்தான் வாங்கினாள். அதற்குள்ளாக கரைந்துவிட்டதா?

"ருப்பு ருப்புன்னு ருப்புனா எப்படி வரும்..."

"உனுக்குத் துணியும் தோய்க்கணும் சோப்பும் கரயக் கூடாது..."

சோளத்துக்குக் கண் கலங்கியது. சோப்பு கேட்கும் ஒவ்வொரு முறையும் கிழவி இப்படித்தான் நடந்து கொள்கிறாள். கிழவி சுருக்குப் பையிலிருந்து சில்லறையை எடுத்துச் சோளத்தின் கையில் திணித்தாள்.

"அப்படியே படம் மாத்திட்டாங்களான்னு பாரு..."

சொல்லிவிட்டு நாக்கைக் கடித்தாள் சோளம்.

அடுத்து ஆயா பேசப் போகும் வசவுகள் அவளுக்குத் தெரியும்.

"அடிச் செருப்பால நாயே...துன்றதுக்கு சோறு இல்ல... சினிமா கேட்குது. ம்ம் தொடையப் புடிச்சி நிமிண்டினா எல்லாம் சரியாவும்...ஆமா..."

சோளம் வாய்விட்டுச் சிரித்தாள். கிழவியும் பொக்கை வாயைக் காட்டினாள்.

செம்மண் சாலையில் சரசரவென ஒலி எழுப்பியபடி நடந்து கொண்டிருந்தாள் உதடிக்கிழவி. கிழவியின் மனதில் சினிமாவுக்குப் போகவேண்டுமென்ற ஆசை துளிர்த்தது. கடைசியாகச் சினிமா பார்த்து இரண்டு வாரம் ஆகிறது. பெரும்பாலும் வாராவாரம் போய் வருவார்கள். எம்ஜிஆர் படமென்றால் கிழவிக்கு உயிர். சினிமாவும் இல்லையெனில் கிழவிக்கு வாழ்க்கை சலித்துப் போய்விடும்.

கிழவி தெருவின் திருப்பத்தில் மறையும்வரை சோளம் பார்த்து நின்றாள். பிறகு தட்டிக்கதவை இழுத்து மூடினாள்.

துணி மூட்டையை இடுப்பில் வைத்தவாறு உடையார் பள்ளத்திற்குப் புறப்பட்டாள். அவள் வாய் அனிச்சையாக ஏதோ ஒரு பாடலின் இரண்டு வரிகளைத் திரும்பத்திரும்ப முணுமுணுத்தது. சோளம் நடந்த ஒற்றையடித் தடத்தில் இருபுறமும் அருவாமனைப் பூண்டுகள் செழித்திருந்தன. பாம்பு எதாவது வந்து கடித்துவிடுமோ என்ற பயத்தில் சோளம் கவனமாக நடந்தாள். அவளருகில் வந்து யாரேனும் விளையாட்டுக்குப் 'பாம்பு பாம்பு' என்று கத்தினால்கூட அலறியடித்து ஓடுவாள். இருபது நிமிட நடைக்குப்பின் சோளம் உடையார் பள்ளத்தை அடைந்தாள். பள்ளம் நான்கைந்து ஏக்கர் பரப்பளவில் விரிந்து கிடந்தது. பார்ப்பதற்கு ஏரியை ஒத்திருந்த அது ஆழமும் கொண்டது. தண்ணியோ பளிங்கு போலிருக்கும். கடுமையான கோடையிலும் வற்றாது.

மாலாவும் பூலோகமும் முன்கூட்டியே வந்து துணி துவைக்கும் கல்லைப் பிடித்திருந்தனர். அவர்களில் யாராவது துவைத்து முடித்தால்தான் சோளத்திற்கு இடம் கிடைக்கும். அதுவரை காத்திருக்கணும். சோளம் கரைமேல் நின்றவாறு சுற்றிலும் நோட்டமிட்டாள். தூரத்தில் தண்ணீர் பாம்பொன்று எதிர் திசையில் நெளிந்து சென்றது. எதிர்கரையில் குன்றுமேட்டைச் சேர்ந்த சிலர் தூண்டில் போட்டுக் கொண்டிருந்தனர். நீரில் நிழலாடுவதைக் கண்ட மாலா தலை நிமிர்ந்தாள்.

''ஏய்...இன்னாடி பூன மாரி சத்தமில்லாம வந்து நிக்குற...''

''இன்னா தண்டோரா போடணுமா...ம்...''

இருவரும் வாய்விட்டுச் சிரித்தனர்.

குன்றுமேட்டில் ஏறத்தாழ அறுபது குடும்பங்கள் வசிக்கின்றன. பெரும்பாலும் குடிசைகள். பனை ஓலையால் கூரைகள் வேயப்பட்டிருந்தன. மண் சுவர்கள்தான். உயரம் அதிகபட்சம் மூன்றடி இருக்கும். சாணத்தால் மெழுகப்பட்ட வாசல்கள், விதிவிலக்காக மூன்று பேர் ஓட்டு வீட்டிற்குச் சொந்தக்காரர்களாக இருந்தனர். ஒவ்வொரு வீட்டிற்குமிடையே இடைவெளி அதிகமிருந்தது. அங்கே புதர் மண்டிக்கிடந்தன.

ஒரு காலத்தில் குன்றுமேட்டைச் சுற்றிலும் விவசாயம் நடந்திருக்கிறது. காலப்போக்கில் அது குறைந்துவிட்டது.

பெரும்பகுதியைச் செங்கல் சேம்பர்கள் ஆக்கிரமித்துக் கொண்டன. ஒருசிலரைத் தவிர அங்கு வசித்தவர்கள் தினக் கூலிகள். நல்ல உழைப்பாளிகள். கிடைக்கின்ற வேலைகளைச் செய்து வயிற்றைக் கழுவினார்கள்.

உதடிக்கிழவிக்குக் குன்றுமேட்டில் ஐந்து செண்ட் நிலமிருந்தது. அதில் சிறுகுடிசைப் போட்டுக் குடியிருந்தாள். மக்காசோளத்தை வேகவைத்து தின்று கொண்டிருக்கையில் அவளது மகள் கண்ணாயிரத்துக்குப் பிரசவ வலி ஏற்பட்டது. கேள்விப்பட்ட அக்கம்பக்கத்துப் பெண்கள் வாசலில் கூடினர். மருத்துவச்சியான உதடிக்கிழவி தன் மகளுக்குத் தானே மருத்துவம் பார்த்தாள். கண்ணாயிரம் பெண்குழந்தைப் பெற்றெடுத்தாள். பிரசவத்துக்கு உதவியாக இருந்த கோவூரா குழந்தையைப் பார்த்துச் சொன்னாள்.

“ஏய்… உங்கம்மா சோளம் துன்னுட்டு ஒன்ன பெத்திருக்கா… அதனால ஒம்பேரு சோளம்…சோளம்…”

எல்லோரும் சிரித்தார்கள். கண்ணாயிரம்கூட அசதியை மறந்து சிரித்தாள். அந்தப் பெயர் நிலைத்துவிட்டது.

ஆளிவாயன், புட்டை வயித்தன், மரநாய், பூனை, சந்துபல்லி என அந்த ஊரில் ஒவ்வொருவருக்கும் பட்டப்பெயர் இருந்தது. அதுபோலதான் உதடிகிழவிக்கும். கோவிந்தம்மா என்றால் குன்றுமேட்டில் யாருக்கும் தெரியாது. ஏன் கிழவிக்கே தெரியாது. கிழவியின் உதடுகள் சராசரி உதடுகளைவிடக் கொஞ்சம் பெரிசு.

சித்தாள் வேலைக்குப்போன கண்ணாயிரம் ஒருநாள் வீடு திரும்பவில்லை. வேலை செய்த இடத்தில் ஒருவனோடு பழக்கமாகி ஓடிவிட்டாள். அப்போது சோளத்திற்கு ஐந்து வயது. கிழவி மகளை எங்கெங்கோ தேடிப் பார்த்தாள். கண்டுபிடிக்க முடியவில்லை. கண்ணாயிரத்தைத் தலை முழு கினாள். பெருங்குடிகாரனான சோளத்தின் தகப்பன் குடல்வெந்து செத்தான். சோளத்தை வளர்த்து ஆளாக்கியதெல்லாம் உதடிக்கிழவிதான்.

சோளம் துணி மூட்டையைப் புல்தரையில் போட்டு அதன் மேல் சாய்ந்தவாறு உட்கார்ந்தாள். அவள் பார்வை மாலாவின்

மேல் பதிந்தது. மாலா நல்ல அடர்த்தியான சிவப்பில் தாவணி உடுத்தியிருந்தாள். காதில் தங்கத்தில் கம்மல் அணிந்திருந்தாள். அதற்கேற்றாற்போல் அவள் உடம்பும் நல்ல செழிப்பாக இருந்தது. மாலா துணியைக் குமுக்கிப் பிழியும்போது மார்பகங்கள் ஜாக்கட்டிலிருந்து பிதுங்கின. மாலா அவளது நெருங்கிய தோழிதான் என்றாலும் சோளத்தின் அடிமனதில் பொறாமையுணர்ச்சி எப்போதுமிருந்தது. காரணம் மாலாவின் உடல் செழிப்பும், மினுமினுப்பும் சோளத்திடமில்லை. இருவருக்கும் சம வயதுதான். சமைஞ்சதுகூட முன்னும் பின்னும்தான். இருந்தும் இருவருக்குமிடையே வித்தியாசங்கள் இருந்தன. மாலாவோட அப்பா மேஸ்திரி. சூளை வேலைகளுக்கு ஆட்களைக் கூட்டிக்கொண்டு போவார். அவரிடம் ஒரு மாட்டு வண்டியும் இருக்கிறது. சூளை வேலை இல்லாதபோது வைக்கோல் பிரி ஏற்றிக்கொண்டு போய் ஆலந்தூரில் விற்று விட்டு வருவார். அதனால் அவர்கள் வீட்டில் பண நடமாட்டம் எப்போதும் உண்டு. மாலா சடங்கானபோது பலகாரங்களும், உளுந்து களியும் தாராளமாகச் செய்து போட்டார்கள். அதனால்தான் மாலாவின் உடலில் இத்தனை பூரிப்பு. ஆனால் சோளத்துக்கோ ஆழாக்கு எண்ணெய்க்கு வழி இல்லை. கிழவி வெறும் மஞ்சள் தண்ணீர் ஊற்றி வீட்டிற்கு அழைத்துக் கொண்டாள். வேதனையில் கிழவி அன்று நடுவீட்டில் ஒப்பாரி வைத்து அழுதாள். சோளம்தான் தன் ஆயாவைத் தேற்றினாள்.

"இன்னாடி கனா காண்ற...ம்..."

பூலோகத்தின் குரல் ஏதோ யோசனையிலிருந்த சோளத்தை சகஜ நிலைக்குக் கொண்டு வந்தது.

"கனாதான் காண்றன்...இன்னா இப்போ அதுக்கு."

"கனவுல எவங்கூட சல்லாபம்...ம்..."

"உனக்கு அதே நெனப்புதான்."

"கத்திரிக்கா முத்தினா கடைத்தெருவுக்கு வரப்போவுது."

இதனைக் கேட்டதும் மாலா வாய்விட்டுச் சிரித்தாள். தூண்டில் போட்டுக்கொண்டிருந்தவர்கள் இவர்களைப் பார்த்தார்கள். சோளத்தின் நெஞ்சைப் பயம் கவ்வியது. பூலோகம் ரொம்ப

மோசம். எதையோ அரைகுறையாகப் பார்த்துவிட்டு வில்லங்கமா பேசுது என்று தனக்குள் நினைத்தாள்.

மாலா சிரித்தவாறு "எனக்குத் தெரியும். ஆனா சொல்ல மாட்டேன்" என்றாள். சோளம் கோபமாகப் பார்த்ததை அவள் பொருட்படுத்தவில்லை.

"லூசாட்டம் பேசாதடி..."

மாலா அதோடு நிறுத்திக்கொண்டாள். இல்லையெனில் தன்னைப்பற்றி சோளம் எதாவது எடுத்து விடுவாள். இவளின் காதல் ரகசியம் அவளுக்குத் தெரியும்.

பூலோகம் இருவருக்கும் மூத்தவள். நடுத்தர வயது. இரண்டு குழந்தைகளுக்குத் தாய். இருந்தாலும் இவர்களிடம் ஜாலியாகப் பேசுவாள். ஏனோ சோளத்திடம் ரொம்பவும் விரசமாகப் பேசுவாள். சோளமோ உணர்ச்சிக் கொந்தளிப்பில் தவிப்பாள். சில நேரம் இது, இருவருக்குமிடையே பூசலை உண்டாக்கும். இருவரும் வாரக்கணக்கில் பேசாமல் இருப்பார்கள். எதிரில் வர நேர்ந்தால் முகத்தை திருப்பிக்கொள்வார்கள். பிறகு அவர்களறியாமல் இணக்கமாவார்கள்.

பூலோகம் துவைத்து முடித்துக் கரையேறினாள். சோளம் முழங்காலுக்கு மேல் பாவாடையைத் தூக்கிச் சொருகினாள். முழங்கால் அளவு தண்ணீரில் இறங்கித் துணிகளை நனைத்தாள். ஒவ்வொரு துணியாக சோப்புப் போட்டாள். ஐந்து நிமிடம் கடந்திருக்கும். சோளம் ஆவெனச் சத்தமிட்டவாறு கரைக்குத் தாவினாள். மாலாவோ திடுக்கிட்டுத் துவைப்பதை நிறுத்திவிட்டு சோளத்தைப் பார்த்தாள். துணிகளைக் காய வைத்துக் கொண்டிருந்த பூலோகம்,

"இன்னாடி..." என்றாள்.

சோளம் தனது கணுக்காலைக் குனிந்து பார்த்தாள். காலிலிருந்த புண்ணில் ரத்தம் கசிந்தது. மீன்கள் கடித்திருந்தன.

"புண்ணுல மீன் குத்திடிச்சி..."

கேட்டதும் சோளத்தின் பின்புறத்தில் பளீரென ஒன்று வைத்தாள் மாலா.

“அடி நாயே... இதுக்குப் போயா இந்தக் கத்துக் கத்தின...ம்...நா இன்னமோ ஏதோன்னு பயந்துட்டேன். மீன் கடிச்சா புண்ணு சீக்ரம் ஆறிடும்...கால்ல துணிய கட்டிக்கோ...”

பூலோகம் சோளத்தின் அருகில் வந்து கேட்டாள்.

“ஏண்டி...மீன் குத்தினதுக்கு யாராவது அலறுவாங்களா...ம்...”

“பாம்புன்னு பயந்தேன்...”

“ம்...பாம்புன்னா பயமா...”

பூலோகம் நமட்டுச் சிரிப்பை வெளிப்படுத்தினாள். மாலா கலகலவெனச் சிரித்தாள். சோளம் முகத்தைச் சுழித்தாள்.

“உங்கூட்டுக்காரன் செரியில்ல. அதான் இப்டி பேசிக்கினுகீற... அசிங்கமா பேசலனா உனுக்குத் தூக்கம் வராது.”

சோளம் கடிந்துகொண்டாள். அவள் மனமோ பூலோகத்தின் விரசமான பேச்சுக்களை ரசித்தது.

சோளம் காலில் துணியைக் கட்டிக்கொண்டு துணி துவைக்க ஆரம்பித்தாள். ஊர்கதைகளைப் பேசியவாறு துவைத்து முடித்தனர். துணி காயும்வரை தண்ணீரில் மிதந்து கிடக்க ஆசைப்பட்டனர். மூவரும் பாவாடையை மார்புவரை கட்டிக்கொண்டு இடுப்பளவு தண்ணீரில் போய் நின்று கொண்டனர். பூலோகம் இருவரையும் எச்சரித்தாள்.

“ஏய்...பேசிக்கினே உள்ளே போயிடாதிங்க...அந்தப்பக்கம் ஆயம் அதிகம்.”

திடீரென்று எருமை மாடுகள் உஸ்...உஸ்...என்று மூச்சிட்டவாறு பள்ளத்தில் இறங்கின. இவர்கள் இதனை எதிர்பார்க்கவில்லை. மூவரும் சட்டென்று விலகினார்கள். எருமைகள் சேற்றில் புரண்டுவிட்டு வந்திருந்தன. அதனால் அவர்கள் குளித்துக்கொண்டிருந்த இடம் கலங்கி விட்டது. புல்தரையில் துணிகளுக்கு என்ன கதியோ என்று பதைபதைக்க மூவரும் அவசரமாகக் கரையேறினர். எருமைகள் மாலாவின் துணிமேல் மிதித்து நடந்திருந்தன. துணிகளில் சேறும் சகதியுமான குளம்படிகள். திரும்பவும் தோய்க்க வேண்டும். மாலா வயிற்றெரிச்சலோடு பொடிமட்டையைத் தேடினாள்.

அவனோ ஆடியசைந்து வந்துகொண்டிருந்தான். ஒரு கால் கோணல் அவனுக்கு. அதனால் கொம்பை ஊன்றி நடப்பான். ஊர்த்தெருவில் வசிக்கிறான். அவன் மட்டும்தான் ஊரில் இன்னும் எருமைகளை வைத்திருக்கிறான். அவைதாம் அவன் ஒரே சொத்து.

பொடிமட்டை அருகில் வந்ததும் மாலா கத்தினாள். ''யோவ் பொடிமட்ட... ஒம்மாடுங்க தோச்ச துணியெல்லாம் மிதிச்சு நாசம் பண்ணிடுச்சி. மரியாதையா தோச்சு குடு...ஆமா...''

பொடிமட்டை மாலாவைத் கோபமாகப் பார்த்தான். குன்று மேட்டைச் சேர்ந்தவள் மரியாதையில்லாமல் 'யோவ்' என்று அழைத்ததை அவனால் தாங்கிக்கொள்ள முடியவில்லை. ''என்னா திமிரா...'' என்றான்.

''ஆமா திமிருதான்...ஒம் மாடுங்க இன்னா பண்ணி வச்சிக்கிது பார். துணியெல்லாம் சேறு. மறுபடியும் தோய்க்கணும்...''

மாலா குளம்படி படிந்த துணிகளைப் பொடிமட்டையிடம் காட்டினாள். அவனோ அதனை அலட்சியப்படுத்தினான்.

''இன்னா பண்ணனும்...''

''தோச்சிக் குடு...''

''இன்னாது தோச்சிக் குடுக்கணுமா...உங்கள இங்க தோய்க்க உடுறதே தப்பு...இது ஏஞ் சகலையோட பள்ளம். போங்க அப்பால...''

பக்கத்தில் நின்றிருந்த பூலோகம் துணைக்கு வந்தாள்.

''மூஞ்சியப் பாரு... ஊத்த வாயன்...இவனப் பாத்தா பேள்றவக்கூட ஏஞ்சிக்கமாட்டா...''

அவள் இப்படிக் கேட்டதைப் பொடிமட்டையால் தாங்கிக் கொள்ள முடியவில்லை. கோபத்தில் அவனுக்கு நா குழறியது. வார்த்தைகளுக்குப் பதில் விநோதமான ஒலிகள் எழுந்தன. குன்றுமேட்டைச் சேர்ந்தவர்கள் தூண்டிலோடு வருவதைப் பார்த்துத் தன்னைக் கட்டுப்படுத்திக் கொண்டான். அவர்களுக்குக் கை நீளும். அடித்துப்போட்டுப் போய்விடுவார்கள். ஏற்கனவே அவர்களிடம் பொடிமட்டை அடிவாங்கி இருக்கிறான்.

முணுமுணுத்தபடி அங்கிருந்து நகர்ந்தான். பூலோகம் நக்கலாகச் சிரித்தாள்.

"ஓடுறாம் பாரு... ஒரு நாள் உனுக்கு இருக்குது. கய்வி ஊத்துறேன்... அதோட வாய தொறக்கக் கூடாது..."

மூவரும் சிரித்தார்கள். சோளம் கேட்டாள்.

"இன்னாத்தக்கா கய்வி ஊத்தப் போற...சொல்லு..."

"உனுக்குத் தெரியாது?... பாவம் நீ... கொய்ந்த..."

இருவரும் மாலாவுக்குத் துணி அலசி கொடுத்தனர். இறுதியில் கை கால் முகமெங்கும் மஞ்சள் தேய்த்துக் கழுவிக்கொண்டு அங்கிருந்து புறப்பட்டனர். துணி மூட்டையோடு ஒற்றையடிப் பாதையில் ஒருவர் பின் ஒருவராக நடந்தனர். பூலோகத்திடம் கேட்டாள் சோளம்.

"யெக்கோவ்...படம் மாத்திட்டாங்களா...ம்..."

"மாத்திட்டாங்க...எதுக்குக் கேக்குற..."

"ராயிக்குப் போப்போறோம்..."

"இன்னிக்குச் சனிக்கெயம. சீக்கிரமாப் போனாத்தான் குந்த எடம் கெடைக்கும்..."

2

சோளம் மனதிற்குள்ளாக முடிவெடுத்தாள். இன்று கிழவியின் மனம் நோகாதபடி நடந்துகொள்ள வேண்டும். அவள் கடைத் தெருவிலிருந்து திரும்புவதற்குள் ஒரு குறையுமில்லாமல் வீட்டு வேலைகள் அத்தனையும் செய்துவிட வேண்டும். அப்போதுதான் கிழவி சினிமாவுக்குக் கிளம்புவாள்.

வீட்டை நெருங்கியதும் சோளத்திற்கு வயிறு கபகபவென எரிந்தது. பசி. காலையில் நான்கு ஆப்பம் சாப்பிட்டது. அது எந்த மூலைக்கு. வீட்டிற்குள் நுழைந்தவுடன் துணி மூட்டையை ஓரமாக வைத்துவிட்டுச் சோற்றுப்பானையை ஆராய்ந்தாள். அதில் புளிச்ச வாடையோடு ஒருபிடி பழையது கிடந்தது. கடித்துக்கொள்ள ஏதாவது கிடைக்குமா என்று சுற்றிலும் நோட்டமிட்டாள். வீட்டில் எதுவுமிருக்காது என்று தெரிந்தும் ஆராய்ந்தாள். எதுவும் தட்டுப்படவில்லை. கஞ்சியைக் கரைத்துக் குடித்தாள். வயிறு அடங்கியது. அவ்வளவுதான். உடனே அடுத்த வேலையைப் பார்க்க ஆரம்பித்தாள். இடுப்பிலொன்றும், கையிலொன்றுமாகப் பானையை எடுத்துக்கொண்டு தண்ணீர் மொள்ள இரண்டு தெரு தள்ளியிருக்கும் பொதுக் கிணற்றுக்குச் சென்றாள்.

குன்றுமேட்டில் இருந்தது ஒரேயொரு கிணறுதான். காலையிலும் மாலையிலும் நசநசவெனக் கூட்டமிருக்கும். ஒரே நேரத்தில் நாலு பேர் தண்ணீர் எடுக்கலாம். மற்றவர்கள் அதுவரை காத்திருப்பார்கள். தாம்புக்கயிற்றின் சரசரவென்ற ஓசையும், இரும்பு பக்கெட் தண்ணீருக்குள் தொப்பென்று விழும் சத்தமும் கேட்டுக்கொண்டே இருக்கும். மாமியாரைப் பற்றி மருமகளும், மருமகளைப் பற்றி மாமியாரும் குறைபட்டுக்கொள்ளும் இடமாகக் கிணற்றடி இருந்தது. அதைவிட முக்கியமானது ஊரில் யாரை யார் 'வைத்து'க்கொண்டிருக்கிறார்கள் என்ற ரகசியமும் அங்குப் பரிமாறப்பட்டது.

சினிமா பாட்டை முணுமுணுத்தவாறு சோளம் கிணற்றடிக்கு வந்தாள். சோளத்திடம் சொந்தமாகக் கயிறு இல்லை என்பதால் யாராவது தந்தால்தான் தண்ணீர் எடுக்க முடியும். பெரும்பாலும்

முகம் சுளிக்காமல் யாரும் தரமாட்டார்கள். ஒரு சிலர் முகத் திலடித்ததுபோல் இல்லையென்பார்கள். ஒரு கயிறு பக்கெட்டு வாங்கி வச்சுக்கக் கூடாதா என்று கேட்பவர்களுமுண்டு. சோளம் அனைத்தையும் பொறுத்துக்கொள்வாள். கோபப்பட்டு என்ன ஆகப்போகிறது?

இன்று நல்ல நேரம். கிணற்றடியில் காக்கா இருந்தாள். கண்ணில் ஈரமுள்ளவள். இல்லேன்னு சொல்ல அவளுக்கு வாய் வராது. சோளத்தைப் பார்த்ததும் கயிறு பக்கெட்டை அவளிடம் நீட்டினாள்.

“எனக்கு அவசரமில்ல. நீ எடுத்துக்கினுகுடு...”

சோளம் வேகவேகமாகத் தண்ணீர் மொண்டாள். நாலு நடையில் வீட்டிற்குத் தேவையான தண்ணீரை நிறைத்துக்கொண்டாள்.

காய்ந்து கொண்டிருந்த விறகை அள்ளி அடுப்பினோரம் வைத்தாள். நீர் தெளித்து வாசலைப் பெருக்கினாள். வெளிச்ச மெல்லாம் மங்கி இருள் சூழும் நேரத்தில் உதடிக்கிழவி கடைத்தெருவிலிருந்து திரும்பி வந்தாள். அவள் தலையிலிருந்த கூடையை இறக்க சோளம் உதவினாள். சுமையோடு ஒரு மணி நேரத்திற்கு மேல் கிழவி நடந்திருப்பாள். அவள் தலையிலிருந்து பாரம் இறங்கியதும் அவளிடம் நிம்மதி ஏற்பட்டது. உதடிக்கிழவி வாசலில் உட்கார்ந்து தன்னை ஆசுவாசப்படுத்திக்கொண்டாள். சோளம் குடிக்கத் தண்ணீர் கொண்டு வந்து கொடுத்தாள். கிழவி அண்ணாந்து பார்த்தவாறு ‘லொடக் லொடக்’ என்று வாயில் ஊற்றிக் கொண்டாள்.

சோளம் கூடையிலிருந்து கறி குண்டானை எடுத்தாள். மூடியைத் திறந்து ஆள்காட்டி விரலால் போட்டியைக் கிளறினாள். அவள் கண்கள் மூஞ்சித்தோலை தேடின. மாட்டின் உதடு, மூக்குப்பகுதியை, பழக்கமானவர்களுக்குக் கறிக்கடைகாரன் சும்மா கொடுப்பான். நெருப்பில் வாட்டி நறுக்கித் தின்னலாம். ருசியாக இருக்கும்.

“இன்னா ஆயா ஒரேவொரு மூஞ்சித்தோல்தான் இருக்குது...”

“தூமப் பையன்... ஒன்னுதான்டிப் போட்டான். வரவர மாட்டுக் கறிய சவரன் கணக்கா நிறுத்த ஆரம்பிச்சுட்டானுங்க.”

சோளம் அடுப்பைப் பற்ற வைக்கத் தீப்பெட்டியைத் தேடினாள்.

"ஆயோவ்...வத்திப்பெட்டி இல்ல..."

"வாங்கிக்கலாம்...நொல்ல ஊட்ல அடுப்பெரிது...இப்பத்துக்குப் போய் நெருப்பு வாங்கினு வா..."

சோளம் பழைய கந்தையை எடுத்துக்கொண்டு நொல்ல வீட்டுக்குப் போனாள். நொல்ல ஒரு மாதிரி. வெடுக்கென்று பேசிவிடுவாள். இருந்தும் வேறு வழியில்லை.

நொல்ல பெரிய அலுமினிய தேக்சாவில் பனங்கிழங்கு வேக வைத்துக்கொண்டிருந்தாள். கந்தை துணியோடு வரும் சோளத்தைக் கண்டதும் அவள் முகம் அஷ்டகோணலானது. வாயோ முணுமுணுத்தது. 'பொழுது சாய்ந்த பிறகு நெருப்பு கொடுத்தால் வீடு வெளங்காது. இந்தத் தரித்திரங்களுக்கு அதெல்லாம் எங்கே தெரியப் போவுது.'

"யெக்கா கொஞ்சம் நெருப்புக் குடு..."

நொல்ல பதில் சொல்லாமல் பேசாமலிருந்தாள்.

"ஐய... உன்னத்தான்... நெருப்புக் குடுன்றன்..."

"இப்போதாண்டி பத்த வச்சேன்...பொறு..."

சோளம் அடுப்பினுள் கிடக்கும் தீக்கங்குகளைப் பார்த்தாள். ரோசம் பார்க்காமல் பொறுமையாக இருந்தாள். நொல்ல வேறு வழியின்றி அடுப்பிலிருந்து நெருப்பை வெளித் தள்ளினாள். அதனைத் துணிக் கந்தையில் அள்ளிச் சோளத்திடம் கொடுத்தாள்.

"ஒரு பொட்டி வாங்கி வச்சிக்கக்கூடாதா?..."

சோளம் மௌனமாக அங்கிருந்து கிளம்பினாள். வீட்டிற்கு வந்ததும் நெருப்பை அடுப்பில் போட்டு அதன் மேல் சுள்ளி களை அடுக்கினாள்.

ஊதாங்கோலால் ஊதி ஊதி அடுப்பைப் பற்ற வைத்தாள். சுள்ளிகள் திகுதிகுவென எரிந்தன. அடுத்துப் பெரிய கட்டைகளை நுழைத்தாள். தீ நின்று எரிந்தது. மூஞ்சித்தோலை எடுத்து அடுப்பினோரம் தீ பரவும் இடத்தில் வைத்தாள். தோல் தீய்ந்தால்தான் ருசியாக இருக்கும்.

“இன்னாங்கடி பண்றீங்க...”

குரலைக் கேட்டதும் இருவரும் தெருவைப் பார்த்தனர். கோவூரா நின்று கொண்டிருந்தாள். ஒல்லியான உருவம். நாற்பது வயதிற்குள் தலையெல்லாம் வெளுத்துவிட்டது. எலும்பும் தோலுமான அவள் எப்போதும் ஒரே புடவையைத்தான் உடுத்திக் கொண்டிருப்பாள். அவளுக்கு இரு மகன்கள். இருவருக்கும் கல்யாணமாகிவிட்டது. பொண்டாட்டிக் காலில் விழுந்து கிடக்கிறான்கள். அம்மாவைச் ‘சாப்டியா கொண்டியா’னு ஒரு வார்த்தைக் கேட்பதில்லை. கோவூரா கிடைக்கின்ற வேலை களைச் செய்து வயிற்றைக் கழுவிக்கொள்கிறாள். சில நேரம் அவளிடமிருப்பதையும் பிடுங்கிக்கொள்கிறார்கள்.

கோவூரா இவர்கள் அருகில் வந்து நின்றாள்.

“ஆயாவும் பேத்தியும் ஒண்டியா துன்றாளுங்கோ...”

கோவூரா எப்போதும் இப்படித்தான். கொடுத்து வைத்தவள்போல் கேட்பாள். இவர்களும் இல்லையென்று சொல்லமாட்டார்கள். கோவூரா வந்திருப்பது மூஞ்சித் தோலுக்காக. ஒன்னுதான் இருக்குன்னு சொன்னா நம்ப மாட்டாள். நாலு நாளைக்கு முகத்தைத் திருப்பிக்கொண்டு பேசாமலிருப்பாள். அவள் கேட்பதற்கு முன் உதடிக்கிழவி சமாதானப்படுத்தும் தொனியில் சொன்னாள்.

“அந்தக் கம்னாட்டி யாருக்கோ குடுத்துட்டான்டி...

ஒரு சின்ன துண்டுதான் கெடச்சது. அடுப்பு மேல கீது பார்... அதான்...”

கோவூரா அடுப்பினோரம் உட்கார்ந்தாள். மூஞ்சித்தோலைப் புரட்டி வெந்துவிட்டதாவென ஆராய்ந்தாள்.

“உன்னும் கொஞ்ச நேரம் உடு...வெந்திருக்காது...”

“வெந்துடுச்சிடி...அருவாமனைய குடு...”

கோவூரா மூஞ்சித்தோலை எடுத்துச் சூட்டோடு சூடாக அம்மியில் வைத்து இடித்தாள். அப்படி இடிப்பது மெல்லுவதற்கு வசதியாக இருக்கும். சோளம் தெருவோரமிருந்த பாறாங்கல்லில் அருவாமனையைத் தீட்டினாள். கோவூரா அருவாமனையை வாங்கி மூஞ்சித்தோலைக் சிறு சிறு துண்டுகளாக நறுக்கினாள்.

சோளமும் கோவூராவும் ஒவ்வொரு துண்டாக வாயில் போட்டு மென்றனர். நெருப்பில் தீய்ந்த கறியின் மணமும் சுவையும் சுண்டியிழுத்தன. பல்லில்லாத உதடிக்கிழவி அவர்கள் மெல்லுவதையேப் பார்த்துக்கொண்டிருந்தாள். அதற்குள் சோறு வெந்துவிட்டது. சோறு வடித்த நீரில் உப்புக் கல்லைப் போட்டுக் கலக்கி மூவரும் குடித்தனர். கோவூரா வயிறு நிறைந்தது போன்று உணர்ந்தாள்.

'ஏவ்... ஏவ்...' ஏப்பம் விட்டவாறு எழுந்து சென்றாள்.

கிழவி சோளத்தைக் கேட்டாள்.

"இன்னா கொய்ம்பு காசலாம்..."

"ஒன்னும் இல்ல ஊட்ல..."

"கருவாட்டுக் கொய்ம்பு வெய்யேன்..."

சோளம் தலையசைத்தாள். கருவாட்டுக்குழம்பு சோளத்திற்கு ரொம்பவும் பிடிக்கும். செய்வதும் சுலபம். புளி தண்ணியில் கருவாடும், மிளகாய் தூளும் போட்டுக் கொதிக்க வைத்தால் போதும். கவளம் கவளமாகச் சோறு இறங்கும்.

கிழவி சொன்னாள், "ஏய்...போய் புட்லூராகிட்ட கருவாடும், கத்திரிக்காவும் வாங்கியா...துட்டு அப்பாலிக்கா தர்றேன்னு சொல்லு"...

சோளம் பையை எடுத்துக்கொண்டு கிளம்பினாள். புட்லூரா மூன்று தெருவுக்கு அப்பால் மின்கம்பத்தடியில் கடை வைத்திருக்கிறாள். தரையில் கோணியை விரித்து அதன்மேல் கருவாடு, கத்திரிக்காய், கிழங்குகள், பழவகைகள் எல்லாம் கூறு கட்டி வைத்திருப்பாள். பெரும்பாலும் வதங்கியும், நசுங்கியும் போயிருக்கும். சாவடியில் கழித்துப் போடுவதை அவள் அள்ளிக் கொண்டு வந்து காசாக்குவதாக ஊரில் ஒரு பேச்சு உண்டு. அவளை விட்டாலும் வேறு நாதியில்லை இந்த ஜனங்களுக்கு. கடன் கொடுப்பாள்.

பனைமரங்களும், உண்ணிப் புதர்களும் அடர்ந்த பாதையில் இருளில் நடப்பது சோளத்தை பயமுறுத்தும். இங்கு யாருக்கும் பயப்படாதவர்கள் சிலர் உண்டு. அவர்கள் தனியாக வரும் பெண்ணின் மேல் கைவைப்பார்கள். கட்டிப்பிடிப்பார்கள்.

கொஞ்சம் அசந்தால் புதருக்குள் தூக்கிக்கொண்டு போய் விடுவார்கள். வெளியில் சொன்னால் அசிங்கம் என்று அவர்களும் கமுக்கமாக இருந்துவிடுவார்கள். சோளத்திற்கும் இது நடந்திருக்கிறது. அவள் ஆழ்மனதில் எப்போதும் அது நிறைந்திருக்கிறது. அவளைப் பொறுத்தவரை இருட்டில் எதிரில் வருபவன் ஆணாகயிருந்தால் ஆபத்துதான். சோளம் உஷாராகி விடுவாள். எதிராளியின் ஒவ்வொரு அசைவையும் கூர்ந்து கவனிப்பாள். மூர்க்கமானவளாக மாறி விடுவாள்.

மரநாய் எதிரில் வருவதை உருவத்தைக் கொண்டே சோளம் கண்டுகொண்டாள். அவன் ரொம்பவும் ஆபத்தானவன். ரொம்ப நாட்களுக்கு முன் இதே வழியில் சோளத்தை அவன் சேர்த்து இறுக்கிக்கொண்டான். பயத்தில் இவளுக்குக் கையும் ஓடவில்லை; காலும் ஓடவில்லை. ஒடுங்கினாள். அவனோ தனது ஊத்தை வாயால் முகமெங்கும் முத்தமிட்டான். ஒரு கட்டத்தில் சட்டென்று உடல் அதிர அவளை விட்டுவிட்டான். அவளது ஸ்பரிசம் பட்டதுமே அவனுக்கு வந்துவிட்டது. இல்லையென்றால் சோளம் அன்றைக்கே கன்னி கழிந்திருப்பாள்.

மரநாய் அவளை நெருங்கினான்.

“எங்க போறே...ம்...”

சோளம் மௌனமாக அவனைக் கடந்து செல்ல நினைத்தாள்.

“இன்னா வாய தொறக்க மாட்றே...ம்...”

எட்டி அவள் கையைப் பிடிக்க முயற்சித்தான். சோளம் சட்டென்று பின்னுக்கு நகர்ந்தாள். அவன் மேலிருந்து பீடி நாற்றம் குப்பென்று வீசியது. அவன் மேல் காறித் துப்பிவிட்டு சீறினாள்.

“தோ பார்... அவ்ளோதான். செருப்புப் பிஞ்சிடும்...ஆமா... இன்னாடா நெனச்சிக்கினு கீற என்ன...பொறுக்கி நாயே...”

அவள் குரல் உயர்ந்தது. மரநாய் இதனை எதிர்ப்பார்க்கவில்லை. அக்கம் பக்கம் பார்த்துவிட்டு ஓட்டம் பிடித்தான். சோளம் நடையை வேகப்படுத்தினாள்.

தெருவிளக்கின் அடியில் புட்லூரா கடைப் பரப்பி வைத் திருந்தாள். சோளம் வந்து நின்றதைப் பார்த்தாள். இருந்தும்

பார்க்காததுபோல் வெற்றிலையைக் குதப்பிக்கொண்டிருந்தாள். புட்லூராவுக்கு ஐம்பது வயதாகிறது. ஏகத்துக்குப் பருத்திருந்தாள். எப்போதும் அவள் தனது வட்ட வடிவான முகத்தில் மஞ்சள் பூசிப் பெரிதாகக் குங்குமம் இட்டிருப்பாள். பார்ப்பதற்கு சாமியைப் போல் இருப்பாள். வாரம் இரண்டு நாள் அவள் மேல் கன்னியம்மன் இறங்கி குறி சொல்லும். குன்றுமேட்டில் உள்ளவர்களுக்கு உடலோ மனமோ சரியில்லாமல் போனால் புட்லூரா, சாமியாடித் தருகின்ற விபூதிதான் அருமருந்து.

என்ன வாங்கலாம் என்று யோசித்தவாறு சோளம் கூறுகட்டி வைத்திருந்த பொருட்களை ஆராய்ந்தாள். காரப்பொடி கருவாடு, முற்றின வெண்டை, வதங்கிப் போன சொத்தைக் கத்திரிக்காய் இவைகள்தாம் அங்கிருந்தன. தனியாகக் கூடையில் அவித்த மரவள்ளிக் கிழங்கு இருந்தது. கிழங்கைப் பார்த்ததும் சோளத்திற்குச் சாப்பிடணும்போல் தோன்றியது. ஆனால் புட்லூரா கடன் தரமாட்டாள். சோளம் ஆசையை அடக்கிக்கொண்டாள்.

"இன்னாடி அப்படிப் பாக்குற..."

புட்லூரா அதட்டலாகக் கேட்டாள்.

"ஆயா கருவாடும் கத்திரிக்காயும் வாங்கியாரச் சொல்லுச்சி"

"துட்டுக் குடுத்தாளா கெய்வி..."

வெடுக்கென்று கேட்டாள் புட்லூரா.

"தர்றாங்களாம்..."

"அப்படியே தூக்கிக் குடுத்துட்டுதான் மறுவேல பாப்பா உங்காயா. மின்ன வாங்குன பாக்கியே கீது... உன்னம் வாங்குனா நா தலையில துண்டுதான் போட்டுக்கணும்..."

புட்லூராவின் பேச்சு சுருக்கென்று குத்தியது. சோளம் பேசாமல் நின்றாள். புட்லூரா எப்பவும் இப்படித்தான். சோளத்திடம் மூஞ்சியைக் காட்டாமல் இருந்ததில்லை. 'கடன் வாங்கினால் குடுக்காமலா விட்ருவோம்.'

"பையைப் புடி..."

சோளம் பையை விரித்தாள். கருவாட்டையும் கத்திரிக்காயையும் அள்ளிப் போட்டாள். சோளம் திரும்பி நடந்தாள்.

"ஏய் இங்க வாடி..."

புட்லூரா குரல் தணிந்திருந்தது. சோளம் என்ன என்பதுபோல் அவளைப் பார்த்தாள். புட்லூரா ஒரு துண்டு மரவள்ளிக் கிழங்கை நறுக்கி சோளத்திடம் கொடுத்தாள்.

"துன்னு..."

3

‘‘இன்னா பண்ற கெய்வி’’

உதடிக்கிழவி நிமிர்ந்து பார்த்தாள். சந்துபல்லி வந்து கொண் டிருந்தாள்.

‘‘சட்டியும் பானையும் பண்றேன்...வா...’’

சந்துபல்லியின் வருகை கிழவிக்கு மகிழ்வைத் தரும். இருவரும் சேர்ந்து ஊர்க்தைகளைப் பேசுவார்கள். கிழவியும் பேசிக்கொண்டே வேலைகளை முடித்துவிடுவாள். வந்து உட்கார்ந்ததும் சந்துபல்லி தனது மருமகளைக் குறை சொல்ல ஆரம்பித்தாள்.

‘‘எங்க மதிக்கிறா... சோறுகூட போட மாட்றா. எல்லாத்தையும் சுருட்டிக்கினு போய் அவங்க அம்மா வூட்டுக்கு குடுத்திடுறா...’’

கிழவி சொன்னாள், ‘‘நீ செரியில்ல...ரொம்ப எடம் குடுத்திட்ட... மொதுல்லிருந்தே அடக்கி வச்சிருக்கணும்...’’

சோளம் இதையெல்லாம் கேட்டுக்கொண்டே கருவாட்டுக் குழம்பைக் காய்ச்சினாள். கிழவி வேக வைத்தப் போட்டியை அரிவாள்மனையில் நறுக்கினாள். இளங்கன்றின் குடல்கறி புசுபுசுவென்று வெந்துவிட்டது. கொழுப்பு கைகளில் பிசுபிசுவென்று ஒட்டியது. குழம்பு நன்றாக இருக்கும் என்று மனதிற்குள்ளாகக் கிழவி நினைத்தாள். இறுதியாகச் சந்துபல்லி, சோளம் எதிர்பார்த்த விஷயத்திற்கு வந்தாள்.

‘‘கெய்வி...சினிமாவுக்குப் போலாமா...’’

சோளம் ஆயாவின் முகத்தைப் பார்த்தாள். கிழவி ‘‘போலாம்’’ என்று தலையசைத்தாள்.

ஒருபிடி சோறு அள்ளிப் போட்டுக்கொண்டு வருவதாகச் சொல்லிவிட்டு சந்துபல்லி கிளம்பினாள். சோளம் சால்னா குழம்பை உள்ளே கொண்டு போய் பத்திரமாக மூடி வைத்தாள். பூனையோ, நாயோ வந்து உருட்டிவிடாமலிருக்க மூடியின் மேல் கனமானக் கருங்கல்லை வைத்தாள். ஜனங்க ஆப்பம் வாங்க வருவதே இந்தச் சால்னாவுக்காகத்தான்.

கிழவியும் சோளமும் ஆளுக்கொரு அலுமினியத் தட்டில் சோற்றைப் போட்டுக் கருவாட்டுக் குழம்பை ஊற்றிப் பிசைந்தனர். நல்ல பசி. கருவாட்டுக்கவுச்சி சுண்டியிழுத்தது. உருட்டி உருட்டி விழுங்கினார்கள். புளிப்பும் காரமும் அவர்களை மயக்கியது. மிச்ச மீதி வைக்காமல் சோற்றுப் பானையைக் கழுவிக் கவிழ்த்தனர். சோளம் தாவணியைத் திருத்தமாகக் கட்டினாள். சீப்பு போட்டு இழுக்காமல் கைகளாலேயே தலைமுடியை ஒழுங்குபடுத்திக் கொண்டு கவனமாகப் பின்புறம் போய் ஒன்றுக்கிருந்தாள். தட்டிக் கதவை நன்றாக இறுக்கிக் கட்டினாள். சாயக் கம்பெனியில் எட்டுமணிச் சங்கு ஊதினார்கள். சந்துபல்லியும் கொத்தம்பாத்தாவும் தெருவில் நின்று குரல் கொடுத்தார்கள். ஐந்து மைல்களுக்கு அப்பாலிருந்த டெண்ட் கொட்டாய் நோக்கி எல்லோரும் நடந்தனர்.

உதடிக்கிழவி நடையில் வேகத்தைக் கூட்டினாள். மற்றவர் களையும் வேகமாக நடக்கும்படி கடிந்துகொண்டாள். கிழவிக்குப் படத்தைத் தொடக்கத்திலிருந்து பார்க்க வேண்டும். கொஞ்சம் ஓடிவிட்டாலும் அவளால் கதையினைப் புரிந்து கொள்ள முடியாது. போன தடவை அப்படித்தான் கால்மணி நேரம் தாமதம். வாலும் புரியவில்லை தலையும் புரியவில்லை. தூக்கம் கெட்டதுதான் மிச்சம்.

டெண்ட் கொட்டாயை நெருங்கியதும் எல்லோருக்கும் சப்பென் றாகியது. ஏதோ ஒரு சண்டைப் படம் போட்டிருந்தார்கள். அதற்காகத் திரும்பியா போக முடியும். பார்த்துத் தொலைத் தார்கள். திரும்ப வருகையில் கிழவி எல்லோரையும் திட்டிக் கொண்டு வந்தாள்.

''இன்னா படம்...யாரு படம்னு கூடவா கேக்கமாட்டிங்க...''

''எட்டிதான் சொன்னான் நல்லப் படம்னு...''

''அவன் சொன்னத கேட்டுக்கினு வந்த பார்...''

கிழவி தலையிலடித்துக் கொண்டாள். ஏதோ வந்தோம் பார்த்தோம் என்றவாறு கும்மிருட்டில் நடந்தார்கள். நான்கு பேரும் பெண்கள். ஆற்காட் தோப்பை நெருங்கும்போது

எல்லோர் மனதிலும் பயம் உண்டானது. இரண்டு பக்கமும் மரங்கள் அடர்ந்த தோப்பு அது. அரை மைல் தூரம் இருக்கும்.

இந்தத் தோப்பில் வருடந்தோறும் ஒன்றிரண்டு பிணங்கள் கிடக்கும். இங்குக் கடத்தி வந்து கொலை செய்வார்கள். அல்லது எங்கேயாவது கொலை செய்து இங்குக் கொண்டு வந்து போட்டு விடுவார்கள். அதுமட்டுமில்லாமல் நடுராத்திரியில் இந்தப் பக்கம் காட்டேறி நடமாட்டம் உண்டு. காட்டேறி எதிர்ப்பட்டால் அவ்வளவுதான்.

சந்துபல்லி தான் கொண்டு வந்த வெள்ளைத் துண்டை எடுத்துத் தலைப்பாகைக் கட்டிக்கொண்டாள். மேலும் மடியிலிருந்து தீப்பெட்டியும் பீடியும் எடுத்துப் பற்ற வைத்தாள். புகையைக் 'குபுக்குபுக்' கென்று இழுத்துவிட்டாள். சந்துபல்லியின் வேஷத்தைப் பார்த்துக் கொத்தம்பாத்தா கேலியாகச் சொன்னாள்,

"சரியான பயந்தாங்கொள்ளி..."

"உனுக்கின்னா, எவனாவது கத்தியக்காட்டிக் கூப்பிட்டா... இன்னா பண்றது... ம்..."

"அக்கான்டி... நாம இருக்கிற லட்சணத்துக்கு, ஆசையா வர்ரானுங்கோ...போங்கடி..."

"உனுக்குத் தெரியாது. சில வெறிப்புடிச்சவனுங்கோ இருக் கானுங்க... கெய்வியக்கூட உடமாட்டானுங்க தெரிஞ்சிக்கோ..."

"நானெல்லாம் பயப்படமாட்டேன்...பண்ணிட்டு போங் கடான்னு உட்டுடுவேன்..."

"சீ...கொய்ப்பு அடச்சிக்கினு கீது... அதான் இப்படிப் பேசச் சொல்லுது... ஒருத்தன்னா சமாளிச்சுடுவ. வரிசையா லைன் கட்டி நிப்பானுங்கோ... இடுப்பு எலும்பு நொறுங்கிடும்..."

உதடிக்கிழவி எல்லோரையும் அதட்டினாள்.

"கம்னு வாங்கடி..."

எல்லோரும் அமைதியாக நடந்தனர். அருகாமையில் எங்கோ நரிகள் ஊளையிட்டன. எல்லோருக்குள்ளும் பயம் ஊடாடியது. சோளம் நடுவில் நடந்து வந்தாள். இப்படியும் அப்படியும்

பார்த்தபடியே வந்தாள். ஒரு தடவை கல் தடுக்கி விழப் பார்த்தாள்.

கிழவி எரிச்சலோடு சொன்னாள்.

“பாத்து நட....”

குசுகுசுவெனப் பேசியபடி நடந்தனர். ஊரை நெருங்கும்போது குன்று பக்கமிருந்து கோட்டான் அலறியது கேட்டது. உதடிக் கிழவி கொட்டாவி விட்டவாறு சொன்னாள்.

“சனியன்...இது வேற கத்துது...”

தெருவில் நுழைந்தார்கள். குய்யோ முறையோ என்று சத்தம் கேட்டது. கதவுகள் திறக்கப்படும் ஓசையையும் தபதபவென ஆட்கள் ஓடுவதையும் பார்த்து இவர்கள் அதிர்ந்தனர். பயத்தில் ஒருவர் முகத்தை ஒருவர் பார்த்துக்கொண்டனர். என்னவாக இருக்கும். எதையும் இவர்களால் யூகிக்க முடியவில்லை. சத்தம் சரோஜா வீட்டுப்பக்கமிருந்து வந்தது. இவர்கள் சரோஜா வீட்டை நோக்கி வேகமாக நடந்தனர்.

4

முனியம்மா சூளைக்குப் போய் திரும்பியிருந்தாள். உடல் முழுவதும் வலி. மேலுக்கு வெந்நீரை ஊற்றினால் இதமாக இருக்கும். திண்ணையிலிருந்த விறகைப் பார்த்தாள். இருக்கின்ற விறகில் சோறாக்க மட்டுமே முடியும் என்பதால் அந்த யோசனையைக் கைவிட்டாள். தட்டி மறைவில் பானைத் தண்ணீரில் உடம்பைக் கழுவிக்கொண்டாள். பலகீனமான அவளது உடல் குளிர்ந்த நீர் பட்டதும் நடுக்கமுற்றது. அரை குறையாகத் துடைத்துப் புடவையைச் சுற்றிக்கொண்டு அடுப்பங்கரைக்கு வந்தாள். இருப்பதைக் கொண்டு வேக வேகமாகச் சமைக்கத் தொடங்கினாள்.

முனியம்மா பெற்றது மூன்று. தங்கியதோ இரண்டு. பெரிய வளுக்கு ஆறு வயது. சிறியவளுக்கு நான்கு. குழந்தைகள் பசி தாங்க மாட்டார்கள். நச்சரிப்பார்கள் என்பதால் வேலைவிட்டு வரும்போது புட்லூராவிடம் ஆள்வள்ளிக் கிழங்கும், காராமணிப் பயறும் வாங்கி வந்தாள். குழந்தைகள் இருவரும் நடுவீட்டில் தின்று கொண்டிருந்தனர். முனியம்மா ஏதோதோ யோசித்தபபடி எரியும் தழலையே பார்த்துக்கொண்டிருந்தாள். சோறும் குழம்பும் தயாரானதும் குழந்தைகளைச் சாப்பிட வைத்துத் தானும் ஒரு பிடி அள்ளிப் போட்டுக் கொண்டு பாயை விரித்து கட்டையைச் சாய்த்தாள். குழந்தைகளும் அவளோடு ஒட்டிக் கொண்டனர். அவர்களோடு பேசியவாறு தட்டித்தடவி தூங்க வைத்தாள். விளக்கை அணைத்ததும் கண்கள் சொருக அயர்ந்து தூங்கிப்போனாள்.

முனியம்மா தன் மார்பகத்தில் வலியை உணர்ந்தாள். அடுத்து அதனை யாரோ பிசைந்து விடுவதுபோல் தோன்றியது. சட்டென கண்களைத் திறக்கவோ, எழுந்துகொள்ளவோ அவள் திராணியற்று இருந்தாள். ஒரு வேளை பேய் வந்து மார்பின் மேல் அழுத்துகிறதோ என்ற எண்ணம் அவள் மனதில் தோன்றியது. இருந்தும் அவளால் கண்களைத் திறக்க முடியவில்லை. அந்தளவு அயர்ச்சியில் கிடந்தவளைக் கப்பென்று வீசிய சாராய நெடி விழிப்படைய செய்தது.

கைகளால் துழாவியதில் அடர்த்தியான சுருள் முடி தட்டுப் பட்டது. வாரிச் சுருட்டி எழுந்தாள்.

தலைமாட்டிலிருந்த வத்திப்பெட்டியைத் தேடி எடுத்துப் பற்ற வைத்தாள். பக்கத்திலிருந்தவனைப் பார்த்ததும் அவளுக்கு ஆத்திரம் பொங்கியது. நறநறவென பற்களைக் கடித்தாள். சத்தம் போட்டால் தூக்கம் கலைந்து குழந்தைகள் எழுந்து அழுவார்கள் என்பதால் தணிந்த குரலில் சொன்னாள்.

"அசிங்கமா கேட்பேன்... மரியாதையாப் பூடு...தூ..."

கட்டக்காலன் குழைந்தான். சிணுங்கினான்.

"ஏய்...இன்னா..."

"காறி மூஞ்சிலத் துப்பிடுவேன். ஆமா... குடிக்கிறது, எங்கனாப் போய் பொறுக்கிறது... ஊட்டுக்குக் காலணா குடுக்கிறதில்ல நாயி...ஊத்திக்கினு குதிர ஏற வர்றான்...பேமானி...பேமானி..."

"ஏய்" என்று அதட்டினான் கட்டக்காலன்.

"இன்னா அதட்டுற...ம்...பொண்டாட்டிய ஒக்காரவச்சு சோறு போடுறீயே அதுக்கா...ம்...போய் மூடிக்கினு வாசல்ல படு... ஆட்டிக்கினு வந்துட்டான் பாடு... நாளெல்லாம் கல்லு மண்ணு சொமந்து இந்தப் புள்ளிங்கள காப்பாத்துறேன்டா..."

அவள் பேச்சு வழக்கத்துக்கு மாறாக ரொம்பவும் காட்டமாக இருப்பதை கட்டக்காலன் உணராமலில்லை. அவளைப் பயமுறுத்த உர்ரென்று முறைத்தான். அவளோ அவனது முறைப்பை அசட்டை செய்தாள். அவளை எப்படி வழிக்குக் கொண்டு வருவது என்று கட்டக்காலன் யோசித்தான். பலத்தைப் பிரயோகித்தால் வீடு களேபரமாக ஆகிவிடும். குழந்தைகள் எழுந்து கத்துவார்கள்.

"இரு... இரு... ஒன்ன தூக்கிப்போட்டு மிதிக்கிறேன்... வாயா ஆடுறா... ம்..." என்று கறுவியவாறு எழுந்து வாசலுக்குப் போனான் கட்டக்காலன். முனியம்மா சுவரில் சாய்ந்தவாறு எரியும் விளக்கைப் பார்த்துக்கொண்டிருந்தாள். காற்றின் வேகத்திற்கேற்ப ஒளி அசைந்தாடியது. மங்கலான வெளிச்சத்தில் வெயிலில் தீய்ந்த அவளது முகம் உக்கிரமாகக் காட்சியளித்தது. தனது மனதிற்குள்ளாக அவனைத் திட்டிக்கொண்டிருந்தாள்.

அதனால் அவள் முகத்தில் எள்ளும் கொள்ளும் வெடித்தன. அவனைப் பார்த்தாலே அவளுக்கு எரிச்சலாக இருந்தது. அவனது அருகாமையை அவளால் சகித்துக்கொள்ள முடியவில்லை. அவன் மீது அந்தளவிற்குக் கசப்பு. அளவுக்கு மீறி வெறுப்பைச் சம்பாதித்திருந்தான். ஒழுங்காக வேலை வெட்டிக்குப் போக மாட்டான். அப்படியே போனாலும் சம்பாதிப்பதைக் குடியிலும் சூதாட்டத்திலும் தொலைத்துவிடுவான்..

அவளுக்கு வேண்டாம். பெத்த குழந்தைகளுக்காவது குடுக்கணுமில்ல. கேட்டா குடிச்சிட்டு வந்து மாடு மாதிரி அடிப்பான். மிதிப்பான். முனியம்மா வெறுத்துப் போய்விட்டாள். சோறுகூட போடமாட்டாள். அவனே போட்டுத் தின்னுவான். ஏது துட்டு, எப்பிடி சோறாக்கின எதுவும் கேட்கமாட்டான்.

வெயில் மழை பாராமல் சூளையில் உழைத்தாள். உடல் தளர்ந்து இச்சைகளற்றுப் போனது. கொழுப்பெடுத்து அவளிடம் போய் உரசினால்?

கட்டக்காலன் வாசலோரமிருந்த கருங்கல் மேல் குத்துக்காலிட்டு உட்கார்ந்தான். பீடியைப் பற்ற வைத்துப் பொறுக்க இழுத்தான். இடையிடையே தொண்டையைச் செருமிக் காறித் துப்பினான். இன்று அவன் நரி முகத்தில் விழித்திருந்தான். சூதாட்டம் கைக் கொடுத்தது. அம்பிகாவிடம் போய் மூக்குமுட்டச் சாராயத்தைக் குடித்தான். போதை சுரீரென்று தலைக்கேறியது. நரம்புகள் முறுக்கி இச்சையை தூண்டின. தள்ளாடித் தள்ளாடி வீடு வந்து சேர்ந்தான். முனியம்மா விளக்கை அணைத்துவிட்டுப் படுத்துவிட்டிருந்தாள். அதுவும் ஒருவிதத்தில் நல்லதாகவே பட்டது அவனுக்கு. உழைத்த களைப்பில் மறுப்பதற்குத் திராணியற்று முனியம்மா இணங்கிவிடுவாள். ஆனால் வழக்கத்திற்கு மாறாக இன்று முரண்டு பிடிக்கிறாள். என்னவாக இருக்கும். வேறு யாருடனாவது தொடர்பு ஏற்படுத்திக் கொண்டாளா... இருக்கலாம்... யாரையும் நம்ப முடியாது. இல்லேன்னா இப்படி உதாசீனம் செய்யமாட்டாள். கண்டுபுடிக்கிறேன் என்று தனக்குள் சொல்லிக் கொண்டான் கட்டக்காலன்.

இன்று சூதாட்டத்தில் ஜெயித்த பணத்தில் குடித்துத் தின்றது போக ஜோபியில் கொஞ்சம் மிச்சமிருந்தது. ஜோபியைத்

துழாவி ரூபாய் நோட்டுக்களை எடுத்தான். எழுந்து நடுவீட்டில் உட்கார்ந்திருந்தவளிடம் போனான்.

“இந்தா...”

அவளிடம் நோட்டை நீட்டினான். முனியம்மா அவனை மேலும் கீழும் பார்த்தாள். அவனது செயல் அவளுக்கு ஆத்திரத்தை மூட்டியது.

“இன்னாத்துக்கு நோட்ட நீட்டுற... ம்... துணிய தூக்கணுமா... ஆத்தோராமா போ... எவளாவது வெள்ளப் பொடவ கட்டிக்கினு நிப்பா... அவகிட்டக் குடு... கால விரிப்பா... ம்... பொறுக்கி... பொறுக்கி... உனுக்கு நமச்சல் எடுத்துக்கினா... நா துணிய தூக்கிக் காட்டணுமா... ஓடிடு...ஆமா...”

கட்டக்காலன் அவளிடம் நைசாகப் பேசிக் காரியத்தை முடிக்க நினைத்தான். செல்லுபடியாகவில்லை. சீறுகிறாள். மட்டுமரியாதை இல்லாமல் பேசுகிறாள். அவனால் கோபத்தைக் கட்டுபடுத்திக்கொள்ள முடியவில்லை. பாய்ந்து சென்று அவள் முடியைப் பிடித்திழுத்துக் குனிய வைத்து முதுகில் குத்தினான். எட்டிக் காலால் உதைத்தான். முனியம்மா அலறியபடி சுவரோரமாகச் சுருண்டாள்.

“அடப்பாவி... ஒங் கையும் காலும் வெளங்காமாப் போவ... தூமப் பையா... கேட்க நாதியில்லேன்னு பாக்குறீயா... உனுக்குக் குஷ்டம் புடிக்கப் போவுது பாரு பேமானி... பேமானி...”

“கத்துன...ங்கோத்தா சாவடிச்சுடுவேன்...”

“சாவடிப்ப... ஒக்கார வச்சுக் சோறு போடுறப் பாரு... சாவடிப்ப...”

திட்டிக்கொண்டே சுற்றும் முற்றும் பார்த்தாள் முனியம்மா. அடுப்பினோரம் ஊதாங்கோல் கிடந்தது. வேகமாக நகர்ந்து ஊதாங்கோலை எடுத்து அவன் மேல் வீசினாள்.

“சாவுடா...பேமானி...”

கட்டக்காலன் நூலிழையில் தப்பினான். சட்டென அவன் குனிந்திருக்கவில்லையெனில் மண்டை உடைந்திருக்கும். ஊதாங்கோல் வாசலில் படுத்திருந்த நாயின் மேல் விழ

அது கத்திக்கொண்டு ஓடியது. பிள்ளைகள் விழித்துக் கொண்டார்கள். அம்மா அடிப்பட்டுக் கிடப்பதைக் கண்டு அழத்தொடங்கினார்கள். முனியம்மாவும் குழந்தைகளோடு ஒப்பாரி வைத்து அழுதாள். இவர்கள் போட்ட கூப்பாடு புட்லூராவின் தூக்கத்தைக் கலைத்தது. திட்டிக்கொண்டே கதவைத் திறந்து வாசலுக்கு வந்தாள்.

‘‘நாய்களா... நாய்களா... ராவானா இதே ரோதனையாப் போச்சு... அக்கம் பக்கத்திலிருக்கிறவங்க தூங்கவாணா ...ம்...’’

புட்லூரா குரலைக் கேட்டதும் கட்டக்காலன் நைசாக அங்கிருந்து நழுவினான். புட்லூரா அவனை ரொம்பவும் அசிங்கமாகத் திட்டுவாள். அதுவும் கெட்ட வார்த்தைகள் அவள் வாயிலிருந்து கட்டில்லாமல் வரும்.

‘‘இன்னாங்கடி பிரச்சனை...ம்...இன்னா...’’

கேட்டவாறு முனியம்மாவை நெருங்கினாள்.

முனியம்மா அழுதவாறே சொன்னாள்.

‘‘சாண்ட குடிச்சவன்...நல்லா குடிச்சிட்டு வந்து மேல ஏறுறான். படுக்கலன்னதும் மாடு மாதிரி அடிக்கிறான். அவனுக்குக் கையும் காலும் வெளங்கமா போவ... நல்லா அனுபவிச்சிட்டுதான் போவான்...தூம...தூம...’’

முனியம்மா குலங்கிக்குலுங்கி அழுதாள். குழந்தைகளும் அழுதனர். புட்லூரா ஆறுதலாகப் பேசியவாறு அங்கேயே கொஞ்ச நேரம் உட்கார்ந்திருந்தாள். முனியம்மா சகஜ நிலைக்கு வந்த பிறகே அவள் அங்கிருந்து கிளம்பினாள்.

முனியம்மாவை நையப் புடைத்துவிட்டு கிளம்பிய கட்டக்காலன் நேராக அம்பிகாவிடம் போனான். தூங்கிக் கொண்டிருந்தவளை எழுப்பி இரண்டு கிளாஸ் பட்டைச் சாராயத்தை ஏற்றிக் கொண்டான். போதை தலைக்கேற எங்கு போவதெனத் தெரியாமல் குழம்பினான். ஊரின் தொடக்கத்திலிருந்த எல்லைக் கல்மேல் போய் குத்துக்காலிட்டு உட்கார்ந்தான். அவனெதிரே இருண்ட வெட்டவெளி. ஆற்றையொட்டி சாயக் கம்பெனியும் அதன் உயர்ந்த சிம்னியும் தெரிந்தன. ஆற்றுக்கு அந்தப் பக்கம் ஆற்காட் தோப்பு. அவற்றையே கட்டக்காலன் கொட்ட

கொட்டப் பார்த்துக் கொண்டிருந்தான். நேரம் அமைதியாக ஓடிக்கொண்டிருந்தது.

முனியம்மாவுக்கு வாய் நீளமாகி விட்டது. அவனிடம் துளிக்கூட பயமில்லை. ரொம்பவும் மாறிவிட்டாள். இதற்குப் பின்னால் யாரோ இருக்கிறார்கள். இல்லேன்னா இவ்வளவு திமிரா பேச மாட்டாள். இருக்கட்டும். கண்டு புடிக்கிறேன். பல்லை ஒடைக்கிறேன். மனதிற்குள் கறுவினான்.

நண்டு டொக்டொக்கென்று தடியை ஊன்றிக்கொண்டு வந்தார். கல்லின் மேலிருந்த உருவத்தைப் பார்த்து அதட்டலாகக் கேட்டார்.

''யார்ராது''

''நான்தான் நைனா'' குரலை வைத்தே ஆள் யாரென்பதை நண்டு கண்டுகொண்டார்.

''இங்க இன்னாடாப் பண்றே... ஊட்டுக்குப் போடா...''

அவருக்கு எதாவது பதிலைச் சொல்ல வேண்டும். இல்லையென்றால் அவராக ஏதாவது கற்பனை செய்து கொண்டுவிடுவார்.

''வவுறு செரியில்ல நைனா...அதான்...''

''இன்னா பண்ணுது...''

''சீத பேதி...''

அவன் சொன்னதை நண்டு நம்பவில்லை. பையன் மேய்ச்சலுக்கு வந்துருக்கான் என்று நினைத்தார். திருந்த மாட்டான் என்று தனக்குள் முணுமுணுத்தவாறு அவனைக் கடந்தார். கட்டக்காலன் அங்கிருந்து கிளம்பினான். போதை இன்னும் மிச்சமிருந்தது. வீட்டிற்குப் போக மனம் இடம் தரவில்லை. தெருக்களில் சுற்றித் திரிந்தான். சரோஜா வீட்டைக் கடக்கும்போது தாழ்ப்பாள் திறக்கும் ஓசை பலமாகக் கேட்டது. அப்படியே நின்றான். காரணம் சரோஜா தனிக்கட்டை. ஒரு மாதிரியானவள். அவள் வீட்டுக்குள்ளிருந்து யாராவது வெளிவரலாம். தெரிந்து கொள்ள அவனுக்கு ஆர்வமுண்டானது. தெருவோரம் நின்ற வேப்ப மரத்தடியில் பதுங்கினான்.

சரோஜா சின்ன வயதிலேயே அறுத்துவிட்டாள். ஆரம்பத்தில் கொஞ்சம் கட்டுப்பாட்டுடன் இருந்தாள். நாளாக ஆக அவளது உடல் கேட்கவில்லை. கட்டட வேலையும் செய்வாள்; கழனி வேலையும் செய்வாள். நல்ல உழைப்பாளி. கறுப்பு நிறம். நல்ல உயரம். வளமையான உடலமைப்பு. முன்னும் பின்னும் அவளுக்கு அபரிதமாகப் பெருத்திருந்தது. குன்றுமேட்டிலேயே பெருத்த மார்பு கொண்டவள் இவள் மட்டும்தான். அதனால் பெண்களுக்கே அவள்மேல் பொறாமை வரும். பல ஆண்களின் கைப்பட்டதனால்தான் இப்படிப் பெருத்திருக்கிறது என்று கதை கட்டி விட்டார்கள். அவளோடு நெருங்கிப் பழகும் ஒரு சில பெண்கள் முகத்திற்கு நேரே கேட்பார்கள்.

"உனுக்கு மட்டும் எப்புடிடி இம்மாஞ் சைசா கீது..."

மாராப்பை மூடாமல் எதிர்படும் ஆண்களையெல்லாம் வேண்டுமென்றே இம்சிப்பாள் சரோஜா. எவ்வளவு பெரிய ஆளானாலும் சரோஜா முன் நிற்கையில் நா குழறும். பேச்சு வராது. சரோஜா அதை ரசிப்பாள். உள்ளுக்குள் சிரிப்பாள். குன்றுமேட்டிலுள்ள பெரும்பாலான ஆண்களுக்கு அவள் மேல் ஒரு கண்ணிருந்தது. அவளை எப்படியாவது 'தட்டித் தூக்கிட' முயற்சித்துக் கொண்டேயிருந்தார்கள். அவளும் லேசுப்பட்டவளில்லை. ஒரு சிலரைத் தோலுரித்துப் பார்த்திருக்கிறாள். இருந்தும் நிறைவு கொண்டதில்லை. அவள் சரியான வேலைக்காரனைத் தேடிக்கொண்டிருந்தாள். அவளை நிர்ப்பந்திக்க முடியாது. இஷ்டமில்லையென்றால் சொறிநாயைப்போல் விரட்டியடிப்பாள். துரத்தப்பட்டவர்களில் கட்டக்காலனும் ஒருவன்.

சரோஜாவோடு நெருங்கிய ஆளை கட்டக்காலனுக்குத் தெரியும். அவளோடு தோப்பிலும் பள்ளத்திலும் அவன் இருந்ததைப் பார்த்திருக்கிறான். அவன் சொன்னது எப்போதும் அவன் நினைவுக்கு வரும்.

"நாப்பது வயசிலும் சரோஜாகிட்ட என்னா வேகம், சின்னப் பொண்ணு மாதிரி..."

சரோஜாவை தனியாகப் பார்த்தால் ஜாடை மாடையாகக் கேட் பான். அவள் பிடி கொடுக்கவில்லை. கெஞ்சுவான்.

அவள் ஆத்திரமாகப் பார்ப்பாள்.

“தோ பார் ஒம் பொண்டாட்டிக்கிட்ட வந்து சொல்லிடுவேன்... ஆமா...”

அவளது மிரட்டலுக்குப் பலனிருந்தது. அதிலிருந்து அவளிடம் வாலாட்டுவதில்லை.

கட்டக்காலன் மனதிற்குள்ளாகக் கணக்குப் போட்டான். வீட்டுக்குள்ளிருந்து வெளிவரும் நபரைக் கையும் களவுமாகப் பிடிப்பது; அதைக் கொண்டு சரோஜாவைப் பணிய வைப்பது. முயற்சி செய்து பார்ப்போம் என்று நினைத்தவாறு ஆடாமல் அசையாமல் மரத்தையொட்டி நின்றான்.

சரோஜா வேகமாக வெளியே வந்தாள். வாசலில் நின்று சுற்றும் முற்றும் பார்த்தாள். இருட்டில் வீட்டின் பின்புறம் போகத் தயங்கினாள். வேகமாக வேப்பமரத்தோர அரையிருட்டில் வந்து நின்றாள். புடவையை இடுப்பிற்கு மேல் தூக்கிக்கொண்டு குனிந்தாள். காய்ந்த சருகுகளில் மூத்திரம் தெறித்தது.

கட்டக்காலனுக்கு உடல் திகுதிகுவெனச் சூடேறியது. தொட்டு விடும் தூரத்தில் சரோஜா இருந்தாள். அவனால் கட்டுப்படுத்திக்கொள்ள முடியவில்லை. அவனால் சட்டென்று முடிவெடுக்கவும் இயலவில்லை. போனால் இறுக்கிப் பிடித்து எலும்பையெல்லாம் நொறுக்கிவிடுவாள். கெஞ்சினால் ஒருவேளை காரியம் கைகூடும். சட்டென்று அவனுக்கு இருமல் வந்தது. அடக்க நினைத்தான். முடியவில்லை. இருமினான்.

சரோஜாவுக்குத் தூக்கிவாரிப் போட்டது. தொடைகளில் மூத்திரம் வடிய சடாரென விலகி சற்று தள்ளிப்போய் நின்றாள். குப்பென்று வியர்த்தது. அவள் தைரியமானவள். இருந்தாலும் ஒரு கணம் ஆடித்தான் போனாள். ஒருவாறு சுதாரித்து யாரது என்றாள் அதட்டலாக. பதிலில்லை. கொஞ்சம் சத்தமாக அதட்டினாள். கட்டக்காலன் செய்வதறியாது நின்றான். ஓடிவிடலாமா என்று நினைத்தான். ஓடினால் தெருநாய் துரத்தித் துரத்திக் கடிக்கும். அப்புறம் குடிக்க முடியாது. மருந்து பத்தியம்னு உப்புச் சப்பில்லாமல் வாழணும். மேலும் அவனது உருவம் காட்டிக் கொடுத்து விடும். சரோஜா சுலபமாகக் கண்டுபிடித்து விடுவாள். மறுநாள் அவன் கதை

கந்தலாகிவிடும். பேசி சமாளிப்பதைத் தவிர அவனுக்கு வேறு வழியில்லை.

"நான் தான்...."

சரோஜா குரலை ஆராய்ந்தாள். கேட்ட குரல்தான். யாராக இருக்கும். யோசித்தவாறு அதட்டினாள்.

"நான் தான்னா யாருயா..."

கட்டக்காலன் மரத்தை விட்டு விலகி வந்தான். நிலவொளியின் மங்கிய வெளிச்சத்தில் அவனைக் கண்டுகொண்டாள் சரோஜா. கட்டக்காலன் பல்லைக் காட்டினான்.

'இந்த நாயா... இவனுக்கு எவ்வளவு கய்வி ஊத்தினாலும் ஒறைக்கமாட்டேங்குது. செருப்பால அடிக்கணும்' என்று தனக்குள் நினைத்துக் கொண்டு அவிழ்ந்த தலைமுடியைச் சுருட்டிக் கோடாலி முடிச்சுப் போட்டாள். கோபத்தைக் கட்டுப்படுத்திக் கொண்டு சொன்னாள்,

"பித்தம் தலைக்கேறிப் போச்சா... பொம்பள மூத்திரம் பெய்றத ஒளிஞ்சு நின்னு பாக்குற...ம்..."

கட்டக்காலன் வாய் குழறியபடி சொன்னான்.

"ஐய... நீ வேற. நா இந்தப்பக்கம் போயிக்கிணுயிருந்தேன். சரசரன்னு சத்தம் கேட்டுச்சு... பாம்புதான்னு திரும்பிப் பாத்தன். நீ நின்னுக்கிணு கீற..."

"ஓஹோ... கத அப்பிடியா...போட்டம் போயிட்டு வா..."

சரோஜா வீட்டிற்குள் போகத் திரும்பினாள். கட்டக்காலன் வேகமாக அவள் முன்னால் வந்து மறித்தான்.

"இன்னா கண்டுக்காம போற..."

அவன் மேலிருந்து வீசிய சாராய நெடியைத் தாங்க முடியாமல் கையால் மூக்கைப் பொத்திக்கொண்டாள் சரோஜா. என்ன கருமத்தைக் குடிச்சானோ...என எண்ணியபடி,

"இன்னா கண்டுக்கணும்...ஒத்திப் போ...ஆமா..." என்றாள்.

ஆனாலும் போதை தலைக்கேறியிருந்ததால் அசாத்திய துணிச்சலோடு சரோஜாவின் கையைப் பிடித்தான்.

"ஏய்...இன்னா கைய புடிக்குற... திமிரா... ம்..."

"நீ யார்யாரோடு தொடுப்பு வச்சிருக்கிற... ஜல்சா பண்ற... எல்லாம் எனுக்குத் தெரியும்மே... எங்கிட்ட மட்டும் ஏன் பிகு பண்ற"

"யார்கூடவொன்னா படுப்பேன். என் இஷ்டம்... நீ யாரு அதக் கேக்க... வழி வுடு... கெளம்பு..."

கட்டக்காலன் இளித்தவாறு ஜோபியிலிருந்து பணத்தை எடுத்து அவளிடம் நீட்டினான். அவன் பணத்தை நீட்டியதும் அவளுக்குக் கோபம் பொத்துக்கொண்டது. குரலைச் சற்று உயர்த்தினாள்.

"நா இன்னா தேவிடியாளா... பணத்த காட்ன உடனே கால விரிக்கிறதுக்கு. புள்ளக்குட்டிக்காரன்னு பாக்குறேன்... இல்லேன்னா கதையே வேற... போ..."

கட்டக்காலன் அவள் கோபத்தைப் பெரிதாக எடுத்துக் கொள்ளவில்லை. இந்தச் சந்தர்ப்பத்தை நழுவ விடாமல் வேலையை முடிக்கும் எண்ணத்தில் உறுதியாக இருந்தான். சரோஜா தலையிலடித்துக் கொண்டாள். என்னடா இது வம்பா கீது... எப்படி இவனைச் சமாளிப்பது?

"இன்னிக்கி வாணா... தீட்டாக் கீறன்... இன்னொரு நாளிக்கி வா...

"ஐ... டபாய்க்கிற" என்றவாறு அவளைத் தொட கையை நீட்டினான்.

"சை... கையெடு..."

அதட்டிவிட்டு மீண்டும் வீட்டிற்குள் போக முயற்சித்தாள். அவளை முந்திக்கொண்டு கட்டக்காலன் வீட்டிற்குள் நுழைந்தான். சரோஜா உள்ளே நுழையாமல் வாசலிலே நின்றாள். இந்த நாயை எப்படித் துரத்துவது என்று யோசித்தாள்.

"இன்னா தைரியம் உனுக்கு... மருவாதையா வெளியே வா"

"நீ உள்ள வா..."

கட்டக்காலன் லுங்கியை உருவிப் போட்டு அம்மணமாக நின்றான். தன்னோட நிர்வாணம் அவளைத் தூண்டிவிடும்

கி. கண்ணன் ● 39

என்று நம்பினான். அவள் வருவாள் என்ற நம்பிக்கையில் நடுவீட்டில் விரித்திருந்த கூரைப்பாயில் சம்மணமிட்டு உட்கார்ந்தான். எண்ணெய் பிசுக்கேறிய தலையணையும், அதனருகே சவுரிமுடியும் கிடந்தது. கட்டக்காலன் சவுரி முடியை எடுத்து முகர்ந்தான். அதிலிருந்து வெளிப்பட்ட ஒருவித நெடி அவனது பாலுணர்ச்சியை இன்னும் தூண்டியது.

சரோஜா அவனுக்கு இறுதி எச்சரிக்கை விடுத்தாள்.

“தோ பார்... மருவாதையா வெளியே வந்துரு... நா உள்ளே வந்தேன்னு வை... கொட்டைய புடிச்சி நசிக்கிடுவேன்... ஆமா... அப்புறம் ஜன்மத்துக்கும் பொம்பள ஆச வராது... ஆமா...” இதனைச் சொல்லும்போது அவளுக்குச் சிரிப்பு வந்து தொலைத்தது. கட்டக்காலன் சிரித்தபடி சொன்னான்.

“வா வந்து நசுக்கு...”

“உனுக்கு நேரம் சரியில்ல...தோ வர்றேன்.”

சரோஜா உள்ளே நுழைந்தாள். கட்டக்காலன் அவளை அணைத்துக்கொள்ளத் தாவினான். சரோஜா லாவகமாக அவனைப் பிடித்து வீட்டின் மூலையில் தள்ளினாள். அவன் சுதாரித்து எழுவதற்குள் சரோஜா வேகமாகச் செயல்பட்டாள். கதவைச் சாத்திக்கொண்டு வெளியேறினாள்.

“எவ்ளோ திமிருயிருந்தா ஏங்கிட்ட வந்து அவுத்துக் காட்டுவ... ம்... பஞ்சாயத்தாரு வருவாங்க. அவங்கக்கிட்ட காட்டு...”

பொறியில் அகப்பட்டவனின் காதில் விழும்படி சொன்னாள். ‘தேவிடியா சிறுக்கி... இப்படி மாட்டிவிட்டாளே’ என்று முணுமுணுத்தவாறு வீட்டிற்குள் குறுக்கும் நெடுக்குமாக நடந்தான். பதற்றத்தில் செய்வதறியாது தவித்தான். சாமான் சட்டிகளை உருட்டினான். டமார் டமாரெனக் கதவைத் தட்டினான். கூரையைப் பிரித்து வெளியேற முயற்சித்தான். கூரையோ உறுதியான பனை நாரால் இறுக்கமாகக் கட்டப்பட்டிருந்தது. அவனுக்கிருந்த ஒரே வழி எரவானத்தில் இறங்குவதுதான்.

கூரைக்கும் சுவருக்குமிடையே உள்ள இடைவெளி அவனுக்கு நம்பிக்கையைத் தந்தது. சரோஜா ஆட்களைத் திரட்டிக்

கொண்டு வருவதற்குள் ஓடிவிட வேண்டும். பிறகு யாரும் அவன் மயிரை புடுங்க முடியாது. அவள் வீட்டுப் பக்கம் போகவில்லையெனச் சத்தியம் செய்து சாதித்து விடலாம். ஆட்கள் வரும்போது அவன் இங்கிருக்கக் கூடாது. மெல்ல எரவானத்தில் தலையை நுழைத்தான். வீட்டின் பின்புறம் தெரிந்தது. மார்பு வரை சுலபமாகக் கடந்தான். அவனது பெருத்த வயிறு மாட்டிக் கொண்டு இடையூறு செய்தது. தப்ப முடியாமல் திரும்பவும் உள்ளே இழுத்தான். அப்போது எதிர்பாராத விதமாக மூங்கிலின் கூர்மையான முனை அவனது கழுத்தைப் பதம் பார்த்தது. குத்திய இடத்தில் ரத்தம் கசிய வலியால் துடித்தான். வாய்விட்டுக் கத்தினான். வவ்வால்போல் அந்தரத்தில் தொங்கினான். அதற்குள் அக்கம் பக்கத்தினர் சரோஜா வீட்டின்முன் கூடத் தொடங்கினர். சரோஜா அவர்களிடம் நடந்ததை சொல்லிக் கொண்டிருந்தாள். சினிமாவுக்குப் போய் திரும்பிய உதடிக்கிழவியும் அவளோடு வந்தவர்களும் அவள் சொல்வதைக் கேட்டுக் கொண்டிருந்தனர். அரை போதையிலிருந்த குட்டைக் கலக்கி சரோஜாவிடம் கேட்டான்.

"இன்னாத்துக்கு லபோ திபோன்னு கத்துற... ம்..."

"ஏங்... கத்துறேன்னா கேக்குற... ஊட்ட தொறந்து பார்... தெரியும். தூமப் பையன். சாண்ட குடிச்சவன்... என்ன நாசமாக்கப் பாத்தான்... கன்னியம்மாதான் என்ன காப்பத்துனா..."

கண்களைத் துடைத்தாள் சரோஜா. அவள் பேச்சு அங்கிருந்த வர்களுக்கு வியப்பாக இருந்தது. 'எப்போதிலிருந்து இவள் நல்லவளாக மாறினாள்?' பூலோகம் பொடி வைத்துக் கேட்டாள்.

"அப்படி யாருதான் உன்ன நாசம் பண்ண பாத்தாங்க... சொல்லு..."

பூலோகத்தின் கேலியைப் புரிந்து ஒரு சிலர் புன்னகைத்தனர்.

"உள்ளே இருக்கான் போய் பாரு... உனுக்குத் தெரிஞ்சவன்தான்..."

குட்டைக்கலக்கி வீட்டை நோக்கி நடந்தான். தெருவில் கூடியிருந்தவர்கள் அவனைப் பின்தொடர்ந்தார்கள். சரோஜாவும் அவர்களோடு புலம்பியபடி பின்தொடர்ந்தாள்.

உள்ளேயிருந்த கட்டக்காலனின் காதில் பேச்சுக்குரல்கள் விழுந்தன. ஜனங்கள் கூடி விட்டார்கள் என்பதை உணர்ந்தான்; பதற்றமடைந்தான். நெஞ்சு வேகமாகத் துடித்தது. ஒரேயடியாய் மூச்சு நின்றுவிட்டால்கூட பரவாயில்லை என்று நினைத்தான். சரோஜாவின்மேல் ஆத்திரம் பொங்கியது. பற்களை நறநறவெனக் கடித்தான். பைத்தியக்காரி. எவங்கூடவும் படுக்காததுபோல் வேஷம் போடுறா... நாய்... இரு இரு உன்ன வெட்டிட்டு ஜெயிலுக்குப் போறேன்...

வருவது வரட்டுமென்று கண்களை மூடிக்கொண்டான்.

குட்டைக்கலக்கி கதவைத் திறந்தான். வீடு இருளடைந்திருந்தது. வத்திக் குச்சியைக் கிழித்துப் பார்த்தான். ஒன்றும் புலப்பட வில்லை. யாரோ ஓடிப்போய் லாந்தர் விளக்கைக் கொண்டு வந்தனர். லாந்தரின் ஒளியில் வீட்டினுள் நோட்டமிட்டான் குட்டைக்கலக்கி. பண்ட பாத்திரங்கள், துணிமணிகள் தரையெங்கும் சிதறிக் கிடந்தன. மூலை முடுக்கெல்லாம் உற்றுப் பார்த்தான். சுவரில் தொங்கிய பாதி உடலைப் பார்த்துத் துணுக்குற்றான். என்ன நடந்திருக்கும் என்பதை ஊகிக்க முடியவில்லை. ஒருவாறு தைரியத்தை வரவழைத்துக் கொண்டு நெருங்கிப் போய் பார்த்தான். இடுப்புவரைதான் தெரிந்தது. பின்பக்கம் போனால்தான் முகத்தைப் பார்க்க முடியும். கால்களைக் கொண்டு ஆளை ஊகித்தான். மெல்ல சிரித்தவாறு வெளியே வந்தான். வெளியே நின்றவர்கள் அவன் வாயைக் கவனித்தனர்.

“நம்மாளுதான்...வாங்க பின்னாடி...”

சொல்லிவிட்டு வீட்டின் பின்புறம் போனான். ஒரு சிலர் அவனைப் பின்தொடர்ந்தனர். அதில் சோளமும் இருந்தாள். யார் என்று பார்க்க அவள் ஆர்வமாக இருந்தாள். குட்டைக்கலக்கி வீட்டின் பின் சுவரோரமாகத் தரையில் அமர்ந்து தலைச் சாய்த்து எரவானத்தைப் பார்த்தான். லாந்தரின் வெளிச்சத்தில் தலைகீழாகத் தொங்கிக்கொண்டிருப்பவனின் முகத்தைப் பார்த்தான். தலையிலடித்தவாறு அங்கிருந்து நகர்ந்தான். லாந்தரை வாங்கி சோளம் பார்த்தாள். அங்குக் கூடியிருந்தவர்களின் வாயில் கட்டக்காலன் பெயர் எதிரொலித்தது. கூட்டத்தில்

முனியம்மா இருக்கிறாளாவென சோளம் ஆராய்ந்தாள். கிழவியிடம் சொல்லிவிட்டு முனியம்மாவிடம் தகவல் சொல்ல விரைந்தாள்.

இன்னா சத்தம் என்று கேட்டவாறு முட்டக்கண்ணன் வந்தார். ஊர் பெரிய மனிதர்களில் ஒருவராகத் தன்னைக் கருதிக் கொள்பவர். உதடிக்கிழவியிடம் விஷயத்தைக் கேட்டறிந்தார். தலையிலடித்துக்கொண்டு சரோஜா வீட்டுப் பின்புறம் போனார். எரவானத்தில் குனிந்து பார்த்தார். தலைகீழாகத் தொங்கிக் கொண்டிருந்தவன் முகமெங்கும் சிலந்தி வலை அப்பியிருந்தது.

''ஏன்டா உனுக்கு இந்த வேல...''

கட்டக்காலன் அவருக்குப் பதில் சொல்லும் நிலையில் இல்லை. முட்டக்கண்ணன் அவன் தலையைப் பிடித்து இழுத்தார். வலியால் அலறினான். ஏடாகூடமாக மாட்டிக்கொண்டிருந்தான். சீக்கிரம் அவனை வெளியே எடுக்காவிட்டால் உயிருக்கு ஆபத்து நேரலாம். முட்டக்கண்ணன் கூடியிருந்தவர்களைப் பார்த்துக் கேட்டார்.

''இன்னா பண்ணலாம் சொல்லுங்க...ம்...''

எல்லோரும் அமைதியாக இருந்தனர். சரோஜாவின் வாய்க்குப் பயந்து ஆலோசனை சொல்ல தயங்கினார்கள். முட்டக்கண்ணன் தயங்கியவாறு ஆரம்பித்தார்.

''செவுர கொஞ்சம் தட்டினாத்தான் அவன வெளியே எடுக்க முடியும்''

சரோஜா முட்டக்கண்ணனைக் கோபமாகப் பார்த்தாள். 'அடபாவி...எத்தனை நாள் காலைப் பிடித்து கெஞ்சின... எத்தனை நாள் உனுக்கு சொகம் கொடுத்திருப்பேன்... நாயிக்கு நன்றி இருக்காப் பார்' என்று தனக்குள் சொல்லிக் கொண்டாள்.

''செவத்த இடிக்க நான் ஒத்துக்க மாட்டேன்...ஆமா...''

முட்டக்கண்ணனுக்குத் தர்மசங்கடமாகப் போனது. சரோஜா வோடு கூடி முயங்கியது நினைவில் ஓடியது. இனியும் அவள் தேவைப்படுவாள். அதே நேரத்தில் பிரச்சனையைத் தீர்த்தாக வேண்டும். சரோஜாவை நெருங்கி தணிந்த குரலில் சொன்னார்.

“தோ பார்... ஒன் நல்லதுக்குத்தான் சொல்றேன். அப்படியே விட்டா அவன் செத்துடுவான். அப்புறம் போலீஸ் கேசாயிடும்...”

சரோஜா கோபத்தில் பொரிந்தாள்.

“அதெல்லாம் எனுக்குத் தெரியாது. என் ஊட்டுக்கு எந்த சேதாரமும் ஆவக்கூடாது. ஆமா...அப்புறம் நா பொல்லாத வளாயிடுவேன்...”

திடீரெனத் தெருவில் முனியம்மாவின் ஓலம் கேட்டது. சோளம் அவளிடம் எல்லாவற்றையும் சொல்லியிருந்தாள்.

“அந்தத் தூமப் பையன சாவடிங்கோ... கிஷ்ணாயில் ஊத்திக் கொளுத்துங்கோ... அவனால எனுக்கு ஒரு பிரியோஜனமில்ல... ஒருநாள்கூட சந்தோசமா வாழல... அவன சாவடிங்கோ...”

கட்டாந்தரையில் உட்கார்ந்து தலையிலடித்துக் கொண்டு அழுதாள். கூட்டத்தில் நின்றிருந்த ஓட்டு வீட்டுக்காரியான பஞ்சா, முனியம்மாவைச் சமாதானப்படுத்தினாள்.

“அயுவாதடி....கொய்ந்திங்களும் அயுவுது... ஊரக்கூட்டிப் பத்தினி வேஷம் போடுறா...லோலாய்...நீ எதுக்கு அயுவுற”

பஞ்சாவின் வார்த்தைகள் சரோஜாவின் காதில் விழுந்தது. காற்று திசை மாறியதை அங்கிருந்தவர்கள் உணர்ந்தனர். குன்றுமேட்டைப் பொறுத்தவரை சண்டைகள் எங்கோ தொடங்கி வேறெங்கோ முடியும். ஜனங்கள் எதிர்பார்ப்போடு இருவரையும் பார்த்தனர். சரோஜா யோசித்தாள். பஞ்சாவின் குடும்பம் வழிவழியாக உடையார் வீட்டில் படியாள் வேலை செய்தார்கள். உடையாருக்குச் சிவந்த அழகான மனைவியிருந்தும் கறுத்த ஒல்லியான பஞ்சாதான் மோகத்தைத் தூண்டினாள். நிறைவும் செய்தாள். அதனால் ஓட்டு வீடு கட்டிக் கொடுத்தார் உடையார்.

சரோஜா பஞ்சாவின் முகத்திற்கு நேராகக் கையை நீட்டி கத்தினாள்.

“நீ சொன்னாலும் சொல்லாக்காட்டியும் நா பத்தினிதான். எங் ஊடு குடிசைதான். மண் செவர்தான். ஆனா அது நா பாடுபட்டுக் கட்டினது. மத்தவங்க மாதிரி மாரைக் காட்டி காலக் காட்டி

கல்லு ஊடு கட்டிக்கல... ஏங்கிட்ட வச்சிக்கினா வண்டவாளம் தண்டவாளம் ஏறிடும். ஆமா...''

பஞ்சா சும்மா விடுவாளா...

''இன்னமோ கன்னி கயியாம தாலி கட்டிக்கினு வந்தவளாட்டும் பேசுறா... ரெண்டு பொண்டாட்டிக்காரன் பம்ப்செட்டுக்கு வாயிருந்தா கதக்கதயா சொல்லும். லோலாயி...லோலாயி''

அவ்வளவுதான் குப்பென்று பற்றிக்கொண்டது. கட்டக்காலனை மறந்துவிட்டனர். தலைமுடியைப் பிடித்தபடி கட்டி உருண்டனர். பக்கத்திலிருந்தவர்கள் இருவரையும் ஆளுக்கொரு திசையில் பிடித்து இழுத்தனர்.

சரோஜா தலைமுடியை விரித்துப் போட்டவாறு ஆக்ரோஷமாகக் கத்தினாள்.

''நியாயத்த சொல்லுங்க... இவ தனியா இருக்கும்போது ஊடு பூந்து யாராவது கைய புடிச்சி இஸ்த்தா இவ சும்மா இருப்பாளா...''

இங்குக் சண்டை நடந்து கொண்டிருக்கையில் குட்டைக்கலக்கி அமைதியாகக் காரியத்தைச் சாதித்தான். உலக்கையைக் கொண்டு நிமிண்டி ஏதோதோ செய்து சேதாரமில்லாமல் கட்டக்காலனை விடுவித்தான். சண்டைப் போட்டுக்கொண்டிருந்தவர்கள் வேடிக்கைப் பார்த்தவர்கள் அனைவரும் கட்டக்காலனைப் பார்க்க வந்தனர். முனியம்மா தலையிலடித்துக் கொண்டு அழுதாள்.

''அந்தக் கம்னாட்டிய சாவடிச்சுடுங்கோ... அவனால ஒரு பிரியோஜனமில்ல எனுக்கு... கொய்ந்திங்க இல்லேன்னா இப்பவே நா அரளிக் கொட்டைய அரைச்சுக் குடிச்சிருப்பேன்...''

முனியம்மாவின் கோலம் சரோஜாவின் கோபத்தைத் தணித்தது. கட்டக்காலன் பேந்தபேந்த விழித்தான். புத்தி பேதலித்தவன்போல் நடித்தான். அவனிடம் யாராவது ஏதாவது கேட்டால் புரியாத ஒலிகளை எழுப்பினான்.

புட்லூரா அவனை 'ஊட்டுக்குப் போடா' என்றாள். கட்டக்காலன் நடித்தபடி மெதுவாக அங்கிருந்து நகர்ந்தான்.

முட்டக்கண்ணன் சொன்னார், ''எல்லாரும் போய்ப் படுங்க... காலையில பேசிக்கலாம்''

உதடிக்கிழவி, சரோஜாவிடம் கேட்டாள், ''எங்க ஊட்ல வந்து படுத்துகிறீயா...''

''எதுக்கு...''

''அவன் திரும்ப வந்து ஏதாவது பண்ணா...''

''வருவான் வருவான்... வந்தா அருவாமனையால அறுத்திடுவேன். நீ போ கெய்வி... எனக்கொன்னும் பயமில்ல...''

கிழவி சோளத்தைக் கூட்டிக்கொண்டு அங்கிருந்து கிளம்பினாள். முட்டக்கண்ணன் தவிர எல்லோரும் போய்விட்டனர். சரோஜா அவரை கோபமாய்ப் பார்த்தாள். கட்டக்காலனை நாலுபோடுவார் என்று அவள் எதிர்பார்த்தாள். அவரோ பூசி மெழுகிவிட்டார்...

''யோவ்...அவன அடிக்கணும்னு உனுக்குத் தோனல, ஒம்பொண்டாட்டிகிட்ட இப்பிடி செஞ்சிருந்தா சும்மா உடுவியா... போ போ... நாக்க தொங்கப் போட்டுக்கினு வருவப்பாரு... அப்போ இருக்கு உனுக்கு...''

''இவ ஒருத்தி... போதையில கீறவனை அடிச்சா ஏடாகூடமா ஆயிடும்...''

சரோஜா முட்டக்கண்ணனை அலட்சியப்படுத்திவிட்டு வீட்டிற்குள் நுழைந்து படீரென கதவைச் சாத்தினாள். கட்டக்காலனுக்குச் சாபமிட்டவாறு சிதறிக் கிடந்த பொருட்களை ஒழுங்குப்படுத்தினாள்.

5

அடுப்பைப் பற்ற வைத்து ஒரு மணிநேரம் ஆகிறது. கூடை நிறைய ஆப்பத்தைச் சுட்டு அடுக்கிவிட்டாள் கிழவி. ஒருவரும் வரவில்லை. இடுப்பில் கைக்குழந்தையோடு விடியாமூஞ்சி கீச்சான் ஆப்பம் வாங்க வந்தாள். கீச்சான் கையில் போணி பண்ணால் வியாபாரம் ஆகாது. கிழவி பலதடவை அனுபவப்பட்டிருக்கிறாள்.

குன்றுமேட்டிலே ரொம்பவும் அழுக்கானவள் கீச்சான்தான். அவள் குளிக்காமல், கட்டின துணியை அவிழ்க்காமல் மாதக் கணக்கில் இருப்பாள். கிட்டே நெருங்கினால் நாறும். இருந்தும் வருஷம் தவறாமல் பெற்றுக் கொள்கிறாள்.

கீச்சானை அப்புறம் வரச்சொல்லலாமா என்று கிழவி யோசித்தாள். இடுப்பிலிருந்த குழந்தை ஆப்பக் கூடையை நோக்கித் தாவியதும் கிழவி மனம் மாறியது. கீச்சான் கையில் போணி செய்தாள். அதற்கடுத்து ஒரு ஈ காக்காகூட வரவில்லை. கிழவிக்குத் தலை வலித்தது. காபி குடிக்க விரும்பினாள். சோளத்தைப் பார்த்தாள். சோளம் குத்துக்காலிட்டு உட்கார்ந்து சட்டிப் பானை தேய்த்துக் கொண்டிருந்தாள். அவளது விரல்கள் தேங்காய் நாரை சாம்பலில் தொட்டு சரசரவெனக் கரிச்சட்டியைத் தேய்த்தது. சோளத்தின் சுத்தமும் சுறுசுறுப்பும் கிழவிக்கு பிடிக்கும். சோளம் எப்படியும் பிழைத்துக்கொள்வாள் என்று தனக்குள் சொல்லிக் கொண்டாள். சோளம் கட்டியிருந்த பாவாடை தாவணி வெளுத்துவிட்டது. சோளத்திற்குத் துணி எடுத்து ரொம்ப நாளாகிறது. சோளம் அதைப் பற்றி குறைப்பட்டதில்லை. வீட்டின் நிலவரம் புரிந்து அமைதியாய் இருக்கிறாள்.

கிழவியின் கண்களில் நீர் திரையிட்டது. பல்லாவரம் சந்தைக்குப் போனால் பழைய துணிகள் மலிவாக வாங்கி வரலாம். போக வர ஒரு நாளாகும். அதுகூடப் பரவாயில்லை. ஊரிலிருக்கும் கழிசடைகள் கேலி பேசிச் சிரிக்கும்.

கிழவி சொன்னாள், "சின்ன தேக்சாவுல கொஞ்சம் தண்ணி ஊத்திக் கொண்டா..."

எதுக்கு தேக்சாவுல தண்ணி கேட்குது கிழவி என்று நினைத்தவாறு சோளம் மொண்டு வந்து கிழவியிடம் கொடுத்தாள்.

''இன்னாத்துக்குத் தண்ணி...''

''எல்லாத்துக்கும் வெளக்கம் குடுக்கணும்... காபி காய்ச்சதான்...''

''காபி காய்ச்ச வெல்லங் கீதா...''

''இல்லியா...''

''ஏது...''

கிழவி சுருக்குப் பையைத் திறந்து சில்லறைகளைச் சோளத்திடம் கொடுத்தாள். சோளம் ஈரக்கையை பாவாடையில் துடைத்துவிட்டுக் காசை வாங்கினாள். தாவணியைத் திருத்திக் கொண்டு நாடார் கடைக்குக் கிளம்பினாள். வரதன் திண்ணையில் உட்கார்ந்து சுகமாகப் பீடியை ஊதிக் கொண்டிருந்தான். வாசலில் அவன் மனைவி பூலோகம் தனது மகளை மடியில் கிடத்திப் பேன் பார்த்துக் கொண்டிருந்தாள். வரதன் கடந்துபோன சோளத்தைப் பார்த்துக் கண்ணடித்தான். 'மூஞ்சைப் பாரு நாயி...' என்று எரிச்சலுடன் முணுமுணுத்தவாறு சென்றாள் சோளம். பூலோகம் நிமிர்ந்து சோளத்தைப் பார்த்தாள். சோளத்தின் முகம் கடுகடுவென இருப்பதைப் பார்த்து அங்கு என்ன நடந்திருக்கும் என்பதை உணர்ந்தாள்.

''மூடிக்குணு குந்து... எப்போ பாரு... அந்தப் பொண்ண கேலி பண்ணிக்கினு... உதடிக்கெய்விக்குத் தெரிஞ்சா பேய ஓட்டிடுவா...''

அவள் பேச்சை வரதன் காதில் வாங்கிக் கொள்ளவில்லை.

''இன்னா சோளம்... சினிமாக்கு போலாமா...''

''ம்... ஒம் பொண்டாட்டிக்குக் காட்டு... எனுக்கு வானா...''

''நல்லா கேளுடி... நாயிக்கு அப்போதான் ஒறைக்கும்... மூஞ்சப் பாரு... ஏஞ்சி வேலைக்குப் போ... ஒக்காந்துக்கினு வெட்டிக் கதப் பேசிக்கினு...''

வரதன் சிரித்தான். பூலோகம் தன் கையிலிருந்த பேன் சீப்பை அவன் மேல் வீசினாள்.

“சொரண கெட்டதுக்குச் சிரிப்பப் பார்...”

கடையின் அருகில் பூனை நிற்பதைச் சற்று தூரத்திலேயே சோளம் பார்த்துவிட்டாள். பூனை நாடாரோடு சுவாரஸ்யமாக பேசிக் கொண்டிருந்தான். அவன் பெயர் மோகன். அவனுக்குப் பூனைக்கண் என்பதால் எல்லோரும் பூனை என்றே கூப்பிட்டார்கள். குன்றுமேட்டில் பத்தாவதுவரை படித்தவன் அவன் மட்டும்தான். வேலை வாய்ப்பு அலுவலகத்தில் பதிவு செய்துவிட்டுக் காத்திருந்தான். கொத்தம்பாத்தாவின் ஒரே மகன். இருபது வயதாகிறது. தண்டால், பார் போன்ற பயிற்சிகள் செய்து உடம்பைக் கட்டுக்கோப்பாக வைத்திருந்தான். சோளம் தன் கோலத்தை யோசித்தாள். தலைவாராமல், சரியாக முகம் கழுவாமல் அழுக்குத் தாவணி உடுத்தி அலங்கோலமாக... திடீரென இப்படியொரு எண்ணம் தனக்கேன் வந்ததென்று அவளால் புரிந்துகொள்ள முடியவில்லை. இதற்கு முன் இதே கோலத்தில் எத்தனையோ தடவை அவன் முன் போயிருக்கிறாள். எந்த சங்கோஜமும் பட்டதில்லை. இப்போது மட்டும் ஏன் சங்கோஜப்படுகிறாள். சோளம் தவிப்போடு நடந்தாள். வெல்லம் வாங்காமல் திரும்பிவிடலாமா என்று யோசித்தாள். கிழவி துருவித் துருவி கேட்பாள். என்ன பதில் சொல்வது. சோளம் கடைமுன் வந்ததும் பூனை பேச்சை நிறுத்திவிட்டு அவளைக் கவனித்தான். சமீப நாட்களில் அவள் முகத்தைப் பூனை வெறித்துப் பார்க்கிறான். அவள் முகத்தில் எதனைக் கண்டானோ...

சோளம் கூச்சத்தில் நெளிந்தவாறு நாடாரைப் பார்த்தாள். சட்டென்று அவளுக்கு வாய் வரவில்லை. நாடார் விரைப்பாக “என்ன வேணும்” என்றார்.

சோளம் தயங்கியவாறு சன்னமான குரலில் கேட்டாள். “வெல்லமும் காப்பித்தூளும் வேணும்...”

வெல்லமும் காபித்தூளும் காகிதத்தில் மடித்து பலகையின் மேல் வைத்தார். சோளம் தன் கையிலிருந்த நாணயங்களை அவரிடம் கொடுத்தாள். காசை வாங்கிய நாடார் உதட்டைப் பிதுக்கினார்.

“வேற துட்டுக் குடு...இது மாறாது...”

நாணயங்கள் கொஞ்சம் பாசிப்படர்ந்திருந்தன. இதுபோன்ற நாணயங்கள் கைமாறி சுழன்று வருபவைதான். ஏனோ நாடார் வாங்க மறுக்கிறார். சோளம் அடித்துப் பேச தயங்கினாள். கையிலும் வேறு காசில்லை என்பதால் சங்கடத்திற்குள்ளானாள். சாமானை எடுக்காமல் அங்கிருந்து கிளம்பினாள். சோளத்தின் தலை இறங்கிவிட்டது. கண் கலங்கினாள். பூனை மட்டும் அங்கு இல்லாமலிருந்தால் இதெல்லாம் ஒரு அவமானமே இல்லை. அப்போதே துடைத்துப் போட்டிருப்பாள் சோளம். முந்தானையில் கண்களைத் துடைத்தாள். வெறுங்கையோடு வரும் சோளத்தைப் பார்த்துக் கிழவி குழப்பமடைந்தாள். கடைத் திறக்கவில்லையா... அல்லது காசை தொலைத்து விட்டாளா...

"இன்னாடி சும்மா வர்றே..."

"ம்...இது மாறாதாம்..."

கோபத்தோடு காசை ஆயாவிடம் நீட்டினாள் சோளம்.

"இதுக்கேன்டி அய்வுற..."

"ம்....அய்வாம... நாலுபேருக்கு முன்னால அசிங்கமாப் போச்சு..."

"இதுல இன்னாடி அசிங்கம் கீது... வா வந்து இங்க குந்து. அந்த பேமானிய நாலு கேள்வி கேட்டு வர்றேன்..."

"இது மாறாதாமா... ஏம் மாறாதாம்... நாமாளா துட்டு அடிக்கிறோம்..."

கிழவி கோபத்தோடு எழுந்தாள். சோளம் அடுப்பின் முன் உட்கார்ந்தாள். கொண்டை அவிழ்ந்ததைக்கூட பொருட் படுத்தாமல் வெறுங்காலோடு சரளைக் கற்கள் மேல் அநாயசமாக நடந்தாள் கிழவி.

மனச் சஞ்சலத்தில் சோளம் அடுப்பைக் கவனிக்கவில்லை. ஆப்பம் தீயும் வாசனை மூக்கைத் துளைத்தது. பதற்றத்தோடு அடுப்பிலிருந்து விறகை வெளியே இழுத்தாள். தீ கட்டுக்குள் வந்தது. தீய்ந்த ஆப்பத்தைச் சுரண்டி காக்கைகளுக்குப் போட்டாள். எண்ணெய் துணியால் சட்டியை நன்றாக துடைத்துவிட்டு ஆப்பம் ஊற்றினாள். பூனையின் கண்ணெதிரே

தான் அசிங்கப்பட்டது திரும்பத் திரும்ப அவளது எண்ணத்தில் சுழன்றது.

உதடிக்கிழவி நாடாரிடம் மல்லுக்கட்டி வெல்லம் காபித்தூள் வாங்கி வந்தாள். சோளம் அடுப்பிலிருந்து ஆப்பசட்டியை இறக்கிவிட்டுக் காபி காய்ச்சினாள். காபி கொதித்ததும் இறக்கி அலுமினிய கிளாசில் ஊற்றி இருவரும் குடித்தனர். காபி உள்ளே இறங்கியதும் கிழவிக்குத் தெம்பு வந்தது. கொள்ளிக்குப் போகணும் போலிருந்தது. சோளத்திடம் சொல்லிவிட்டுக் கிழவி குன்றை நோக்கி நடந்தாள். சோளம் கடையைக் கவனித்தாள். ஓரிருவர் வந்து ஆப்பம் வாங்கிச் சென்றனர். திடுமென அம்பிகா வீட்டுக் கோழிகள் தென்பட்டன. கடையைச் சுற்றிலும் ஆங்காங்கே எச்சமிட்டன. சாப்பிடும் இடத்தில் நாற்றமடித்தால் மனசு ஒப்புமா... சோளம் சூ சூவென விரட்டினாள். அவைகளா மசியும்... ஆப்பம் சுட்டுப் போடும் தட்டின் மேல் ஏறி ஓடின. கோபத்தில் விறகு கட்டையொன்றை எடுத்து அவைகள் மேல் வீசினாள். கோழிகள் இரைச்சலிட்டவாறு சிதறி ஓடின. எதிர்பாராவிதமாக வெடகோழியொன்று அடிப்பட்டுச் சுருண்டது. சோளத்திற்குத் தூக்கிவாரிப் போட்டது. தெருப்பக்கம் பார்த்தாள். நல்லவேளை யாரும் பார்க்கவில்லை. சட்டென்று விழுந்துகிடந்த கோழியைப் பிரம்புக் கூடையைக் கவிழ்த்து மறைத்தாள்.

அம்பிகா வீட்டுக் கோழிகள் என்பதால் சோளத்திற்கு உதறலெடுத்தது. அம்பிகா சாராயம் விற்பவள். ஆள் பலம், பண பலம் எல்லாம் உண்டு. சண்டைக்கு வந்தால் இவர்களால் ஒன்றும் செய்ய முடியாது.

கொள்ளிக்கு இருந்துவிட்டு வந்த கிழவி பல்லாவில் தண்ணீர் மொண்டு கொண்டு வீட்டின் பின்புறம் போனாள். அவள் கால்கழுவிக் கொண்டு திரும்பியதும் சோளம் தயங்கியவாறு ஆரம்பித்தாள்.

"ஆயோவ்..."

"இன்னாடி..."

சொல்லத் தொடங்கியதும் சந்துபல்லி வருவதைப் பார்த்து வாயை மூடிக்கொண்டாள் சோளம். சந்துபல்லிக்குத் தெரிந்தால்

ஊருக்கே தெரிந்துவிடும். கிழவியும் சுதாரித்துக்கொண்டாள். இருந்தும் சந்துபல்லி விடவில்லை. இருவரையும் பார்த்துக் கேட்டாள்.

"இன்னாடி சோளம் கெய்விகிட்ட ஏதோ சொல்ல வந்த... என்னப் பாத்ததும் வாய மூடிக்கிட்ட... இன்னா ரகசியம் அது... சொல்லு நா யாருக்கிட்டேயும் சொல்ல மாட்டேன்..."

கிழவி நிலமையைச் சமாளித்தாள்.

"இங்க இன்னா ரகசியம் கீது... ஆப்பம் விக்காம கீது... தெருவுல எடுத்துக்கினுபோயி சுத்திட்டு வான்னு சொன்னா..."

"இன்னமோ மறைக்கிறீங்க... இருக்கட்டும் ரெண்டு ஆப்பமும் எட்டனா கொய்ம்பும் குடு..."

கிழவி எரிச்சலடைந்தாள்.

"இன்னாது ரெண்டு ஆப்பத்துக்கு எட்டனா கொய்ம்பா..."

நல்ல மனநிலையில் கிழவி இல்லையென்பதை சந்துபல்லி புரிந்து கொண்டாள்.

"சரி சரி... கத்தாதே... நாலு ஆப்பமும் எட்டனாவுக்குக் கொய்ம்பும் குடு..."

சந்துபல்லி சத்தமில்லாமல் முணுமுணுத்தாள். கிண்ணத்தை வாங்கி அதில் சால்னாவை ஊற்றி அதன் மேல் ஆப்பத்தை அடுக்கினாள் கிழவி. அதனை வாங்கிய சந்துபல்லி ஆப்பத்தை விலக்கி கிண்ணத்தைப் பார்த்தாள்.

"இன்னா கெய்வி நாலு துண்டுதான் போட்டுக்கிற...ம்..."

"ஏன்டி ஈசாம கௌப்புற... கறிய தங்கம் மாரி நிறுத்திக் குடுக்கிறான். மொளகா மசாலா கொஞ்சமான வெலையா விக்குது...ம்..."

சொல்லிக் கொண்டே கிழவி மேலும் ஒரு கரண்டி குழம்பைச் சந்துபல்லி கிண்ணத்தில் ஊற்றினாள். சந்துபல்லி ஒரு கறித் துண்டை வாயில் போட்டு மென்றாள்.

"காரம் பத்தாது கெய்வி..."

கிழவி ஒத்துக்கொள்வதுபோல் தலையசைத்தாள்.

“மொளகா வாங்கி அரைக்க துட்டு இல்ல... கடையில தூள் வாங்கிப்போட்டேன்... எவ்ளோ போட்டாலும் ஒறைக்க மாட்டேங்கிது...” சோளத்திற்குத் தலையில் நமநமன்னு ஊறலெடுத்தது. கொட்டாப்புலி மேல் உட்கார்ந்து இருகைகளாலும் பரபரவென தலையைச் சொரிந்தாள். இதமாக இருக்கவே சொரிந்து கொண்டேயிருந்தாள். சோளம் சொரிவது சந்துபல்லிக்கு எரிச்சலைத் தந்தது.

“எதுக்குடி இப்பிடி சொரிஞ்சிக்கினு கீற...ஈருள்ளியால நாலு இயி இயியேன்டி...”

கிழவியும் தன் பங்கிற்கு அதட்டினாள்.

“ஏஞ்சி போய் பல்ல தேயிடி...”

சோளம் எப்போதும் பல் தேய்ப்பதைத் தள்ளிப் போடுவாள். ஆப்பக் கடையை ஏற கட்டிய பிறகுதான் தேய்ப்பாள். அவளுக்குப் பல் தேய்த்ததும் வயிறு கபகபவென்று எரியும். தீனியை உள்ளே தள்ளினால்தான் அடங்கும். அதனாலேயே அவள் பல் தேய்ப்பதைத் தவிர்ப்பாள்.

சோளம் உள்ளங்கையில் சாம்பலை வைத்து நுணுக்கியவாறு சாக்கடைப் பக்கம் போனாள். சுட்டு விரலில் சாம்பலைத் தொட்டு பல்லில் வைத்து இரண்டு இழு இழுத்தாள். வாயைக் கொப்பளித்தாள். கிழவி தட்டில் நாலு ஆப்பமும் குழம்பும் ஊற்றி சோளத்திடம் நீட்டினாள்.

சந்துபல்லி ஆப்பம் தின்று முடித்து ஏப்பம் விட்டவாறு எழுந்து சென்றாள். சோளம் சிணுங்கியவாறு ஆயோவ் என்றாள்.

“இன்னாடி...பத்தலையா...எடுத்துக்கோ...”

“அதில்ல இங்கப் பாரு...”

சோளம் பிரம்புக்கூடையைத் தூக்கிக் காட்டினாள். கோழியைப் பார்த்ததும் கிழவிக்குத் தூக்கிவாரிப்போட்டது.

“இன்னாடி பண்ண... அந்த வாயாடிக்குத் தெரிஞ்சா உண்டு இல்லேன்னு ஆக்கிடுவாளே...”

“ஐய... வேணும்னா அடிச்சேன். கடை முன்னாடி பேளுதுன்னு கட்டைல வெரட்டினேன்... மாட்டிக்கிச்சு... வாசலப்பார் எங்கப் பாத்தாலும் கோயி பீ...”

சோளம் சொன்னதிலும் நியாயமிருந்தது. கிழவி சுற்றிலும் நோட்டமிட்டு சொன்னாள்.

"மொதுலு உள்ளே எடுத்துக்கினு போ..."

சோளம் கூடையில் மறைத்தவாறு கோழியை வீட்டிற்குள் எடுத்துச் சென்றாள். கிழவி பெரிய அலுமினிய தேக்சாவில் தண்ணீர் ஊற்றிக் கொதிக்க வைத்தாள். தண்ணீர் நன்றாகக் கொதித்ததும் உள்ளே கொண்டு போய் அதில் கோழியை முக்கி எடுத்தாள். இறகுகள் பொல பொலவென உதிர்ந்தன. அதன் வயிற்றைக் கத்தியால் கீறி குடலை எடுத்தாள். எல்லாக் கழிவுகளையும் வீட்டின் பின்புறமிருந்த குப்பையில் புதைத்தனர். எல்லாம் பயத்தோடும் பரபரப்போடும் நடந்தன.

அன்று கோழி வறுவல் சாப்பிடுவோம் என்று அவர்கள் கனவில்கூட நினைத்திருக்கவில்லை.

6

இன்று ஆப்பம் கொஞ்சம் மீந்து விட்டது என்றாலும் முதலுக்கு மோசமில்லை. உதடிக்கிழவி தன்னை ஆசுவாசப்படுத்திக் கொள்ள தெருவில் வந்து நின்றாள். எட்டியம்மா வீட்டுப் பூவரச மரத்தடியில் நாலைந்து பெண்கள் நின்றிருந்தனர். அவர்கள் கைகளில் புடவைகள் இருந்தன. மூட்டைக்காரன் வந்திருந்தான். எட்டியம்மா கைக்காட்டுகிறவர்களுக்கு அவன் கடன் தருவான். வாராவாரம் வந்து வசூலித்துக் கொள்வான். கிழவி சோளத்திற்குத் துணி எடுக்க விரும்பினாள். எட்டியம்மா வீட்டை நோக்கி நடந்தாள். மூட்டைக்காரன் மரத்தடியில் உட்கார்ந்திருந்தான். அவன்முன் விரிக்கப்பட்டிருந்த பாயில் புடவைகளும், ரவிக்கைகளும், தாவணிகளும் கலைந்து கிடந்தன. மூட்டைக்காரன் தனது மடியில் வைத்திருந்த நோட்டுப் புத்தகத்தில் துணி எடுத்தவரின் பெயரையும் தொகையினையும் குறித்துக்கொண்டிருந்தான். அங்கு நின்றிருந்த பெண்கள் இது சாயம் போகுமா, எனக்கு நன்றாக இருக்குமா என்று தங்களுக்குள் கேட்டுக் கொண்டிருந்தனர். அங்கு வந்த உதடிக்கிழவி, எழுதிக்கொண்டிருந்த முட்டைக்காரனைப் பார்த்துக் கேட்டாள்.

''நல்லதா ரெண்டு பாவாட தாவணி எடுத்துப் போடு...''

மூட்டைக்காரன் நிமிர்ந்து பார்த்தான். கிழவியை ஏதோ அசிங்கத்தைப் பார்ப்பதுபோல் பார்த்தான். எந்தப் பதிலும் சொல்லாமல் குனிந்து எழுதுவதில் முனைந்தான்.

''இன்னா குனிஞ்சிக்கினே... துணியக் காட்டு...''

மூட்டைக்காரன் கிழவியைப் பார்த்து நக்கலாகச் சிரித்தான். சுற்றிலுமிருந்தவர்கள் கிழவியை இளக்காரமாகப் பார்த்தார்கள்.

''இன்னா ராஜா... குடுப்பியா மாட்டியா... சொல்லு...''

''உனுக்குக் குடுத்திட்டுதான் மறுவேல பாக்கணும்...''

''இன்னா...''

''இன்னாவா... பழசு மறந்துடுச்சா... ரெண்டு வருஷமாச்சில... அதான் ஞாபகம் இல்ல. பொடவையும் தாவணியும் எடுத்தியே...

துட்டெ குடுத்தியா... நடந்து நடந்து எஞ்செருப்பு தேஞ்சதுதான் மிச்சம். ஆள உடு தாயே...''

மூட்டைக்காரன் இரு கைகளையும் தலைக்குமேல் தூக்கி உதடிக்கிழவிக்குக் கும்பிடு போட்டான்.

கிழவி ஆத்திரத்தில் கத்தினாள்,

''அப்படி இன்னாத்த வாயில போட்டுக்கிட்டேன்... ரொம்ப சலிச்சிக்கிற... நீ குடுத்த துணி தண்ணீல போட்டதும் சுருங்கிப் போச்சு... வேற தர்றேன்னு சொன்னயே, மாத்திக் குடுத்தியா...''

மூட்டைக்காரன் கிழவிக்குப் பதில் சொல்லாமல் எழுதிக் கொண்டிருந்தான். கிழவியின் கவனம் எட்டியம்மா மேல் திரும்பியது. அவளது கண்ணசைப்புக்கு ஏற்றவாறுதான் அவன் நடந்து கொள்வான். எட்டியம்மா மூட்டைக்காரனைத் தன் கைக்குள் போட்டுக்கொண்டிருப்பதாகவும், அவன் குன்றுமேட்டிற்கு வருவதே அவளைப் பார்க்கத்தானென்றும் ஊரில் ஒரு பேச்சு உண்டு. இங்கு வருவதால் அவனுக்குப் பெரிதாக ஒன்றும் வியாபாரம் நடக்கப் போவதில்லை. இருந்தும் அவன் வந்துகொண்டிருந்தான்.

உதடிக்கிழவிக்கு ஆத்திரம் பொங்கியது. அதனால் உடல் தடதடவென ஆடியது. நாக்கைப் பிடுங்கிக் கொள்வதைப்போல் நாலு கேள்வி கேட்டால்தான் அவளுக்கு சமாதானம் ஆகும்.

''எனக்கெல்லாம் கடங் குடுக்க மாட்டே.... எல்லாம் தொங்கிப் போச்சு. குத்துக் குத்தா மாரு இருக்கிறவளுக்குதான் குடுப்ப... ம்...''

எட்டியம்மா உட்பட அங்கிருந்த அத்தனை பேரும் அதிர்ந்தனர். கொஞ்சம் அதிகப்படியாக வார்த்தையைப் பிரயோகித்துவிட்டோமோ என்று கிழவியேகூட யோசிக்க ஆரம்பித்தாள்.

எட்டியம்மா கிழவியின் முகத்திற்கு நேராக விரல்களை நீட்டி எச்சரித்தாள்,

''தோ பார் கெய்வி... பெரிய மனுசின்னு பாக்குறேன்... இவ்ளோதான் உனுக்கு மருவாத... ஆமா... வேற யாராவது இப்படிப் பேசியிருந்தா... கைய உட்டு டாரா கீய்ச்சிருப்பேன்.

கஞ்சிக்கு வக்கில்லேன்னாலும் வாயைப் பார்... உன்னும் மூனுவேள சோறு துன்னா அவ்வளவுதான்... கையில புடிக்க முடியாது...''

கிழவியின் கன்னத்தில் பளீரென அறைந்தது போலிருந்தது எட்டியம்மாவின் வார்த்தைகள்.

''மூட்டைக்காரன திட்டினா உனுக்கு ஏன்டி கோபம் வருது... ம்... இங்க இத்தினிப் பேர் நிக்கிறாங்க... யாராவது கோவப்பட்டாங்களா... ம்... கைய உட்டு கீய்ப்பாளாம்... எங்க கீயிடிப் பாக்கலாம்...கீ...''

கிழவி எட்டியம்மாவை நோக்கி முன்னேறினாள். இனி துணி எடுத்த மாதிரிதான் என்று எல்லோரும் தங்களுக்குள் நொந்து கொண்டனர். மூட்டைக்காரன் முகம் சிறுத்துப் போனான். எல்லோரிடமிருந்து துணிகளை வாங்கி மூட்டைக்கட்டி சைக்கிளில் வைத்துக்கொண்டு சொல்லாமல் கொள்ளாமல் வேகமாகப் புறப்பட்டான்.

யாரோ போய் சொல்ல, சோளம் ஓடிவந்தாள். ஆயாவும் எட்டியம்மாவும் முட்டிக்கொண்டு நிற்பதைப் பார்த்து பயந்தாள். எட்டியம்மாவின் புருஷன் கவர்ன்மெண்ட் ஆசுபத்திரியில் வேலையிலிருக்கிறான். குன்றுமேட்டில் கொஞ்சம் படித்து கவர்மெண்ட் உத்தியோகத்திற்குப் போனவன் அவன் மட்டுமே. அவர்களிடம் போய் மோதலாமா... சோளம் கிழவியின் கையைப் பிடித்து இழுத்தாள். கிழவி சோளத்தை முறைத்தாள்.

''மரியாதக் கெட்டுடும் ஆமா... காத்தடிச்சாலும் மழ பெஞ்சாலும் எங்களுக்கு கவருமெண்டு சம்பளம் வரும்... நா ஏன்டி ஊர் மேயணும். ஒங் குடும்பதிலத்தான் மேயுவாளுங்க... ஓம் பொண்ணு மாதிரி எல்லாரையும் நெனச்சியா... போ அப்பால... ஏம் புருஷன் வந்தா அவ்ளோதான்...''

உதடிக்கிழவி வாயைக் கொடுத்து மாட்டிக்கொண்டாள். எட்டியம்மா வாய்க்கு வந்தபடியெல்லாம் பேசினாள். கிழவியால் பதில் பேச முடியவில்லை. திணறினாள். பூலோகம்தான் கிழவியின்மேல் பரிதாபப்பட்டு எட்டியம்மாவை சமாதானப்படுத்தினாள்.

''உடுக்கா, உடு... கெய்விக்கு அவ்ளோதான் அறிவு...''

எட்டியம்மா பூலோகத்திடம் நியாயம் கேட்டாள்.

''நீயே சொல்லு... எல்லாத்தையும் கிட்டயிருந்து பாத்துக்கிணுதானே கீற... ம்... எம் மேல தப்பிருக்கா... மூட்டக்காரன் கடன் குடுக்கிலென்னா... நா இன்னா பண்ணுவேன்... எதுக்கு என்ன கேவலமா பேசணும்... ம்... பெரிய மனுஷின்னு பாக்குறேன்... ''

நிறுத்தாமல் தொடர்ந்து தம் கோபத்தைக் கொட்டித் தீர்த்தாள்.

''எத்தினித் தடவ இந்த நாய்களுக்கு அரிசி, மொளகா தூள், கிஷ்ணாயில்னு தூக்கிக் குடுத்திருப்பேன்... அதுக்கெல்லாம் கணக்கு வழக்குக் கிடையாது. பத்து நா மழ பேஞ்சி வெள்ளம் வந்திச்சே, அப்போ யாரு ஊட்டுப் பீயைத் துன்னிங்க...ம்...''

கிழவி தேவையில்லாமல் எட்டியம்மாவோடு சச்சரவிடுவதாகச் சோளம் நினைத்தாள். கிழவியின் கையைப் பிடித்து இழுத்தாள்.

''வா... இன்னாத்துக்குக் கத்திக்கிணு கீற... ம்...''

எட்டியம்மா கிழவியைப் பார்த்துக் காறித்துப்பினாள். உதடிக் கிழவிக்கு உடல் தடதடவென ஆடியது. அங்கு நிற்பதற்கே கேவலமாக இருந்தது. எட்டியம்மா ரொம்பவும் கீழிறங்கி, போட்டதையெல்லாம் சொல்லிக் காட்டுவாள் என்று கிழவி எதிர்பார்க்கவில்லை. அவளது இயலாமை சோளத்தின் முதுகில் அடியாக விழுந்தது.

''எல்லாம் உன்னாலதான்...''

கிழவி சோளத்தை அடித்ததும் எட்டியம்மா வாயை மூடிக்கொண்டாள். சோளத்தின் மேல் எப்போதும் அவளுக்குப் பச்சாதாபம் உண்டு. தாய் தகப்பன் இல்லாத பொண்ணு. சோளம் அழுதவாறு குடிசையை நோக்கி நடந்தாள். தனது தாய் ஓடிப்போனதைச் சொல்லிக் கேவலப்படுத்துவதை அவளால் தாங்கிக்கொள்ள முடியவில்லை. அதுவும் அவள் அதிகம் மதிக்கும் சொந்தம் கொண்டாடும் எட்டியம்மா பேசியதைத்தான் அவளால் தாங்க முடியவில்லை.

சோளத்தைப் பின்தொடர்ந்த உதடிக்கிழவி வாசலில் உட்கார்ந்து ஒப்பாரி வைத்தாள். துக்கம் மேலிடும்போது ஒப்பாரி வைத்து

அழுது ஆற்றிக் கொள்வது கிழவிக்கு வழக்கமானதுதான். சோளத்தால் இருக்க முடியவில்லை. செய்வதறியாது தவித்தாள். அவசரமாக வீட்டின் பின்புறம் வந்தாள். இங்கு ஏன் வந்து நிற்கிறோம் என்று தன்னையே கேட்டுக்கொண்டாள். புழக்கடை முழுவதும் புல் பூண்டுகளும், உண்ணி புதரும் மண்டிக்கிடந்தன. மனையின் மூலையில் வேப்பமரம் நிழல் பரப்பி நின்றது. மரத்தடியில் மூன்று செங்கல் நட்டு மஞ்சள் பூசி குங்குமமிட்டு வழிபட்டார்கள். ஒவ்வொரு வெள்ளிக்கிழமையும் கிழவி அங்கு கற்பூரம் கொளுத்திக் கும்பிடுவாள். சோளம் மெல்ல மரத்தை நோக்கி நடந்தாள். சாமியின் முன் சம்மணமிட்டு உட்கார்ந்தாள். சாணத்தால் மெழுகப்பட்ட தரை குளுமையாக இருந்தது. காற்றும் இதமாக வீசியது. சோளம் மல்லாந்து படுத்தாள். கண்ணீர் பெருக்கெடுக்க அழுதாள். எதையெதையோ யோசித்தவாறு தூங்கிப் போனாள்.

அழுது ஓய்ந்த கிழவி அரைமணி நேரம் பிரமைப் பிடித்து சிலையாட்டம் உட்கார்ந்திருந்தாள். வீட்டில் சோளத்தின் நடமாட்டமில்லாததை எண்ணித் திடுக்கிட்டாள். சட்டென்று எழுந்து குடிசைக்குள் போய்ப் பார்த்தாள். தெருவில் வந்து நின்று இரண்டு பக்கமும் நோட்டமிட்டாள்.

'எங்குப் போயிருப்பாள்'. கிழவியிடம் பயமும் பதற்றமும் தொற்றிக் கொண்டன. பாழாய்ப் போன கோபம் ஏன்தான் வந்ததோ என்று தன்னையே நொந்துகொண்டாள். சோளம் போகுமிடமெல்லாம் சென்று விசாரித்தாள். எல்லோரும் ஒரே பதிலைத்தான் சொன்னார்கள். 'தெரியாது'. கிழவியின் வயிற்றில் எதுவோ திரண்டது.

நாதமுனி முதலியாரின் கிணறு ஞாபகத்திற்கு வந்தது. காலத்தின் கோலத்தால் பாழடைந்த கிணறு. கிணற்றின் சுவரில் செடிகொடிகளும், சிறுசிறு பொந்துகளும், பாம்பு முதலிய ஜந்துகளும் நிறைந்திருக்கும். அதிகம் ஆள் நடமாட்டமில்லாத பகுதி. பெரும்பாலும் தற்கொலை எண்ணம் வந்தவுடன் போய் நிற்குமிடம் அந்த கிணறுதான். இதுவரை ஐந்து பெண்கள் அதில் விழுந்து செத்திருக்கிறார்கள். உதடிக்கிழவி ஈரக்குலையைக் கையில் பிடித்தவாறு கிணற்றை நோக்கி ஓட்டமும் நடையுமாக விரைந்தாள்.

ஆழ்ந்த தூக்கத்திலிருந்த சோளம் திடுக்கிட்டு விழித்தாள். முகத்தில் ஏதோ விழுந்திருந்தது. தடவிப் பார்த்தவள் 'சீ' என்றவாறு துள்ளி எழுந்தாள். அவளது தலைக்கு மேலிருந்த கிளையில் காகம் அமர்ந்திருந்தது. சாக்கடைக்குப் போய் பானையிலிருந்த தண்ணீரை அள்ளி முகத்தைக் கழுவினாள். காகம் எச்சமிட்டதும் நல்லதுதான். இல்லையெனில் இன்னும் தூங்கியிருப்போம் என்று நினைத்தவாறு குவித்து வைத்திருந்த சாணியைப் பார்த்தாள். மேய்ச்சலுக்குப் போகும் மாடுகளைப் பின்தொடர்ந்து போய் அள்ளி வந்தது. வறட்டித் தட்டலாம் என்று முடிவெடுத்தாள். கூளம் அள்ளி வர மாலா வீட்டிற்குக் கிளம்பினாள்.

இவளைக் கண்டதும் மாலா ஆச்சரியமாகக் கேட்டாள்.

''அடி நாயே... எங்கடி போயிட்டே...''

''இன்னா...''

''இன்னாவா... உங்காயா உன்ன ஊரெல்லாம் தேடுது...''

''இன்னாடி சொல்ற...''

''சொல்றேன்...சொரக்காயில உப்பில்லேன்னு. மோலியார் ஊட்டுக் கெணத்துப்பக்கம் கெய்வி போய் கீது... ஓடு...''

சோளத்திற்குப் பகீரென்றது. வரும்போது ஆயா அவள் கண்ணில் படவில்லை. யாரிடமாவது பேசிக்கொண்டிருக்கப் போயிருப்பாள் என்று நினைத்தாள். கூடையை அங்கேயே வைத்துவிட்டு ஆயாவைத் தேடி ஓடினாள். ஊருக்கு வெளியே வெட்ட வெளியில் கிழவி தெரிந்தாள். பதற்றமாகத் திரும்பிக் கொண்டிருந்தாள். சோளம் கிழவியை நோக்கி சத்தமாகக் கத்தினாள்.

''ஆயோவ்... ஓ... ஆயோவ்...'' காற்றின் தயவில் சோளத்தின் குரல் கிழவியின் காதில் விழுந்தது. கிழவிக்குப் போன உயிர் திரும்பி வந்தது. முந்தானையில் கண்களைத் துடைத்துக் கொண்டாள். அருகில் வந்ததும் கண்கலங்க சோளத்தைப் பார்த்தாள்.

''எங்கேடிப் போன...''

"ஐய... ஊட்டுக்குப் பின்னாடி வேப்பமரத்தடியில குந்திக்கினுயிருந்தேன். கண்ண இஸ்த்துக்கினு போச்சி, அப்படியே தூங்கிட்டேன்..."

கிழவி சோளத்தின் தலையில் கொட்டினாள்.

"காக்கா குருவியா கத்துறேன்... ஒங்காதுல விழல... ம்... திமிரு... திமிரு... தொடையப் புடிச்சி நிமிண்டினா எல்லாம் சரியாவும்..."

ஆயாவும் பேத்தியும் இணைந்து நடந்தனர்.

7

சோளம் சாணத்தோடு கூளத்தைக் கலந்து பிசைந்து சிறுசிறு உருண்டைகளாக உருட்டினாள். அவள் முதுகின் மேல் சிறிய கல் ஒன்று விழுந்தது. லேசாக வலித்தது. இருந்தும் கண்டு கொள்ளாமல் சாணியை உருட்டிக் கொண்டிருந்தாள். யாரோ அவள் ஜடையைப் பிடித்துப் பின்னுக்கிழுத்தார்கள். சோளம் திரும்பிப் பார்க்காமலே சொன்னாள்.

"உடுடி வலிக்குது..."

"எப்பிடி கண்டு புடிச்சே..."

"மாலா கொரங்குதான் இப்படியெல்லாம் செய்யும்..."

"இன்னாது. கொரங்கா..."

மாலா நங்கென்று சோளத்தின் தலையில் கொட்டினாள். வலித்தது. சோளம் கோபத்தோடு எழுந்தாள். கையில் சாணி உருண்டை வைத்திருந்தாள்.

"சாணிய மூஞ்சியில அப்பிடுவேன்.

"அப்பு பாக்கலாம்..."

மாலா சிரித்துக்கொண்டே நங்குக்காட்டினாள்.

சோளம் மாலாவின் மேல் சாணி உருண்டையை வீசினாள். மாலா சட்டென்று நகர்ந்து தன்மேல் படாமல் பார்த்துக் கொண்டாள். இருவரும் சிரித்தார்கள். சோளம் மாலாவின் முகத்திலும் உடம்பிலும் ஏதோ வித்தியாசமிருப்பதாக உணர்ந்தாள். முகத்தில் அடர்த்தியாக பவுடர் பூசியிருந்தாள். அதிசயமாக உள் பாடி போட்டிருந்தாள்.

"ஏய்... இன்னா பளபளன்னு மின்ற... சொல்லு..."

மாலா அநியாயத்திற்கு வெட்கப்பட்டாள்.

"எங்க மாமன் வந்துச்சு..."

"எப்போ..."

‘‘காலையில... சிமெண்ட் லோடு ஏத்திக்கினு இந்தப் பக்கம் வந்துக்கீறாரு... அப்படியே இங்கேயும் வந்து பாத்துட்டுப் போனாரு...’’

‘‘டைவரா...’’

‘‘ம்...’’

‘‘அவருக்குத்தான் உன்ன குடுக்கப் போறாங்களா...’’

‘‘அதப்பத்தி உன்னும் யாரும் பேசல... நா அவரத்தான் கட்டிக்குவேன்.’’

‘‘ரெண்டு பேரும் தனியா பேசுவிங்களா...’’

‘‘பேசுவோம்...’’

‘‘உங்கம்மா கண்டுக்கமாட்டாங்களா...’’

‘‘அவங்க நைசா கடைக்குப் போயிடுவாங்கோ...’’

சோளம் நமட்டுச் சிரிப்புடன் கேட்டாள்.

‘‘அப்போ கிய்ஞ்சிட்டிருக்கும்...’’

மாலா முறைத்தாள்.

‘‘ரொம்ப கொய்ப்புடி உனுக்கு... நா தொட உடமாட்டேன்...’’

‘‘நம்பிட்டேன்...’’

‘‘சீ... உண்மையத்தான்டி சொல்றேன்... கன்னத்தைக் கிள்ளுவார்... பின்னாடி தட்டுவார் அவ்ளோதான்...’’

சோளம் கையை நீட்டினாள்.

‘‘எதுவும் நடக்கலன்னு சத்தியம் பண்ணு...’’

மாலா திருதிருவென முழித்தாள். அவள் கண்களில் கள்ளத்தனம் தெரிந்தது.

‘‘சொல்றேன் இல்ல... நம்பு...’’

‘‘திருடி... ஒங்கண்ணே காட்டிக் குடுக்குது. எல்லாம் பண்ணிட்டு ஒன்னும் தெரியாத மாதிரி நடிக்கிற, மரியாதையா சொல்லு...’’

சோளத்திற்கு ஆர்வம் அதிகரித்தது. கெஞ்ச ஆரம்பித்தாள்.

“ஏங்கிட்ட சொல்லமாட்டியா...ம் அவ்ளோதானா...”

மாலா சிரித்தாள். அக்கம் பக்கம் பார்த்தாள்.

“எல்லாம் முடிஞ்சிருச்சி...”

“அடிப்பாவி...எப்போ...”

“கிய்ஞ்சிப் போய் நாலு மாசமாவுது...”

“கமுக்கமா இருந்திருக்கே...”

“தண்டாராப் போட்டு எல்லோருக்கும் சொல்வாங்களா...”

“எப்டி நடந்துச்சி... ஒன்னு விடமா சொல்லு...”

மாலா சொல்வதற்குமுன் சிரித்தாள். நெளிந்தாள்.

“அன்னிக்கு நா மட்டும்தான் ஊட்ல இருந்தேன். அம்மாவும் அப்பாவும் சாவுக்குப் போயிருந்தாங்க. நா தனியா இருக்கிறது எப்படியோ தெரிஞ்சிக்கினு இவரு வந்துட்டாரு. ஏதோ தப்பு நடக்கப் போவுதுன்னு தோனுச்சு. நா வெளியே வந்து வாசலில் நின்னேன். இன்னன்னமோ சொல்லி என்ன உள்ளே கூப்பிடுறாரு. நா மசியல. அதட்டுறாரு... கெஞ்சிறாரு... நானா போவேன்? திடீர்னு வெளியே வந்து என்ன அலெக்கா தூக்கினு போயிட்டாரு... திமிறினேன்... அவர் கையைக்கூட கடிச்சேன்... பரபரன்னு ஒரு நிமிஷத்தில என்னோட துணிய எல்லாம் உருவி அம்மணமாக்கிட்டாரு. மொரடன், எரும மாதிரி மேல உழுந்தாண்டி... அடி வயித்தில கத்திய சொருகின மாதிரி இருந்துச்சி. வலி தாங்க முடியாம கத்திட்டேன். என்ன துவம்சம் பண்ணிட்டுத்தான் ஓஞ்சாரு... அதுக்கப்புறம் எங்களுக்குக் குளிர்விட்டுப் போச்சு... அவர் வரும்போதெல்லாம் பண்ணுவாரு...”

இதனைக் கேட்டதும் சோளத்திற்கு உடல் முழுதும் சூடானது. மாலாவின்மேல் பொறாமையாக இருந்தது.

“அது எப்பிடி இருந்துச்சி...”

“எது...”

“அதான், உள்ளே போச்சே அது...”

“ஏய்...உனுக்கு ரொம்ப கொய்ப்புடி...”

"சீ...சொல்லு. ரொம்ப பிகு பண்ற..."

மாலா முழங்கையைக் காட்டிச் சொன்னாள்.

"இவ்ளோ பெரிசு... கறுப்பா ஊதாங்கோல் போலிருந்தது..."

அதைக் கேட்டதும் சோளத்தின் மனம் கிளர்ச்சியடைந்தது. சூடான பெருமூச்சு அவளிடம் வெளிப்பட்டது.

பேசிக்கொண்டே சோளம் சாணியை உருட்டி முடித்தாள். துணைக்கு மாலாவைக் கூப்பிட்டாள்.

"வாடி... குன்னுவரைக்கும் போய் வறட்டித் தட்டிட்டு வருவோம்..."

"போலாம்... நா ரெட்டியார் தோப்புக்கு வெறகு வெட்டப் போறப்ப, நீ எங்கூட வரணும்..."

"ம்...வர்றேன்..."

சோளம் சாணி உருண்டைகளைக் கூடையில் வைத்து இடுப்பில் தூக்கிக் கொண்டாள். இருவரும் குசுகுசுவெனப் பேசியபடி குன்றை நோக்கி நடந்தனர். ஊரின் மேற்கே குன்றும், அதனையொட்டி அம்மன் கோயிலும், கோயிலின்முன் பெரிய வேப்பமரமும் இருந்தன. குன்றில் பெரிய பாறைகளும், நுணா மரங்களும், காட்டுச் செடிகளும், கள்ளிப் புதர்களும் அடர்ந்திருந்தன. பகல் பொழுதில் சிட்டு, கல்குருவி, மணிப்புறா, கிளி, மைனா, அணில் போன்றவற்றின் குரல்கள் ஒலித்துக் கொண்டிருக்கும். பெண்களுக்கான பொதுக் கழிப்பிடம் அந்தப் பகுதிதான்..

கோயிலின் மேடையில் டங்காரு உட்கார்ந்திருந்தான். உள்ளங்காலில் தைத்த முள்ளை எடுப்பதில் மும்மரமாக ஈடுபட்டிருந்தான். பேச்சுக்குரல் கேட்டு நிமிர்ந்தான். சோளத்தை விழுங்கி விடுவதைப்போல் பார்த்தான். அவன் பார்வையின் உக்கிரம் நடையைப் பாதித்தது. கால்கள் பின்ன சோளம் நெளிந்தாள். தணிந்த குரலில் மாலாவிடம் சொன்னாள்,

"நாயி... எப்பிடிப் பாக்குறான் பார்..."

யாரு என்றவாறு மாலா நிமிர்ந்து பார்த்தாள். டங்காரு டக்கென்று குனிந்து முள் எடுப்பதில் முனைந்தான்.

"இவனா... பொறுக்கி நாயி... அவங்கெடக்குறான் உடு..."

டங்காரு ஊரில் யாருக்கும் கட்டுப்பட மாட்டான். தறுதலை. தன்னைக் கண்டித்த அப்பனையே ரோட்டில் தூக்கிப் போட்டு மிதித்தவன். அவனது ஜோபியில் எப்போதும் பட்டன் கத்தி இருக்கும். சிறுசிறு சச்சரவுகளுக்குக்கூட கத்தியைக் காட்டி மிரட்டுவான். அதனால் அவனோடு யாரும் வைத்துக்கொள்ள மாட்டார்கள்.

டங்காரு வியர்வை சிந்திப் பாடுபடுகிற ரகமில்லை. அம்பிகா வுக்குக் கால்பந்து பிளாடரில் சாராயம் கடத்தி வந்து தருவான். அதனால் கிடைக்கும் பணத்தைக் கொண்டு சூதாடுவான். மேலும் தோப்புகளில் தேங்காய், மாங்காய் திருடுவான். தண்ணியைப் போட்டுக்கொண்டு வீண் சண்டையில் இறங்குவான். பெண்கள் விஷயத்தில் படுமோசம். குறி வைத்தால் எப்படியும் முடித்துவிடுவான். ஊரில் நிறைய இடத்தில் வாய் வைத்திருக்கிறான். ஆனால் அவனுக்கெதிராக எந்தப் பெண்ணும் புகார் சொன்னதில்லை. திருட்டுப் பொருளைக் கொடுத்து சரிசெய்து விடுவான்.

சமீப நாட்களில் அவன் பார்வை சோளத்தின் மேல் விழுந்திருக்கிறது. அவன் எதிர்ப்படும் போதெல்லாம் சோளம் மருள்வாள். ஒதுங்கியோ வழிமாறியோ நடப்பாள். அந்தளவு அவனிடத்தில் பயம். அடிவயிற்றில் கத்தியை வைத்துக் காரியத்தை முடித்து விடுவான் என்று கேள்விப்பட்டிருக்கிறாள். வம்படியாக வந்து அவன் பேசினால்கூட பதில் சொல்லாமல் அவள் நழுவிடுவாள்.

சோளம் மாலாவின் காதில் கிசுகிசுத்தாள். "அவன் பாக்குற பார்வையே செரியில்லடி..."

"அவன் பொறுக்கி... கொள்ளிக்கு இருக்க ஒக்காரும்போது கவனமா இரு... சுத்திலும் பாரு, புதர்மேல் கல்லைப் போட்டுப் பாரு... இந்த நாயி பொம்பளைங்க வெளிக்குப் போறத ஒளிஞ்சிருந்து பாக்குறானாண்டி..."

கேட்டதும் சோளத்துக்கு தூக்கி வாரிப்போட்டது. தன்னை எத்தனை நாள் அவன் பார்த்தானோ... நினைக்கும் போதே உடலெல்லாம் கூசியது.

"மெய்யாவடி..."

மாலா தலையசைத்தாள். நடந்ததை மனத்திரையில் ஒருதரம் ஓட்டிப் பார்த்தாள். அவளுக்குத் தெரியாததும் அன்று நடந்திருந்தது.

ஏனோ திடீரென மாலாவுக்கு வயிற்றைக் கலக்கியது. அது ஒரு பிற்பகல் நேரம். அவசரமாகக் குன்றை நோக்கி நடந்தாள். தெரு ஆள் நடமாட்டமின்றி வெறிச்சோடிக் கிடந்தது. டங்காரு அவன் வீட்டுத் திண்ணையில் படுத்திருந்தான். அவன் பார்வை தெருவிலேயே லயித்திருந்தது. மாலா அவனைப் பொருட்படுத்தாமல் கடந்தாள்.

டங்காரு துள்ளி எழுந்தான். வாசலில் வந்து நின்று மாலா செல்லுமிடத்தை ஊகித்தான். திடீரென அவனிடம் ஒரு பரபரப்புத் தொற்றிக்கொண்டது. லுங்கியை இழுத்துக் கட்டிக்கொண்டு வெற்றுடம்புடன் குன்றை நோக்கி குறுக்கு வழியில் ஓடினான். அவனுக்கு மூச்சிரைத்தது. முழங்கால்களில் முட்கள் கீறின. ஒரு நொடிகூட வீணாக்காமல் ஓடினான். பெண்கள் உட்காரும் பகுதிக்கு வந்தான். சற்றும் தாமதிக்காமல் பக்கத்திலிருந்த முட்புதருக்குள் பதுங்கிக்கொண்டான். அவ்வளவு எளிதில் நுழையமுடியாத புதரில் எப்படித்தான் நுழைந்தானோ... அடுத்த நொடி இலை தழைகளுக்குள் மறைந்தான். இனி ஒருவராலும் அவன் மறைந்திருப்பதை ஊகிக்க முடியாது. மெதுவாக சுவாசித்தபடி வேட்டை நாயைப்போல் காத்திருந்தான். ஆங்காங்கே மலக்கழிவுகள் காய்ந்திருந்தன. அதிலிருந்து வீசிய நாற்றம் டங்காருவுக்கு ஒருவிதக் கிளர்ச்சியை உண்டாக்கியது. ரொம்ப நாட்களாக, பகல் நேரத்தில் ஒதுங்குபவர்களை அவன் பார்த்துக்கொண்டிருக்கிறான். அதற்காக மணிக்கணக்கில் உயிரைப் பணயம் வைத்துக் காத்திருப்பான். ஒரு தடவை பார்த்துக் கொண்டிருக்கையில் பாம்பொன்று அவனருகில் ஊர்ந்து சென்றது. ஆடாமல் அசையாமல் ஏன் மூச்சுக்கூட விடாமலிருந்து தப்பித்தான்.

அவன் எதிர்ப்பார்த்தபடி மாலா வேகமாக வந்து பாவாடையை இடுப்புவரை சுருட்டிக் கொண்டு உட்கார்ந்தாள். அவளது பின் பகுதியை டங்காரு மெய்மறந்து பார்த்தான். அவளைப் புணர்ந்தது போல் உணர்ந்தான்.

மாலா முடித்துக் கொண்டு எழுந்தாள். உடல் நிம்மதியடைந்தது. வீட்டிற்குக் கிளம்பினாள். அவள் காலில் நெருஞ்சி முள் குத்தியது. எடுத்துப் போட குனிந்தவள் அவள் பின்னால் நிழலாடியதைக் கண்டாள். பயத்தில் வேகமாக நடந்தாள். பேயா இருக்குமோ... பேய் பட்டப் பகலிலா வரும். தைரியத்தை வரவழைத்துக் கொண்டு திரும்பிப் பார்த்தாள். டங்காரு பாறைகள் மேல் தாவித்தாவி போய்க்கொண்டிருந்தான். மாலாவுக்கு உடம்பெல்லாம் கூசியது. அவன் போன திசையைப் பார்த்து காறித்துப்பினாள் மாலா. அன்றிலிருந்து பகல் நேரத்தில் ஒதுங்க நேர்ந்தால் ரொம்பவும் கவனமாக இருப்பாள். உட்காருவதற்கு முன் சுற்றிலும் நோட்டமிடுவாள். பக்கத்திலிருக்கும் புதரின் மேல் கற்களை வீசுவாள்.

சோளம் இதனைக் கேட்டதும் அதிர்ந்தாள்.

"அவன ஏன்டி சும்மா விட்ட. தூமப் பையன்... பொம்பளிங்கோ பேளறதப் போய் பாத்துக்கீறான் பார்... என்னக்கூட பாத்திருப்பான்டி நாயி..."

"அவங் கெடக்குறான் உடு... பாத்து இன்னா ஆவப் போவுது. பகல் நேரத்தில கொள்ளிக்கு வந்தா உஷாரா இரு... புதர் பக்கமா ரெண்டு கல்லத் தூக்கிப் போடு..."

இருவரும் பேசியபடி பாறைகளின் அருகில் வந்தனர். படகு, யானை, குதிரை இப்படிப் பல்வேறு வடிவங்களில் பாறைகள் நின்றிருந்தன. சோளம் தான் வழக்கமாகத் தட்டும் யானைப் பாறையினடியில் சாணிக் கூடையை இறக்கினாள். மாலா ஆசையோடு படகுப் பாறையின் மேல் உட்கார்ந்தாள். பாறையின் இடுக்கில் வளர்ந்திருந்த நுணா மரம் அவள்மேல் வெயில் படாமல் காத்தது. அங்கிருந்து பார்க்க சுற்றிலுமிருந்த வயல்களும், தோப்புகளும், மேய்ச்சல் நிலங்களும் அழகாகத் தெரிந்தன.

சோளம் வறட்டித் தட்டியபடி கேட்டாள்.

"உங்கம்மா தேட மாட்டாங்களா..."

"சொல்லிட்டுத்தான் வந்தேன்."

மாலா பாறையின்மேல் மல்லாந்து படுத்தாள். அந்தரத்தில் தொங்கிய மேகங்களைப் பார்த்தாள். தூரத்தில் கன்றுகுட்டியைப் பிரிந்து வந்த பசுவொன்று கத்தியது.

"உங்க மாமா... உங்கம்மாவோட தம்பியா..."

"அப்பா ஒறவுல தூரத்துச் சொந்தம்... ஏன் கேட்கிற..."

"ஊட்டுக்கே வந்து பண்ணிட்டுப் போறாரே, அதுக்காகத்தான் கேட்டேன்..."

"உனுக்கு அதே நெனப்புடி..."

சோளம் வேறு விஷயத்திற்குத் தாவினாள்.

"தேவியக்கா எப்படி கீது... நல்லா கீதா... ஊருக்கு வர்றதே இல்ல... நீ போய் பாத்தியா..."

மாலா காதில் விழாததுபோல் பேசாமலிருந்தாள். அவள் முகம் இருளடைந்தது. ஏன்தான் கேட்டோமோ என்று சோளம் நினைத்தாள். வறட்டித் தட்டி முடித்துத் திரும்பும்வரை மாலா வாயைத் திறக்கவில்லை. ஓரிரு தடவை கண்களைத் துடைத்துக் கொண்டாள்.

மாலா கத்தி எடுத்துவர அவள் வீட்டிற்குப் போனாள். சோளமோ சாணிக் கூடையை வீட்டின் பின்புறம் கடாசிவிட்டுக் கைக்கால்களைக் கழுவினாள். ஆப்பம் தின்றிருந்ததால் நன்றாகத் தாகமெடுத்தது. கஞ்சித் தண்ணி குடித்தால் நன்றாக இருக்கும். வீட்டிற்குள் நுழைந்து சோற்றுப் பானையை ஆராய்ந்தாள். கிழவி காலி செய்திருந்தாள். ஏமாற்றத்தோடு பச்சைத் தண்ணியை மொண்டு குடித்தாள். நடுவீட்டில் அமர்ந்து உடலை ஆற்றினாள். வெளியில் போய்விட்டு இப்போது வந்த கிழவி சோளத்தின் அருகில் உட்கார்ந்தாள்.

"கஞ்சித் தண்ணிய கொஞ்சம் வக்கிறதுதானே... எல்லாத்தையும் குடிச்சிட்டுக் கீற...ம்..."

"கொஞ்சந்தாண்டி இருந்துச்சி... வவுறு பகபகன்னு எரிஞ்சது... குடிச்சுட்டேன்... ஆப்பம் கீது துன்னு..."

சோளம் பதில் சொல்லாமல் மௌனமானாள்.

“தலையக் கொஞ்சம் பாருடி... பேன் கடிக்குது...”

“நா வெறவுக்குப் போறேன்...”

“எங்க...”

“ரெட்டியார் தோப்புக்கு...”

“கல்லத்தூக்கி அடிப்பானே... அந்தக் கம்மனாட்டி... பத்தரமா போய் வா... ஊராமூட்டுக் கத்தியும் பத்தரம்...”

கிழவி சோளத்தை எச்சரித்தாள். சோளம் தலையசைத்தாள். அதற்குள் மாலா வந்துவிட்டாள். அவள் கையில் நல்ல எக்கு இரும்பில் வார்க்கப்பட்ட வெட்டுக்கத்தி வைத்திருந்தாள்.

“வாடி போலாம்...”

“தோ வர்றேன்.”

இருவரும் கத்தியும் கயிறும் எடுத்துக் கொண்டு ரெட்டியார் தோப்புக்குக் கிளம்பினார்கள்.

ரெட்டியார் தோப்பு என்பது அடர்ந்த சிறு வனம். குன்றுமேட்டின் கிழக்கு திசையில் இருந்தது. வேகமாக நடந்தால் இருபது நிமிடங்களில் அடைந்துவிடலாம். தோப்பில் பெயர்தெரியாத செடிகொடிகளும், மரங்களும் செழித்திருந்தன. அதிகளவில் வேலிக்காத்தான் மண்டிக்கிடந்தது. எவ்வளவு வெட்டினாலும் குறையாத அளவு பெருகியிருந்தது. தோப்பிற்குள் போய்வர சரியான வழிகள் கிடையாது. கால்நடைகள் உண்டாக்கிய வழிகள்தான். அதிலும் ரொம்ப உள்ளே போய்விட்டால் வழி மறந்துபோகும். திரும்பும்போது வேறு எங்கேயாவது வெளியே வருவோம். தேவையில்லாமல் அலைந்து கொண்டிருப்போம்.

இவ்வளவு பெரிய சொத்து ரெட்டியார் குடும்பத்திற்கு வந்தவிதம் பற்றி குன்றுமேட்டுப் பெரிசுகள் சொல்லிச் சென்ற சேதி இதுதான்: ரெட்டியாரின் பாட்டன் வெள்ளைக்காரர்களிடம் வேலை பார்த்தாராம். துரை நல்ல மனநிலையில் இருக்கும்போது விவசாயம் செய்வதாகச் சொல்லி இந்த இடத்தைப் பட்டா எழுதி வாங்கிக்கொண்டாராம். வளைத்துப் போட்ட இடங்களில் பேருக்குக் கொஞ்சம் மாங்கன்றை நட்டிருக்கின்றார்.

ரெட்டியாரின் வீடு தோப்பின் தென்கோடியில் இருக்கிறது. பழைய வீடுதான். ஆனால் தளம் போட்ட வீடு. ரெட்டியார் மோரிஸ் மைனர் கார் வைத்திருந்தார். குன்றுமேட்டிலிருப்பவர்கள் அதனைத் தள்ளுமாடல் கார் என்று கேலியாகச் சொல்வார்கள். அந்தக் காரை உருட்டிக் கொண்டுதான் அவர் வெளியே போவதும் வருவதும். பெரும்பாலும் அவர் வீட்டிலிருக்கமாட்டார். கூத்தியார் வீட்டுக்குப் போய்விடுவார்.

ரெட்டியார் ரொம்பவும் குள்ளம். அடர்ந்த கறுப்பு. வீட்டிலிருக்கும்போது இடுப்பில் சிறு துண்டு மட்டுமே கட்டியிருப்பார். குனிந்தால் பருத்த விதைகள் வெளியில் தொங்கும். அவரால் உள்ளாடையோ, கோவணமோ அணியமுடியாது. மேலும் சால் போன்ற பெரிய வயிறு வேறு. ரெட்டியார் வெள்ளையும் சொள்ளையுமாகக் கூத்தியார் வீட்டிற்குக் காரில் போகும்போது குன்றுமேட்டுக்காரர்கள் இப்படித்தான் கேலியாகப் பேசிக் கொள்வார்கள்.

“புடுக்கு முழங்கால்வரை தொங்குது, கூத்தியார்கிட்ட போய் இன்னா பண்ணுவான்...”

ரெட்டியார் காதுகளுக்குக் கேட்கும் திறன் அதிகம். மரம் வெட்டும் சத்தம் அவர் காதுகளுக்கு எப்படியோ போய் விடுகிறது. சத்தம் வரும் திசையைக் கூர்ந்து கவனிப்பார். இரண்டு கைகளிலும் கற்களை எடுத்துக் கொள்வார். மரம் வெட்டும் இடத்தை நோக்கி நிதானமாக நடப்பார். மறைந்து நின்று நோட்டமிடுவார். எத்தனை பேர் வந்திருக்கின்றார்கள் என்று பார்ப்பார். பலமானவர்கள் என்றால் அதட்டலோடு நிறுத்திக் கொள்வார். புள்ளைப் பூச்சிகள் என்றால் அதிரடிக் காட்டுவார். சர்சர்ரென்று கற்கள் வீசப்படும். கல் தலையில் பட்டால் மண்டைப் பிளந்துவிடும். வேகமாக வீசுவார். இருந்தும் யார் மண்டையையும் அவர் உடைத்ததில்லை. விறகு வெட்டிக் கொண்டிருப்பவர்கள் எல்லாவற்றையும் அப்படியே போட்டுவிட்டு ஓடிவிடுவார்கள்.

பேசிக்கொண்டே மாலாவும் சோளமும் தோப்பை நெருங்கி விட்டனர். ரெட்டியார் தோப்பு விஷ ஜந்துக்களின் புகலிடம் என்பதால் சோளம் கொஞ்சம் எச்சரிக்கையாகவே நடந்தாள்.

மாலாவிடம், ரொம்ப உள்ளே போக வேணாம் என்றாள். இருவரும் முட்கள் உடம்பில் குத்திக் கிழிக்காதவாறு கவனமாக நடந்தனர். மணிப்புறா விட்டுவிட்டுக் குனுகியது. இருவரும் வெட்டுவதற்குத் தோதான மரத்தைத் தேடினார்கள். மாலா சோளத்தை எச்சரித்தாள்.

“அங்கலாப்புல தடிமனா வெட்டாத... மெல்லிசா வெட்டு, அப்பத்தான் தூக்க முடியும்...”

அவள் சொல்வதிலும் நியாயமிருந்தது. சோளம் பேராசையில் பெரிய மரமாகப் பார்த்து வெட்டிடுவாள். வீடுவரை சுமந்துவர முடியாமல் திணறுவாள். இது அவ்வப்போது நடப்பதுதான்.

“இங்கியே வெட்டுவோம். ரொம்ப உள்ளே வாணா...”

இருவரும் ஆளுக்கொரு புதரில் நுழைந்து வெட்டத் தொடங்கினர். சோளத்தின் நெஞ்சு திக்திக்கென்று அடித்தது. ரெட்டியார் வந்துவிட்டால் எந்தப் பக்கமாக ஓடுவது என்று பார்த்து வைத்துக்கொண்டாள்.

மாலா அருமையான கத்தி வைத்திருந்தாள். நன்றாக வெட்டியது. சத்தமும் பெரிதாக எழவில்லை. மரத்தை மடமடவென வெட்டிச் சாய்த்தாள். சோளத்தின் கத்தியோ சுமாராகத்தான் வெட்டியது. அதையும் பூலோகத்திடம் கெஞ்சிக் கூத்தாடி வாங்கி வந்தாள். பத்திரமாகத் திருப்பிக் கொடுக்க வேண்டும்.

வேலிக்காத்தானை வெட்டுவது சுலபம். இழுத்துக் கழித்து வெட்டிப் பிளந்து விறகாக்குவதுதான் சிரமம். கவனம் பிசகினால் முட்கள் பதம் பார்த்துவிடும். மாலா வந்த சீக்கிரத்தில் தேவையான விறகை வெட்டி அடுக்கிக் கட்டிவிட்டாள். சோளத்தைப் பார்த்து ‘சீக்கிரம் வெட்டுடி’ என்றாள். சற்றுத் தள்ளி பெரிய சப்பாத்தி புதர் இருந்தது. சிவந்த பழங்கள் மாலாவை வாவாவென அழைத்தன. மாலா புதரை நோக்கி நடந்தாள். சப்பாத்திப் பழத்தைப் பறிப்பதும், மேலே உள்ள முள்ளைக் கல்லில் தேய்த்து அகற்றித் தின்பதும் ரொம்பவும் சிரமம். கொத்தான சிறுசிறு முட்கள் ஊசியைப் போன்று நீட்டிக்கொண்டிருக்கும். பற்றும்போதே குத்திவிடும். மாலா ரொம்பவும் கவனமாக சப்பாத்திப் பழத்தைப் பெரிய முள்ளால் கீறி பாதியாகப் பிட்டாள்.

“சோளம்… பழம் வேணுமா…”

“வாணாடி… முள்ளு குத்தும்…”

மாலா பொறுமையாகப் பழத்தைத் தின்றாள். ருசித்த நாக்கு சிவக்கவும் செய்தது. அவளைப் பொறுத்தவரை தோப்பினுள் நுழைந்தால் தின்ன ஏதாவது காட்டுப்பழத்தைக் கண்டுபிடித்துவிடுவாள். எலந்தப் பழம், காரப்பழம், மூக்குச்சளிப் பழம், அத்திப்பழம், விளாம்பழம், ஈச்சம்பழம் இப்படி ஏதாவது கிடைத்துவிடும்.

சர்ரென்று சத்தம். சிறிய கல்லொன்று சப்பாத்திப் புதரில் பட்டுத் தெறித்தது. மாலாவுக்குத் தூக்கிவாரிப் போட்டது.

“சோளம்… ஓடியாந்துரு… ரெட்டியார் வந்துட்டான்…”

இருவரும் பாவாடையைத் தூக்கி இடுப்பில் சொருகிக்கொண்டு கண்மண் தெரியாமல் ஓடினார்கள். முட்கள் கைக்கால்களைப் பதம் பார்த்ததைக்கூட பொருட்படுத்தாமல் ஓடினார்கள். தோப்பைவிட்டு வெளியேறிய பிறகுதான் இருவருக்கும் நிம்மதி வந்தது. சோளம் முழு பலத்தையும் இழந்துவிட்டாள். அவளுக்கு மூச்சு வாங்கியது. நெஞ்சு தடதடவென அடித்தது. தொபுக்கென புல்தரையில் விழுந்தாள்.

“என்னால ஒன்னும் முடியலடி..”

மாலாவும் அவள் அருகில் உட்கார்ந்தாள். இனி பயமில்லை. ரெட்டியார் இவ்வளவு தூரம் துரத்திவர மாட்டார். இருவரும் தங்களை ஆசுவாசப்படுத்திக் கொண்டனர். மாலாவின் கைகளில் கத்தி இருப்பதைப் பார்த்து சோளம் திடுக்கிட்டாள். தான் மரம் வெட்டிய இடத்தில் கத்தியைத் தவறவிட்டது ஞாபகத்திற்கு வந்தது. வாய்விட்டு அழுதாள் சோளம்.

“கத்திய அங்கயே உட்டுட்டேண்டி… பூலோகத்தோட கத்தி… இன்னா பதில் சொல்றது. எங்காயா உயிர எடுத்திடும்…” சோளம் கண்ணீர் விட்டாள். மாலாவுக்கு வேதனையாக இருந்தது. சோளத்தைக் கூப்பிட்டு வந்தது இவள்தான்.

“சரி… அய்வாதே… ஏம் மாமங்கிட்ட சொல்லி கத்தி ஒன்னு வாங்கியாற சொல்றேன்… அய்வாத…”

மாலாவின் வார்த்தைகள் சோளத்திற்கு ஆறுதலைத் தந்தன. அப்போது தோப்புக்குள்ளிருந்து இருவர் வெளிப்பட்டனர். மாலாவும் சோளமும் தூரத்திலேயே அவர்களை அடையாளம் கண்டனர். அவர்கள் கோணவாயனும், பூனையும்.

இருவர் கழுத்திலும் ரப்பர் உண்டிவில் தொங்கியது. கோணவாயன் கைகளில் இரு வெள்ளெலிகள் தொங்கின. உண்டிவில் கையாள்வதில் கோணவாயன் சூரன். வாரில் கல்லை வைத்து குறிபார்த்து இழுத்தானென்றால் அடுத்த நொடி பறவையோ எலியோ தொப்பென்று கீழே விழும். வேட்டையில் அவன் நரிக்குறவனையே மிஞ்சிடுவான். எப்போதும் தோட்டம் துரவுகளில் சுற்றிக்கொண்டிருப்பான். பிறவிலேயே அவனுக்கு வாய் கொஞ்சம் கோணல். ஒழுங்கு காட்டுவதுபோல் முறுக்கிக்கொண்டிருந்தது. அதனால் திக்கித்திக்கிப் பேசுவான். சின்ன வயதிலேயே அம்மாவை இழந்துவிட்டவன். அப்பா மட்டும்தான். வாயும் கோணல், தாயும் கிடையாது என்பதால் அவர் அவனைக் கண்டிக்க மனமின்றி இஷ்டபடித் திரிய விட்டுவிட்டார். வளர்ந்து ஆளானபோதும் மாற்றமின்றி அப்படியேதான் இருந்தான். ஒரு கால்கட்டுப் போட்டால் சரியாகி விடுவான் என்று நினைத்து நாகம்மாவைக் கட்டி வைத்தார். அவனோ அவர் எண்ணத்தில் மண் அள்ளிப் போட்டான். அந்த கவலையே அவரைக் கொன்றது.

நாகம்மாவும் தன் பங்கிற்கு அவனுக்குப் புத்திமதிகள் சொல்லிப் பார்த்தாள். அவனோ சித்தன் போக்கு சிவன் போக்கு என்பதுபோல் திரிந்துகொண்டிருந்தான். நாகம்மா காறித் துப்பிவிட்டு அவனை ஏறக்கட்டினாள். மாமனார் வைத்து விட்டுப் போன வீடும், முப்பது செம்மறி ஆடுகளும் அவளைக் காப்பாற்றிக்கொண்டிருக்கின்றன. தாலிக்கட்டின பாவத்துக்குச் சோற்றை வடித்துப் போடுகிறாள். அவனும் வெட்கமின்றி வயிற்றை நிரப்பிக் கொள்கிறான்.

பெண்கள் இருவரும் கையைப் பிசைந்து நிற்பதை வெளிவந்த இருவரும் பார்த்தார்கள். பூனை, சோளத்தின் கசங்கிய கண்களையும் பார்த்தான். மாலாவிடம் சகஜமாகப் பேசக்கூடியவன் என்பதால் அவளைப் பார்த்துக் கேட்டான்.

“இன்னா... இங்க வந்து நிக்குறீங்க...”

“வெறவு வெட்ட வந்தோம். வெட்டிக்கிணுருக்கும்போது ரெட்டியார் வந்துட்டான். ஓடியாந்துட்டோம். அங்கயே சோளம் கத்திய உட்டுட்டு வந்துட்டா...”

பூனையும், கோணவாயனும் ஒருவரையொருவர் பார்த்துக் கொண்டனர். அவர்களுக்குத் தெரியும், ரெட்டியார் வர வாய்ப்பில்லை. ரெட்டியார் தன் ஆமைக் காரில் அரைமணி நேரத்திற்கு முன் வெள்ளையும் சொள்ளையுமாகப் போவதை இருவரும் பார்த்தனர். வேறு யாரோ வந்து பயமுறுத்தி இருக்கின்றார்கள். யாராக இருக்கும். இதற்காக வெளியூரிலிருந்தா வரப் போகிறார்கள்.

கோணவாயன் திக்கித் திக்கிக் கேட்டான்.

“ரெட்டியார கண்ணாலப் பாத்திங்களா...”

“பாக்கல. சர்னு கல்லு வந்து உய்ந்துச்சி. ஓடியாந்துட்டோம்...”

“வாங்க உள்ளே போய் பாப்போம்...”

மறுபடியும் தோப்பிற்குள் நுழைய இருவரும் பயந்தார்கள். கத்தி போனால் போகட்டும் என்ற மனநிலைக்கு வந்திருந்தாள் சோளம்.

பூனை அவர்களின் பயத்தைப் புரிந்து கொண்டான்.

“ரெட்டியார் இங்கில்ல... யாரோ உங்கள பயமுறுத்தி இருக்காங்கோ... எதுக்குன்னு தெரில... மரம்வெட்டின எடத்துக்கு போய் பாப்போம்... வாங்க...”

மாலா சோளத்திற்குத் தைரியம் கொடுத்தாள். பெண்கள் இருவரும் முன்னே நடக்க ஆண்கள் அவர்களைப் பின்தொடர்ந்தார்கள். தலைத்தெறிக்க ஓடி வருகையில் பெரிய முள்ளொன்று குதிக்காலில் சரக்கென்று ஏறி ஒடிந்திருந்தது. அப்போது காலைத் தரையில் தேய்த்துவிட்டு அப்படியே ஓடினாள். காலுக்குள்ளிருந்த ஒடிந்த முள் இப்போது உயிரை வாங்கியது. காலைத் தாங்கித் தாங்கி நடந்தாள்.

கோணவாயன் புரிந்துகொண்டு அவளைப் பார்த்துச் சொன்னான்,

"ஊட்டுக்குப் போனதும் முள்ள எடுத்துட்டு கால அனலில் காட்டு... அப்படியே உட்டா சீழ் புடிச்சுக்கும்..."

கோணவாயன் சொன்னதைச் சோளம் கேட்டுக் கொண்டாள். விறகு வெட்டிய இடத்தை நெருங்கியபோது மாலாவுடைய விறகுக்கட்டின்மேல் உட்கார்ந்திருந்த டங்காருவைப் பார்த்து, 'இவனா' என்று சோளமும் மாலாவும் அதிர்ந்தனர். பீடியைப் புகைத்தவாறு அவன் யோசனையில் ஆழ்ந்திருந்தான். திரும்பிவந்த இவர்களை எதிர்பாராமல் பார்த்ததும் பல்லைக் காட்டி நெளிந்தான். சோளத்திற்கு அவன் மூஞ்சியில் காறித் துப்ப வேண்டும் போலிருந்தது. அவன் முகம் அருவருப்பைத் தந்தது. சோளம்தான் விறகு வெட்டிய இடத்தைக் கண்களால் ஆராய்ந்தாள். கழித்துப் போட்ட கிளைகளின்மேல் அவளது கத்திக் கிடந்தது. பாய்ந்து சென்று கத்தியை எடுத்தாள். அவளுக்குப் போன உயிர் திரும்பியது. பூனையின்மேல் நன்றியுணர்ச்சிப் பெருகியது. வெட்டிய கட்டைகளைச் சீராக அடுக்கினாள். டங்காரு வாயைத் திறக்காமல் அங்கிருந்து நகர்ந்தான். பூனை அவனை விடுவதாக இல்லை. கைக்கலப்பு நடந்ததில்லையே தவிர இருவருக்கும் எப்போதும் ஒத்துப் போகாது.

"உனுக்கு அறிவு இருக்காடா... பொம்பளைங்கள பயமுறுத்தி முள்ளுக்காட்டுல ஓடவிட்டிருக்கே... உழுந்து கையைக் காலை ஒடைச்சுக்கிட்டா இன்னா ஆவறது...ம்..."

டங்காரு முகம் சிறுத்தான்.

பூனையோ நெஞ்சை நிமிர்த்தியபடி டங்காரு முன் வந்து நின்றான். பூனையின் உடலமைப்பைக் கண்டு டங்காரு கொஞ்சம் மிரண்டுதான் போனான். மேலும் பாக்சர் சுந்தரத்திடம் பூனை வித்தை கற்றிருந்தான். டங்காரோ கத்தி, கபடா இல்லாமல் சண்டை செய்ய முடியாது. குறைந்தது ஒரு பிளேடு துண்டாவது வேண்டும். தற்சமயம் கைவசம் எதுவும் இல்லாததால் டங்காரு பின்வாங்கினான்.

"சும்மா... தமாசுக்கு செஞ்சேன்... அதுங்க பயந்துக்கினு ஓடும்னு நெனைக்கல..."

"இன்னா மயிரு தமாசு..."

சோளமும் மாலாவும் பயந்தார்கள். சண்டை முற்றுவதை அவர்கள் விரும்பவில்லை. டங்காரு சட்டென்று பட்டன் கத்தியை எடுத்துப் பூனையின் வயிற்றில் சொருகிவிட்டால்... அவன் செய்யக்கூடியவன்தான். இதற்குமுன் இரண்டு பேர் உடம்பில் அவனது பட்டன் கத்தி கோடு போட்டிருக்கிறது. அதனால் ஜெயிலையும் பார்த்திருக்கின்றான். மாலா பூனையை அடக்கினாள்.

''அவங் கெடக்கிறான் உடு... அது எதுக்கும் அஞ்சாத பொறுக்கி... உடு...''

மாலா பொறுக்கி என்றது டங்காருவுக்கு சுரீரென்று உறைத்தது. ஆத்திரத்தில் பற்களைக் கடித்தான். பிச்சுவா மட்டும் இருந்தால் இவர்களை ஓடஓட விரட்டி இருக்கலாம். கொண்டு வராமல் போனதற்குத் தன்னையே நொந்துகொண்டான்.

''தோ பார்... உனுக்கும் இதுக்கும் சம்மந்தமில்ல... அவங்கள நா வெரட்டுல... இதோடு உடு, தொங்காதே வேற மாதிரி ஆயிடும்...''

''வேற மாதிரின்னா... இன்னா பண்ணுவ...''

விபரீதத்தை உணர்ந்த கோணவாயன் இருவருக்கும் மத்தியில் வந்து நின்றுகொண்டான். டங்காருவைப் பார்த்து சொன்னான்.

''நீ போ... கெளம்பு... நீ பெரிய ஆளுதான்... கெளம்பு...''

மாலாவும் பிரச்சனை பெரிதாவதை விரும்பாமல் பூனையின் கைகளைப் பிடித்துக்கொண்டாள்.

''படிச்சவரு... அவங்கிட்ட போய் மோதிக்கினு... ஒந் தகுதிக்கு அவன் ஒரு ஆளே கெடையாது... உடு...''

பூனை தணிந்தான். 'இரு... ஒரு நாளைக்கு உனுக்கு இருக்குது' என்று கருவியவாறு டங்காரு அங்கிருந்து நகர்ந்தான். ஒரு வழியாகப் பிரச்சனை முடிவுக்கு வந்தது.

மாலாவும் சோளமும் விறகைச் சுமந்தபடி வீடு திரும்பினர்.

8

பாவாடை முள்ளில் மாட்டி ஓரிரு இடங்களில் கிழிந்திருந்தது. சோளம் வீட்டுக்கு வந்தவுடன் முதல் வேலையாக ஊசி நூலைத் தேடி எடுத்துக் கிழிந்ததைத் தைத்தாள். அடுத்து முள் வாங்கியால் காலில் தைத்திருந்த முள்ளைப் பக்குவமாக எடுத்தாள். கைக்கால்களில் சிறுசிறு கீறல்கள் ஏற்பட்டிருந்தன. அவற்றின்மேல் எண்ணெய் தடவினாள். அவ்வளவுதான். எப்போதும்போல் மற்ற வேலைகளில் கவனம் செலுத்தினாள். சோளம் தோப்பில் நடந்த சங்கதிகளை ஆயாவிடம் மூச்சு விடவில்லை. சொன்னால் கத்துவாள். டங்காருவைப் பார்த்துக் கேட்பாள். பிரச்சனை பெரிதாகும்.

நடுநிசி. நல்ல தூக்கத்திலிருந்த உதடிக்கிழவி திடுக்கிட்டு விழித்தாள். சோளம் சத்தமாக முனகினாள். கிழவி வத்திப் பெட்டியைத் தடவி எடுத்து விளக்கைப் பற்ற வைத்தாள். சற்று தள்ளிப் படுத்திருந்த சோளத்தை நெருங்கினாள். சோளத்தின் உடல் நெருப்பாய் கொதித்தது. சோளம் சுருண்டு படுத்திருந்தாள். அவளிடம் நடுக்கம் தெரிந்தது. கிழவி துணி மூட்டையைப் பிரித்து பழைய புடவையை எடுத்து சோளத்தின் மேல் போர்த்தினாள். வரவர சோளத்தின் முனகலோசை அதிகரித்தது. கிழவியோ செய்வதறியாது தவித்தாள். விடியும்வரை காத்திருப்பதா அல்லது இப்போதே போய் யாரிடமாவது உதவி கேட்பதா... கிழவி யோசித்தவாறு தட்டிக் கதவைத் திறந்தாள். வாசலில் வந்து நின்றவள், நேரத்தை அறிய அண்ணாந்து வானத்தைப் பார்த்தாள். நட்சத்திரங்கள்தான் கிழவிக்கு இரவுநேர கடிகாரம். நேரத்தைத் தோராயமாக முடிவு செய்தாள். நிலவொளியின் தயவால் கொஞ்சம் வெளிச்சமிருந்தது. தெருவில் வந்து நின்று, இரண்டு பக்கமும் பார்த்தாள். 'யார் வீட்டுக் கதவைத் தட்டலாம். இந்நேரத்துக்கு தைலம் கெடைச்சாலும் போதும். காலையில கடை தொறந்ததும் ஜொர மாத்திரை வாங்கிப் போடலாம்' என எண்ணியவாறு கிழவி பூலோகத்தின் வீட்டு முன் நின்று உரக்கக் கூப்பிட்டாள்.

''பூலோகம்.. பூலோகம்..''

ஏழெட்டுத் தடவை கூப்பிட்ட பிறகே பூலோகம் எழுந்தாள். அவளும் அவள் கணவனும் அடித்துப் பிடித்து வெளியே வந்தனர். பூலோகம் பதற்றப்பட்டாள். மங்கலான கிழவியின் உருவைக் கண்டுகொண்டாள்.

''இன்னா... இன்னா கெய்வி''

உதடி கிழவி அழுதுவிடும் நிலையிலிருந்தாள்.

''சோளத்துக்குக் குளிர் ஜொரம். தூக்கித் தூக்கிப் போடுது. கொஞ்சம் தைலமிருந்தா குடுடி...''

''இல்லியே, எட்டியம்மாகிட்டே மாத்திரை இருக்கும். அவங்க ஊட்டுக்காரன் ஆசுபத்திரியிலிருந்து எடுத்துக்கினு வருவான். போய் கேட்டுப்பார்.''

ஜொரம், தலைவலி, வயிற்று வலி, வயிற்றுப்போக்கு அத்தனைக்கும் எட்டியம்மா வீட்டில் மாத்திரை இருக்கும். வார்டுபாய் ஆக வேலை செய்யும் அவள் கணவன் கொண்டு வருவான். இக்கட்டான தருணங்களில் குன்றுமேட்டிலுள்ளவர்கள் அங்கு போய்தான் நிற்பார்கள். கிழவியும் உதவி பெற்றிருக்கிறாள். சண்டைப்போட்டு ஒருநாள்கூட ஆகவில்லை, அவளிடம் போய் எப்படிக் கேட்பது. வாய்க்கு வந்தபடியெல்லாம் பேசிவிட்டு எந்த மூஞ்சியை வைத்துக்கொண்டு மாத்திரை குடுன்னு கேட்பது. கிழவி வீடு திரும்ப எத்தனித்தாள். பூலோகம் கிழவியின் மனவோட்டத்தைப் புரிந்துகொண்டாள்.

''கெய்வி... நா கேட்கிறேன், நீ கூட வந்து நில்லு.''

பூலோகம் கிழவியோடு எட்டியம்மா வீட்டிற்குச் சென்றாள். எட்டியம்மா வீட்டுக்காரன் மந்தைவெளி; மொடாக்குடியன். சம்பளத்தில் பெரும்பகுதி குடிக்கே போய்விடும்.

'நடுராத்திரியில் கதவைத் தட்டி தூக்கத்தைக் கெடுத்தால் என்ன சொல்வானோ...' எனத் தயங்கினாள் பூலோகம்.

எட்டியம்மா வீட்டு வாசலில் படுத்திருந்த நாய் உருமியது. என்ன நினைத்ததோ... எழுந்து சத்தமாகக் குரைத்தது. பூலோகம் அசரவில்லை. நாயை அதட்டி விரட்டினாள். கதவைத் தட்டியவாறு கூப்பிட்டாள்.

‘யக்கோவ்... யக்கோவ்...’

நாலாவது குரலுக்கு எட்டியம்மா விழித்துக்கொண்டாள்.

“யாரது”

“நான்தான்... பூலோகம்”

படாரென்று கதவு திறக்கப்பட்டது. எட்டியம்மா புடவையை வாரிச் சுருட்டி மேலே போட்டுக்கொண்டு வந்தாள். அவள் உடல் பதற்றத்தில் நடுங்கியது. குன்றுமேட்டில் யாருக்காவது முடியாமல் போனால்தான் இந்த நேரத்தில் வந்து கதவைத் தட்டுவார்கள்.

“இன்னாடி.. இன்னாச்சு..”

“பதறாதே. ஒன்னுமில்ல, ஜொர மாத்திர வேணும்..”

“யாருக்கு ஜொரம். அது யாரு இருட்ல நிக்கிறது.”

பூலோகம் தயங்கியவாறு சொன்னாள்.

“சோளத்துக்குக் குளிர் ஜொரம் வந்து தூக்கிப் போடுதாம். கெய்வி அய்வுறா. அதான் வந்தேன். உனுக்கு புண்ணியமாப் போவும். மாத்திரக் குடேன்”

எட்டியம்மா ஒரு கணம் யோசித்தாள். கிழவி புத்தியில்லாமல் சண்டை போட்டதற்குச் சோளம் என்ன செய்வாள். எப்போ தெல்லாம் எட்டியம்மாவுக்கு முடியாமல் போகுதோ அப்போ தெல்லாம் சோளம்தான் ஒத்தாசை செய்வாள். குடம் குடமாகத் தண்ணீர் மொண்டு வந்து ஊற்றுவாள். வாசலைப் பெருக்குவாள். எட்டியம்மாவிற்கும் சோளத்தின் மேல் தனி வாஞ்சை. அவ்வப்போது கூப்பிட்டு வயிறு நிறைய சோறு போடுவாள். வாங்கித் தின்ன காசும் கொடுப்பாள்.

பூலோகத்திடம் இரு வர்றேன் என்று சைகையால் சொல்லிவிட்டு எட்டியம்மா வீட்டிற்குள் போனாள். சிம்னி விளக்கின் திரியைப் பெரிதாக்கிவிட்டுப் புருஷனைப் பார்த்தாள். அவனோ குறட்டை விட்டவாறு மல்லாந்து படுத்திருந்தான். எட்டியம்மா அவனைத் தட்டி எழுப்பினாள். அவனோ கண்களை திறக்காமல் ‘இன்னாமே’ என்றான்.

“ஐய ஏஞ்சிரு.. சோளத்துக்குக் குளிர் ஜொரமாம். ஒதடித்கெய்வி அய்துக்கினு கீறா.. மாத்திரக் குடு..”

“ஜொரந்தானே, ஒரு ராத்திரி பொறுக்கக் கூடாதா...ம்.”

அவன் பேச்சு எட்டியம்மாவை எரிச்சல் படுத்தியது.

“அட சீ... ஏஞ்சிரு. தாயில்லாத பொண்ணு. நாம ஒரு வேல சொன்னா தட்டாம செய்வா...”

இனி தாமதித்தால் எட்டியம்மாவிடம் வாங்கிக் கட்டிக்கொள்ள வேண்டி வரும். மந்தைவெளி துள்ளி எழுந்தான். தூக்கக் கலகத்தில் மர பீரோவில் எதையெதையோ உருட்டினான். ஒரு வழியாக மாத்திரை டப்பாவை எடுத்தான்.

“இந்தா... இத கொண்டு போய் கொடு... மூனுவேல போடணும். சரியா பூடும்.”

எட்டியம்மா வெளியே வந்து பூலோகத்திடம் மாத்திரையைக் கொடுத்தாள்.

“போனதும் போடச் சொல்லு... செரியாப் பூடும். நா காலையில வந்து பாக்குறேன்...”

மாத்திரையை வாங்கிக்கொண்டு இருவரும் திரும்பினர். எட்டியம்மாவின் நல்ல குணத்தை எண்ணி கிழவி நெகிழ்ந்தாள்.

“ஒன்னும் புரிலடி. நல்லா சோறு துன்னா; கத பேசினா. நல்லாதான் தூங்கப் போனா. திடீர்னு ஜொரம் வந்து தூக்கிப் போடுது... இன்னாவா இருக்கும்..”

“நேத்து வெளியே எங்கேயாவது போனாளா..”

“ரெட்டியார் தோப்புக்கு வெறகு வெட்ட போனா..”

இருவரும் குடிசைக்குள் நுழைந்தனர். கிழவி சோளத்தை எழுப்பி மாத்திரைக் கொடுத்தாள். சோளம் மாத்திரை விழுங்கி தண்ணீர் குடித்தாள். மாத்திரை தொண்டைக்குள் இறங்கும்முன் படுத்துக்கொண்டாள். அந்தளவுக்கு அவள் முடியாமலிருந்தாள். பூலோகம் அங்கிருந்து கிளம்பினாள். வழியனுப்ப வாசல்வரை வந்தாள் கிழவி. பூலோகம் தனக்குள் கணக்குப் போட்டு ஒரு முடிவுக்கு வந்தாள்.

‘‘கெய்வி.. ஏதோ எதிர்ப்பட்டிருக்கு. எதுக்கும் புட்லூராகிட்ட காட்டு. கன்னியம்மா வந்து சொல்லும்.’’

‘‘நானும் அதத்தான் நெனச்சிக்கினு கீறேன்.’’

கிழவி சொன்னாள்,

‘‘இந்தப் பொண்ணு சொல் பேச்சு கேட்க மாட்டேன்கிறா. மாலாகூட சேந்துக்கினு சுத்துறா. இப்போ யாரு அவஸ்த படுறது…ம்.’’

பூலோகம் இருட்டில் அக்கம் பக்கம் பார்த்துவிட்டு சொன்னாள்.

‘‘நானே ஒரு நா… நல்ல வெயில் நேரத்தில தெரியாமப் போய் மாட்டிக்கிட்டேன்.’’

‘‘எப்போடி…’’

‘‘அது நடந்து ஆறுமாசமிருக்கும். வெறகு அள்ளி கட்டிக்கினு கீறேன்… உஸ்னு சத்தம் கேக்குது. இன்னா சத்தம்னு நிமிந்து பாத்தா… தலைய விரிச்சுப் போட்டுக்கினு நிக்குது; அதுவும் அம்மணமா… அலறியடிச்சுக்கினு ஓடியாந்துட்டேன். கன்னியம் மாதான் ஓட்டுனா… காத்துக்கருப்பெல்லாம் மாத்திர மருந்துக்குக் கட்டுப்படாது கெய்வி..’’

பூலோகம் புறப்பட்டாள். உதடிக்கிழவி குடிசைக்குள் வந்து சோளத்தின் தலைமாட்டில் உட்கார்ந்தாள். தூக்கம் கண்களைச் சொருக சோளத்தின் அருகில் சரிந்தாள்.

விடிந்ததும் சோளத்தின் கன்னத்தில் கைவைத்துப் பார்த்தாள் கிழவி. சூடு தணிந்திருந்தது. ஆனால் தளர்ந்திருந்தாள். முகம் வாடி, பார்க்கப் பரிதாபமாகத் தெரிந்தாள். கிழவி பெருமூச்சு விட்டபடி ஆப்பக்கடை போட ஆயத்தமானாள். மாவு, சால்னா உட்பட அனைத்துப் பொருட்களையும் வாசலிலிருந்த அடுப்பின் முன் கொண்டுபோய் வைத்தாள்.

ஒரு காலத்தில் தனியொரு ஆளாக எல்லா வேலைகளையும் பார்த்திருக்கிறாள் கிழவி. இப்போ முடியாது. வயதாகிவிட்டது. சோளத்தின் உதவியின்றி கடை போட முடியாது. இரண்டு நாட்களுக்குக் கடைபோடுவதை நிறுத்திடணும் என்று தனக்குள் நினைத்துக் கொண்டாள்.

அடுப்பைப் பற்ற வைத்து ஆப்பம் சுட ஆரம்பித்தாள்.

'முனியாக இருந்தாலும் பிணியாக இருந்தாலும் கன்னியம்மா போக்கிடுவாள். சாயந்திரம் சோளத்தைக் கொண்டுபோய் காட்டணும்' என்று கிழவி தனக்குள் சொல்லிக் கொண்டாள்.

பூலோகம் பித்தளைச் சொம்பு நிறைய காபி காய்ச்சிக் கொண்டு வந்தாள்.

"சோளம் ஏஞ்சிட்டாளா..."

"இல்லேடி.. ஆனா ஜொரம் உட்டுடுச்சு..."

கிழவிக்கு ஒரு கிளாஸ் ஊற்றி கொடுத்துவிட்டு உள்ளே போனாள்.

"ஏய்... சோளம், ஏஞ்சிக்கோ..."

சோளம் கண்திறந்து பார்த்தாள்.

"படுத்துக்கினு கெடந்தா சரியாவாது. எந்திரிச்சி காபி குடி. வெளியே வந்து காத்தாட ஒக்காரு..."

"வாயெல்லாம் ஒரே கசப்பா கீது..."

"அப்படித்தான் இருக்கும். காபிய குடி"

சோளம் எழுந்து உட்கார்ந்தாள். பூலோகம் சொம்பை அவள் பக்கத்தில் வைத்துவிட்டு வெளியே வந்தாள்.

"கெய்வி, நா சொன்னத மறந்துடாதே. சாயங்காலம் போய் பாரு... ம்."

கிழவி தலையசைத்தாள். பூலோகம் கிளம்பினாள்.

ஓரளவு ஆப்பம் சுட்டதும், போதும் என்ற முடிவுக்கு வந்தாள் கிழவி. அடுப்பிலிருந்து ஆப்பச் சட்டியை இறக்கினாள். சுட்டவரை விற்றால் போதும். மீதமான மாவை மறுநாள் பயன்படுத்திக் கொள்ள உள்ளே கொண்டுபோய் பத்திரப் படுத்தினாள். ஒரு சிட்டிகை சாம்பலை வாயில் போட்டுக் குதப்பியவாறு சாக்கடையருகில் போனாள். ஆடிப்போன தனது நான்கு பற்களை நாலு இழு இழுத்துவிட்டு வாய் கொப்பளித்தாள். முந்தானையால் துடைத்துவிட்டு, கிழக்குப் பார்த்துக் கும்பிடு போட்டாள். சோளத்தை எழுப்பி ஆப்பம்

சாப்பிட வற்புறுத்தினாள். சோளமோ தலையசைத்து மறுத்தாள். கிழவி கற்பூரமும் எலுமிச்சையும் வாங்க நாடார் கடைக்குப் புறப்பட்டாள்.

திரும்பி வந்தபோது குடிசைக்குள் பேச்சுக்குரல் கேட்டது. கிழவி வாசலில் நின்றுவிட்டாள். எட்டியம்மா நொய் கஞ்சியும் புதினா துவையலும் கொண்டு வந்திருந்தாள். சோளம் கஞ்சியைக் குடித்துக்கொண்டிருந்தாள். அவள் குடித்து முடிக்கும்வரை எட்டியம்மா அங்கிருந்தாள். பாத்திரத்தை எடுத்துக் கிளம்பும்போது சத்தமாகச் சொன்னாள்.

"ஏதாவது தேவைன்னா சொல்லு... நாங்க உட்டுட மாட்டோம்"

அவள் போவதையே சிறிது நேரம் பார்த்துக்கொண்டு நின்றாள் கிழவி. பிறகு உள்ளே போனாள்.

பகல்பொழுது முடிவுக்கு வந்தது. கிழவி சோளத்தை அழைத்துக் கொண்டு கன்னியம்மன் கோயிலுக்குப் போனாள். பெரிய வேப்பமரம். அதனடியில் பெரிய புற்று. புற்றையொட்டி மூன்றடி உயரமுள்ள திரிசூலம். சூலத்தின் கீழ் சிறிய மாடம். மாடத்தில் எண்ணெய் பிசுக்கேறிய காமாட்சி விளக்கு. ஆளவரமற்ற அமைதி. இதுதான் கன்னியம்மன் கோயில். இங்கு வந்தாலே மனதில் பயமும், அடக்கமும் வந்துவிடும். சோளம் புற்றையே பார்த்துக்கொண்டிருந்தாள். திடீரென்று புற்றுக்குள்ளிருந்து பாம்பு வெளிவந்துவிடுமோ என்று பயந்தாள்.

கோவூரா, ஆளிவாயன், திருக்கை, கீச்சான் என்று ஒவ்வொருவராகக் குறி கேட்க வந்தனர். அவரவருக்கு என்னென்ன குறைகளோ. தங்களுக்குள் சலசலவெனப் பேசிக்கொண்டனர். புட்லூரா வந்ததும் அமைதியானார்கள்.

புட்லூரா அசாதாரணமாக காட்சியளித்தாள். அடர்த்தியான மஞ்சள் நிறத்தில் புடவையும் ரவிக்கையும் அணிந்திருந்தாள். மஞ்சள் பூசிய முகத்தில் பெரிய குங்குமப் பொட்டு வைத் திருந்தாள். மற்ற நேரங்களில் சாதாரணமாகத் தெரியும் அவள், குறி சொல்ல வரும்போது மட்டும் வேறுவிதமாகப் பிரமாண்டமாகத் தெரிகிறாள். புட்லூராவின் மகன் மாரி தாம்பாளத்தட்டில் விபூதி குங்குமத்தைக் கொண்டு வந்தான்.

புட்லூரா சுற்றிலும் ஒரு பார்வை பார்த்துவிட்டுப் புற்றின் அருகில் முழங்காலிட்டு கண்களை மூடி உட்கார்ந்தாள். ஐந்து நிமிடம் கழித்து உஸ்... உஸ்... என்ற சப்தம் புட்லூராவிடமிருந்து வெளிப்பட்டது. மூச்சை வேகவேகமாக இழுத்து விட்டாள். இடையிடையே உம்...உம்... என்று ஒலி எழுப்பினாள். இனி அவள் சாமி கன்னியம்மா; கருவாடு, கத்திரிக்காய் விற்கும் புட்லூரா அல்ல.

அங்குக் கூடியிந்தவர்கள் பயபக்தியோடு சாமியைப் பார்த்தனர். உதடிக்கிழவி கையெடுத்துக் கும்பிட்டாள். சாமி இடுப்பிற்கு மேல் உடலைச் சுழற்றியது. வேகமாகச் சுழற்றியதால் கொண்டை அவிழ்ந்து கூந்தல் விரிந்தாடியது. சாதாரணமாக நடக்கவே சிரமப்படும் புட்லூரா சாமி வந்தால் மட்டும் குதியாட்டம் போடுவது கன்னியம்மாவின் மகத்துவம்தான்.

'உஸ்... உஸ்' என்று ஊதிக் கொண்டிருந்த சாமி திடீரென ஓவெனப் பெருத்த சப்தமெழுப்பியது. பயத்தில் சோளம் அலறிவிட்டாள். அங்கிருந்த அனைவருக்குமே உடல் சிலிர்த்தது. நெஞ்சில் ஒருவித கிலி பரவியது. கிழவி சோளத்தை நெருங்கி அமர்ந்து ஆறுதல் படுத்தினாள். மாரி, கற்பூரத்தைத் தட்டில் வைத்து ஏற்றி பவ்வியமாகச் சாமியிடம் நீட்டினான். அதனை வாங்கிய சாமி, மரத்தைக் காட்டி சைகை செய்தது. மாரி சட்டென மரக்கிளையை எக்கிப் பிடித்து ஒரு கொத்து வேப்பிலையை ஒடித்து சாமியிடம் கொடுத்தான். சாமி உடம்பைக் குலுக்கியவாறு எல்லோரையும் நோட்டமிட்டது. உதடிக்கிழவியைப் பார்த்து உர்ரென்று முறைத்தது. கிழவிக்குத் திக்கென்றிருந்தது.

"நீதாம்மா இந்தப் பரதேசிங்கள காப்பாத்தணும்"

என்று சாமியிடம் சரணடைந்தாள் கிழவி. கையெடுத்துக் கும்பிட்டாள். சாமி சோளத்தைப் பார்த்து கண்ணசைத்தது. கிழவி சோளத்தைத் தள்ளிக்கொண்டு போய் சாமியின் முன் உட்கார வைத்தாள். சாமி சோளத்தின் தலைமுடியைப் பிடித்து உலுக்கியது. பிறகு உச்சந்தலையை முகர்ந்தது. நன்றாக இழுத்துவிட்டு நிமிர்ந்து சுற்றிலும் பார்த்தது. பார்வையில் உக்கிரம் தெரிந்தது. என்ன சொல்ல போவுதோ... கிழவி

பயந்தாள். கோவூரா பக்குவமாகச் சாமியைப் பார்த்துக் கேட்டாள்.

''யாருன்னு சொல்லுமா...''

சாமி 'உம்... உம்' என்று சப்தமிட்டவாறு கோவூராவைப் பார்த்தது.

''மீசைக்காரன் எதிர்ப்பட்டிருக்கான்...''

கேட்டவர்களுக்குக் குழப்பமாக இருந்தது. செத்துப்போன அத்தனை பேரும் மீசை வைத்தவர்கள்தான். சாமி யாரைக் குறிப்பிடுகிறது. மாரி குழப்பத்தை தீர்க்க முன்வந்தான்.

''வவுத்து வலி தாங்க முடியாம மாமரத்தில தூக்குப் போட்டுக்கினானே அவன சொல்லுது சாமி. அட அவன் பேரு மறந்து போச்சி. மோளம் கூட அடிப்பான்...''

கன்னியம்மா தலையசைத்து ஆமோதித்தது. இதைக் கேட்ட கிழவிக்கு வயிற்றைப் பிசைந்தது. சோளத்தால் தன்னுடலில் வேறொரு ஆவி புகுந்திருப்பதை உணரமுடியவில்லை. இருந்தும் கன்னியம்மா வந்து சொல்வதால் நம்பித்தான் ஆக வேண்டும்.

''நீ தாம்மா கொய்ந்திய காப்பாத்தணும்.''

கிழவியின் கண்களில் நீர் வடிந்தது. சாமி தன் கையிலிருந்த வேப்பிலைக் கொத்தால் சோளத்தின் தலையிலும், முதுகிலும் பளீர் பளீரென அடித்தது. அடித்து முடித்ததும் சுற்றிலும் பார்த்தது. திடுமென வெட்டவெளியில் கத்திக்கொண்டு ஓடியது. கால் ஆணியால் புட்லூராவால் செருப்பில்லாமல்கூட நடக்க முடியாது, ஆனால் இப்ப...

சாமி ஒரு குறிப்பிட்ட தூரம் ஓடி நின்றது. வெட்ட வெளியைப் பார்த்து முணுமுணுத்தது. மாரி சொன்னான்.

''சாமி பேயை வெரட்டுது.''

திரும்பி வந்த கன்னியம்மா ஒவ்வொருவரிடமும் பிரச்சனை களைக் கேட்டு வேப்பிலை அடித்து விபூதி குங்குமம் தந்தது. சாமி முடிவாக மலையேறும்போது கையில் வைத்து ஏற்றிய எரியும் கற்பூரத்தை வாயில் போட்டு விழுங்கியது. யாரோ

நீர் புகட்டினார்கள். புட்லூராவிடமிருந்து கன்னியம்மா வெளியேறினாள். புட்லூரா எல்லோரையும் பார்த்துப் பொதுவாகக் கேட்டாள்.

"சாமி இன்னா சொல்லுச்சு"

9

"யெம்மோவ்... ஓ யெம்மோவ்..."

யாரோ கூப்பிட்டார்கள். அப்போது நல்ல தூக்கத்திலிருந்தாள் கிழவி. இந்தப் பாதிராத்திரியில் வந்து யார் கூப்பிடுவது என்றவாறு எழுந்து உட்கார்ந்தாள். கதவைத் திறக்காமல் அதட்டலாகக் கேட்டாள். "யாரது."

"நான்தான்."

"நான்தான்னா..."

"கொரல் தெர்லியா... முருகன்."

ஆளிவாயன் எதுக்கு இந்த நேரத்தில் வந்து எழுப்புறான். கிழவி தீப்பெட்டியைத் தேடி எடுத்து விளக்கை ஏற்றினாள். சோளம் மல்லாந்து படுத்திருந்தாள். கிழவி தட்டிக் கதவைத் திறந்து வெளியே வந்தாள். முருகன் தன் கையிலிருந்த லாந்தரை மேலே தூக்கி முகத்தைக் காட்டினான். கிழவி அவன் வந்த நோக்கத்தை ஊகித்து விட்டாள். இருந்தும் கேட்டாள்.

"இன்னாடா ஆளிவாயா.. இன்னேரத்தில..."

கிழவி தன்னை ஆளிவாயான்னு கூப்பிட்டது அவனுக்குப் பிடிக்கவில்லை. அதனைக் கண்டுகொள்ளாமல் சொன்னான்,

"இன்னாத்துக்குக் கூப்பிடுவாங்க. சேம்பர்ல ஒரு பொண்ணு இடுப்பு நோவு படுது. கௌம்பு..."

கிழவி ஆளிவாயனை ஏற இறங்கப் பார்த்தாள். அவன் நெடுநெடுவென உயரமாக இருந்தான். செங்கல் சேம்பரில் கூலிகளை மேய்க்கிறான். பெரும்பாலும் அங்கேயேதான் கிடப்பான். குன்றுமேட்டிற்கு வருவதே குறைந்து விட்டது. சேம்பருக்குப் போகுமுன் நல்ல பலசாலியாக இருந்தான். அங்கு போனதும் நாலு காசு புழங்கியது. குடியும் கூத்தியுமாகப் போட்ட ஆட்டத்தால் முகம் களையிழந்து போனது. அவன் பெஞ்சாதி ஆப்பம் வாங்க வரும்போதெல்லாம் அழுது புலம்பிவிட்டுச் செல்வாள். அதனாலேயே கிழவிக்கு ஆளிவாயனைக் கண்டாலே

பிடிக்காது. அவனிடம் முகம் கொடுத்துப் பேசமாட்டாள். சல்லென்று எரிந்து விழுவாள்.

“பூசத்த கூட்டிக்கினு போயேன்.. சோளம் தனியா இருக்க பயப்படுவா...”

கிழவியின் பதில் ஆளிவாயனுக்குக் கோபத்தை வரவழைத்தது.

“கெய்வி... ரொம்ப பிகு பண்ணாதே.. நல்லபடியா கொய்ந்தப் பொறந்தா பொடவ எடுத்துக் குடுக்கிறேன். சோளத்த எங்கக்கா ஊட்ல படுக்க வை. நா சொல்றேன் வா...”

ஆளிவாயன் மோசமானவன். போகாவிட்டால் தண்ணிப் போட்டு வந்து சண்டைப் போடுவான். மேலும் இடுப்பு நோவு படுகின்ற பெண்ணுக்கு ஏதாவது நேர்ந்துவிட்டால் அந்தப் பழி கிழவியைத்தான் வந்தடையும். ஆளிவாயனைக் கொஞ்சம் பொறு என்று சொல்லிவிட்டுக் குடிசைக்குள் போனாள். சோளத்தைத் தட்டி எழுப்பினாள். சோளம் சிணுங்கியவாறு எழுந்தாள்.

“இன்னா... ஏன் எய்ப்புற...”

“சேம்பர்ல யாரோ இடுப்பு நோவு படுறாளாம். ஆளிவாயன் வந்து கெஞ்சறான். போலன்னா நல்லாயிருக்காது. நீ அவங்க அக்கா ஊட்ல போய் படுத்துக்க. நா காலிலதான் வருவேன். புரிஞ்சுதா...”

சோளம் சரியென்று தலையசைத்தாள். பாயைச் சுருட்டிக் கொண்டு வெளியே வந்தாள். ஆளிவாயன் இருவரையும் அழைத்துக் கொண்டு கொத்தம்பாத்தா வீட்டிற்குச் சென்றான். அவள் அவனோட கூட பிறந்தவள்.

கதவைத் தட்டினான். “யெக்கா... யெக்கா...”

கொத்தம்பாத்தா கதவைத் திறந்தாள்.

“இன்னாடா பேயாட்டம் கத்துற, ராத்திரியில...”

“சோளத்த கொஞ்சம் படுக்க வச்சுக்கோ. சேம்பர்ல ஒரு பொண்ணு இடுப்பு நோவு படுறா.. கெய்விய கூட்டிக்கினு போறேன்...”

கொத்தம்பாத்தா சோளத்தை வீட்டிற்குள் அழைத்துப் போனாள். உதடிக்கிழவி ஆளிவாயனோடு சேம்பரை நோக்கி நடந்தாள். கூரை வீடானாலும் நேர்த்தியாகக் கட்டப்பட்டிருந்தது. வீட்டின் நடுவில் குறுக்குச் சுவர் எழுப்பி அவள் மகன் படுக்க தனியறை ஒதுக்கியிருந்தாள். முன்னறையில் சுவர் ஓரமாக அவள் கணவன் புட்டை படுத்திருந்தான். அதற்குப் பக்கத்தில் கொத்தம்பாத்தா படுத்துக்கொண்டாள். சோளத்தைக் குறுக்கு சுவரையொட்டி படுக்கச் சொன்னாள். வழக்கத்திற்கு மாறாக விளக்கை அணைக்காமல் எரியவிட்டாள். கொசு மொய்த்தது. புட்டையிடமிருந்து வந்த குறட்டைச் சத்தம் நின்றது. விளக்கு எரிந்தால் அவனுக்குத் தூக்கம் வராது. புட்டை மெதுவாக முனகுவதுபோல் சொன்னான்.

“கொசுப் புடுங்குது, வெளக்க அணைமே...”

அவன் முனகியது கொத்தம்பாத்தாவின் காதுகளில் விழாமலில்லை. அதனை அவள் அலட்சியப்படுத்தினாள். அவள் பத்துபைசாவுக்கு அவனை மதிப்பதில்லை. அவன் வாயைத் திறந்தாலே வெடுக்கென்று ஏதாவது சொல்லிவிடுவாள். அவனால் எதுவும் செய்ய முடியாது. மீறி ஏதாவது பேசினால் மகனைத் தூண்டிவிடுவாள். புட்டை தலைமாட்டிலிருந்து பீடி வத்திப் பெட்டியை எடுத்துக்கொண்டு வெளியே போனான். பீடியைப் பற்ற வைத்து இழுத்தபடி பின்புறம் போய் ஒன்றுக்கிருந்தான். வாசலில் கொஞ்ச நேரம் உலாத்தினான். கண் சொருகியது. தொண்டையைச் செருமி காறித் துப்பிவிட்டு வீட்டிற்குள் நுழைந்தான். சூளையில் பகலெல்லாம் கல் சுமந்ததால் கொத்தம்பாத்தா அயர்ந்து கிடந்தாள். அவளது பித்த வெடிப்புற்ற பாதங்கள் விகாரமாகத் தெரிந்தன. அவளருகில் சோளம் நளினமாகப் படுத்திருந்தாள். சுவாசம் அவள் மூக்கில் சீராக நுழைந்து வெளிவந்தது. புட்டை மெல்ல காலடி எடுத்து வைத்து கொத்தம்பாத்தா தலைமாட்டிலிருந்த விளக்கை ஊதினான். இருள் சூழ்ந்தது. மெதுவாக தன்னிடத்திற்குப் போய் சுருட்டிக்கொண்டான்.

குறுக்குச் சுவருக்கு அந்தப் பக்கம் படுத்திருந்த பூனை இருட்டில் மெல்ல எழுந்து உட்கார்ந்தான். சோளம் நுழைந்தபோதே அவன் விழித்துக்கொண்டான். நாலடி தூரத்தில் அவள்

படுத்திருந்தது அவனுக்கு கிளர்ச்சியை உண்டாக்கியது. இதுவரை ஒரு பெண்ணையும் அவன் தொட்டதில்லை. கெட்ட பெயர் வந்துவிடும் என பயந்திருந்தான். ஆனால் தற்போது கைக்கெட்டும் தூரத்தில் வயசுப்பெண் படுத்திருக்கிறாள். அதுவும் அவனுக்கு பிடித்த பெண். பயத்துடன் அவளை நோக்கி மெதுவாக உருண்டான். சில நொடிகளில் சோளத்தின் அருகிலிருந்தான். அவனது இதயம் வேகமாகத் துடித்தது. உடலிலும், மூச்சிலும் வெப்பம் அதிகரித்தது. அவளது உடலிலிருந்து வீசிய பிரத்யோகமான நெடி அவனைக் கிறங்கடித்தது. எங்கிருந்து தொடங்குவதென்று தெரியாமல் குழம்பினான். ஒருவாறு தைரியத்தை வரவழைத்துக்கொண்டு சோளத்தின் மார்பில் கை வைத்தான். மெத்தென்றிருந்தது. மேலே முன்னேறினான். ஜாக்கெட்டுக்குள் கையை விட்டான். மையத்தில் நிமிண்டினான். சோளம் தூக்கம் கலைந்தாள். தன் மார்பினில் கை இருப்பதை உணர்ந்து திடுக்கிட்டாள். பயத்தில் அவள் நெஞ்சு அடித்துக் கொள்ள அலறிக் கொண்டு எழுந்தாள். பூனை அதிவிரைவாக நழுவினான். பழைய இடத்தில் உருண்டுபோய் படுத்துக்கொண்டான். சோளம் அலறியதைக் கேட்டு கொத்தம்பாத்தா வாரிச் சுருட்டி எழுந்தாள். 'இன்னாடி... இன்னாச்சு' என்று கேட்டவாறு தீப்பெட்டியைத் தேடி எடுத்து விளக்கைப் பற்ற வைத்தாள். சோளம் நடுங்கியவாறு நின்று கொண்டிருந்தாள்.

"ஏன்டி கத்தின?"

சோளம் தயங்கியவாறு சொன்னாள்.

"யாரோ வவுத்துல கிள்ளினாங்கோ.."

மார்பில் என்பதற்கு பதில் வயிற்றில் என்றாள்.

கொத்தம்பாத்தா புட்டையைப் பார்த்தாள். அவனோ கால்களை விரித்தபடி மல்லாந்து கிடந்தான். கொத்தம்பாத்தா புருஷனை எழுப்பினாள்.

"ஏய்... ஏஞ்சிரு"

புட்டைக்கு எரிச்சலாக இருந்தது.

"இன்னா..."

“எதுக்கு வெளக்க அணைச்ச?”

“காத்துல அணைஞ்சிருக்கும்”

“அப்படியா... போய் வெளியே படு”

புட்டை அவளைக் கடுகடுவெனப் பார்த்தான். பல்லைக் கடித்தான். படுக்கையைச் சுருட்டிக்கொண்டு வாசலுக்குப் போனான். கொத்தம்பாத்தா கதவைச் சாத்திவிட்டுச் சோளத்திடம் சொன்னாள்.

“புது எடம்... அதான் கனா கண்டுக்கீற...படு”

சோளம் படுத்தாள். அவள் மனம் சமாதானமாகவில்லை. சோளம் கண்களை மூடிக்கொண்டாளே தவிர தூங்கவில்லை. பயமும் படபடப்பும் இன்னும் மிச்சமிருந்தன. நடந்தவற்றை ஒவ்வொன்றாக அசைபோட்டாள். அவளது ஜாக்கெட்டிலிருந்த கையையும், அலறியவுடன் சடாரென உருவிக்கொண்டதையும். மார்பின் காம்பில் லேசாக வலி தெரிந்தது. கற்றாழை வாசமும், சூடான மூச்சுக் காற்றும் இப்போதும் அவளிடத்தில் சுழன்றுகொண்டிருந்தன. இது கனவில்லை. நிஜமென்றால் யாரால் நடந்திருக்கும். சோளம் குழம்பினாள். சோளத்திற்கோ, கொத்தம்பாத்தாவுக்கோ பூனையின் மேல் சிறிய அளவில்கூட சந்தேகம் எழவில்லை. பூனை ஒழுக்கமானவன். அப்படி யெல்லாம் அவன் நடந்து கொள்ளமாட்டான் என்றே நினைத் தார்கள்.

விளக்கு எரிந்துகொண்டிருந்தது. நல்லவேளை தப்பித்தோம் என்று பூனை நினைத்தான். சோளத்தின் மிருதுவான மார்பகம் அவனைத் தூங்கவிடாமல் செய்தது. இரவின் பிரத்யேகமான ஓசைகள் ஒலித்துக் கொண்டிருக்க, நேரம் மெதுவாக நகர்ந்தது.

சோளம் யோசித்து யோசித்து மனம் சலித்தாள். விடியலுக்கான அறிகுறியாக பறவைகள் சப்தமும் பேச்சுக்குரல்களும் கேட்டன. சோளம் குரல்களைக் கவனித்தாள். குன்றுமேட்டிலிருக்கும் ஒரு சிலர் பந்தயக் குதிரைகளைப் பராமரிக்கும் வேலை செய்கிறார்கள். விடிவதற்குமுன் குதிரை லாயத்திற்குச் செல்வார்கள். தற்போது பேசிக்கொண்டு செல்வது அவர்கள்தான். சோளம் சத்தமிடாமல் எழுந்து வெளியே வந்தாள். வானத்தைப்

பார்த்தாள். வெள்ளி முளைத்திருந்தது. தன் குடிசைக்குப் போக எத்தனித்தாள். வாசல் தெளிக்க சாணி இல்லாதது ஞாபகத்திற்கு வந்தது. பனையன் வீட்டை நோக்கி நடந்தாள்.

கழுதையொன்று அழுக்குத் துணி மூட்டைகளைச் சுமந்தபடி அவள் எதிரில் வந்தது. அதன் பின்னால் பீக்காஞ்சான் வந்து கொண்டிருந்தான். ஆற்றுக்குத் துணி வெளுக்கப் போய் கொண்டிருந்தான். சோளத்தை நெருங்கியதும் தலை குனிந்தான். தீராத மனோவியாதிக்கு ஆட்பட்ட அவன் யாரையும் நிமிர்ந்து பார்ப்பதில்லை; பேசுவதுமில்லை. யாராவது பேச்சுக் கொடுத்தால் அவனது இருதாடைகளும் இறுக்கிக்கொண்டு பேசவிடாமல் தடுக்கும். சிரமப்பட்டுச் சுருக்கமாக ஓரிரு வார்த்தைகள் பேசுவான். அவ்வளவுதான்.

பீக்காஞ்சானைக் கண்டாலே அவன் மனைவிக்குப் பிடிக்காது. உடல் திகுதிகுவெனப் பற்றி எரியும். வாய் ஓயாமல் திட்டுவாள். அவனோ சூடு சொரணையின்றி எல்லாவற்றையும் கேட்டுக் கொள்வான். அது மட்டுமில்லாமல் அவன் தம்பியோடு தொடர்பு வைத்துக்கொண்டாள். மூன்று குழந்தைகளையும் பெற்றுக்கொண்டாள்.

கழுதையின் பின்னால் நடந்து செல்லும் பீக்காஞ்சானைச் சோளம் அனுதாபத்தோடு பார்த்தாள்.

10

முழுதாக விடிந்தது. சோளம் சாணத்தைக் கரைத்து வாசலில் தெளித்தாள். கிழவி இன்னும் வீடு திரும்பவில்லை. பிரசவம் ஆக தாமதம் ஏற்பட்டிருக்கலாம். சோளம் ஆப்பக்கடைக்கு வேண்டிய அனைத்தையும் குடிசைக்குள்ளிருந்து வெளியே கொண்டு வந்தாள். அடுப்பைப் பற்ற வைத்துக் குழம்பைச் சூடுபடுத்தினாள். அளவாகத் தண்ணீர்விட்டு மாவைக் கரைத்தாள். அடுப்பில் சட்டியை வைத்து ஆப்பம் சுடத் தொடங்கினாள்.

தெருவில் நடமாட்டம் அதிகரித்தது. உப்பு வியாபாரி ஒற்றை மாட்டு வண்டியில் கூவியபடி வந்தான். ஆட்கள் சோற்று மூட்டையோடு சூளைக்கும், கட்டட வேலைக்கும் போய்க் கொண்டிருந்தனர். பூனை குளிப்பதற்கு பம்ப் செட்டிற்குப் போனான். தோளில் துண்டும், சோப்பு டப்பாவில் வாசனை சோப்பும் இருந்தது. பூனை இவளைப் பார்த்துச் சிரித்தான். இவளும் பதிலுக்குச் சிரித்தாள். பிறகு எதற்காக சிரித்தோம் என்று யோசித்தாள். இதற்கு முன் பூனை இதுபோன்று நடந்துகொண்டதில்லை. பார்வையால், சிரிப்பால் அவளிடம் எதையோ சொல்கிறான். ஆனால் அவனைப் பார்க்கும் போது தன்னுள்ளே ஒரு பரவசம் அவள் உணர்ந்தாள்.

கிழவி தாமதமாக வீடு திரும்பினாள். வேறு புடவை கட்டி யிருந்தாள். அங்கேயே குளித்துவிட்டு வந்திருக்கிறாள். முகம் வாடியிருந்தது. ராத்திரி முழுதும் தூங்கியிருக்கமாட்டாள். பிரசவம் பார்ப்பது லேசுப்பட்ட காரியமா?

சோளம் ஆர்வமாகக் கேட்டாள்.

''இன்னா கொய்ந்த ஆயா''

''பொண்ணு..''

கிழவி கைகாலை கழுவிக்கொண்டு வந்தாள். சோளம் ஆப்பம் சுடும் லாவகத்தைக் கவனித்தாள். உடம்பைக் கொஞ்சம் சாய்க்க உள்ளே போய் படுத்தாள்.

பூலோகம் ஆப்பம் வாங்க வந்தாள்.

"இன்னாடி நீ சுடுற... உங்காயா எங்க? கெய்விக்கு ஒடம்பு கெடம்பு செரியில்லியா...ம்"

"அதெல்லாம் ஒன்னுமில்ல; ராத்திரி பெரசவத்துக்குப் போயிருந்துச்சு, தூக்கமில்லன்னு உள்ள படுத்துக்கிணு கீது.."

பூலோகம் குடிசைக்குள் குரல் கொடுத்தவாறு நுழைந்தாள். கிழவி விழித்துக்கொண்டாள்.

"கெய்வி.. சோளத்த சூளைக்கு அனுப்புறீயா? ரெண்டு மணிக்கெல்லாம் திரும்பிடலாம்..."

கிழவி யோசித்தாள். இதுவரை சோளத்தை வெளி வேலைகளுக்கு அனுப்பியதில்லை. அதுவும் சூளை வேலைன்னா ரொம்ப கஷ்டம் வெயிலில் கல்லைச் சுமக்கணும். தாவு அறுந்திடும்.

"வாணான்டி... அவளால செய்ய முடியாது"

"நீ ஒன்னு, ஏம் முடியாது. தளர்ந்துபோன கெழக் கட்டையெல்லாம் செய்யும்போது இவளால முடியாதா? எத்தினி நாளைக்கு இப்பிடியே பொத்தி வச்சிருப்ப? ஒவ்வொரு வேலையா கத்துக்கினாத்தான் பொழைக்க முடியும். அனுப்பி வை... நா பாத்துக்கிறேன்."

பூலோகம் சொல்வதிலும் நியாயமிருந்தது. 'எவன், பொண்டாட்டிய குந்தவச்சு சோறு போடுறான். ஒவ்வொருத்தியும் மண்ணுக்குப் போறவரைக்கும் பாடுபட்டுத்தான் சோறு துன்றா..' என்று தனக்குள் சொல்லிக்கொண்டாள். கிழவி சோளத்தைக் கைக்காட்டி சொன்னாள்.

"அவக்கிட்ட கேளு, வந்தா கூட்டிக்கிணு போ..."

இவர்கள் பேசுவதை சோளம் கேட்டுக்கொண்டிருந்தாள். அவளும் வேலைக்குப் போகும் மனநிலையில் இருந்தாள். பூலோகம் அவளிடம் கேட்கும்முன்பே வருவதாகப் பதிலளித்தாள்.

"சீக்கிரம் கெளம்பி ஊட்டாண்ட வா.. உங்காயாவ மத்தியானம் சோறு எடுத்திக்கிணு வரச்சொல்லு...ஆத்தோரம்."

பூலோகம் ஆப்பமும் குழம்பும் வாங்கிக்கொண்டு கிளம்பினாள்.

சோளம் கடையிலிருந்து எழுந்தாள். அந்த இடத்தில் கிழவி வந்து உட்கார்ந்தாள். சோளம் அடுப்புக்கரியில் பல்லைத் தேய்த்தாள். கிழவி நாலு ஆப்பமும் குழம்பும் ஊற்றித் தட்டை சோளத்திடம் நீட்டினாள். சோளம் கபகபவென்று ஆப்பத்தைப் பிட்டு வயிற்றை நிறைத்தாள். சொம்பு நிறைய தண்ணீர் குடித்தாள். குடிசைக்குள் போய் சும்மாட்டுத் துணிக்குக் கிழிந்த தாவணியை எடுத்துக்கொண்டாள். ஆயாவிடம் சொல்லிவிட்டுக் கிளம்பினாள்.

''பாத்து, பத்தரம். மத்தியானம் கஞ்சி கொண்டாறேன்.''

ஆற்றோரத்தில்தான் சூளை போடுவார்கள். எவ்வளவேணும் மண்ணைத் தோண்டிக்கொள்ளலாம். தேவையான தண்ணீர் கிடைக்கும்.

ஆண்களும் பெண்களுமாகப் பதினைந்து பேர் சூளையை நோக்கி நடந்தார்கள். எல்லோரிடமும் மதியத்திற்குச் சோறோ, கஞ்சியோ இருந்தது. முனியம்மா மட்டும் வெறுங்கையோடு வந்திருந்தாள். இருந்ததையெல்லாம் குழந்தைகளுக்குப் போட்டு பஞ்சா வீட்டில் கொண்டுபோய் விட்டிருந்தாள். பஞ்சா நன்றாக பார்த்துக்கொள்வாள். இருந்தாலும் அவள் எண்ணம் முழுதும் குழந்தைகளைப் பற்றிய கவலைகளே நிறைந்திருந்தன.

சோளம் முதன்முதலாக வேலைக்குப் போகிறாள். அவளுக்குக் கூச்சமாக இருந்தது. இறுக்கமாக வாயை மூடிக்கொண்டு தலை குனிந்து நடந்தாள். மற்றவர்கள் பேசுவதைக் கவனமாகக் கேட்டாள். அவளுக்குச் சும்மாடுகூட கட்டத் தெரியாது. நாள் முழுதும் அடிக்கின்ற வெயிலில் தலைமேல் கல்லைச் சுமந்தபடி நடக்க வேண்டும். முடியுமா என்று தன்னையே கேட்டுக்கொண்டாள். வயதான கிழவிகளும், முனியம்மா போன்ற நோஞ்சான்களும் செய்யும்போது தன்னாலும் முடியும் என்று உற்சாகப்படுத்திக் கொண்டாள்.

'அப்படியே முடியாவிட்டால் நாளையிலிருந்து நின்றுவிட லாம்'

குட்டைக்கலக்கி நேற்றுப் பார்த்த சினிமாவின் கதையை சுவாரஸ்யமாகச் சொல்லிக்கொண்டு வந்தான். இடையிடையே

சோளத்தைக் கள்ளப் பார்வை பார்த்தான். இன்னும் ஓரிரு ஆண்கள் அவளை ரகசியமாகப் பார்த்துக்கொண்டு வந்தனர். அந்தப் பார்வைகள் அவளை எரிச்சல்படுத்தின. சிரமப்பட்டுத் தன்னைக் கட்டுப்படுத்திக்கொண்டாள். பேசிக்கொண்டே ஆற்றை நெருங்கிவிட்டார்கள். காய்ந்த பச்சை கற்கள் ஜன்னல்போல் ஒன்றன்மேல் ஒன்று அடுக்கப்பட்டிருந்தன. கல் அறுப்பதெல்லாம் வெளியூர் ஆட்கள். பெரும்பாலும் சேலத்துப் பக்கமிருந்து வருவார்கள். சீசன் முடிந்ததும் ஊருக்குத் திரும்பிவிடுவார்கள்.

மாலாவின் அப்பா கூழ்வயித்தன், சூளை போடுமிடத்தில் நின்றுகொண்டிருந்தான். அவன்தான் மேஸ்திரி. பூனைக் கண்ணால் உருட்டி மிரட்டி வேலை வாங்குவதில் சமர்த்தன். மேஸ்திரி அருகே நண்டு தாத்தா நின்றுகொண்டிருந்தார். இன்று முதல்நாள் என்பதால் பூஜைப் போட்டுத்தான் ஆரம்பிப்பார்கள். அதற்காகத்தான் நண்டுவை அழைத்து வந்திருக்கிறார்கள். சூளைப்போட்டுத் தொழில் செய்வது லேசான காரியமில்லை. ஒரு சின்ன தூறல் அத்தனையும் பாழாக்கிவிடும். சரியாக வேகவில்லையென்றால் அவ்வளவுதான். பத்துப் பைசா தேறாது. கல் அடுக்கி நெருப்பு வைத்து சுட்டெடுக்கும்வரை முதலுக்கு உத்திரவாதமில்லை. அதனால் ரொம்பவும் பயப்பக்தியோடு தொடங்குவார்கள். அனைவரும் வேலை செய்யுமிடத்தில் கூடி நின்றார்கள். கூழ்வயித்தன் நண்டு தாத்தாவை பூஜை போடச் சொன்னான்.

நண்டு பூஜையைத் தொடங்கினார். நடுங்கும் கைகளால் பொரி, பூ, பழம், வெற்றிலை உட்பட பூஜை சாமான்களை இலையில் வைத்தார். கிழக்கு திசை நோக்கிக் கண்களை மூடி நின்றார். அவரது வாய் முணுமுணுத்தது. சில நொடிகளுக்குப் பின் கண் திறந்தார். தேங்காய் உடைத்துக் கற்பூரம் ஏற்றினார். தனக்குத் தோன்றிய இடத்தில் முதல் கல்லை எடுத்து வைத்தார். பூஜை முடிந்தது. சன்மானத்தைப் பெற்றுக்கொண்டு நண்டு தாத்தா புறப்பட்டார்.

கூழ்வயித்தன் பரபரப்பானான். ஆட்களைத் தரம் பிரித்து வேலைகளை இட்டான். வயதான தளர்ந்த பெண்களை சவுக்குச் செத்தை அள்ளச் சொன்னான். முனியம்மாவைக் கரி அள்ளச்

சொன்னான். அவளது எலும்பும் தோலுமான பலவீனமான தோற்றம் அவனிடம் இரக்கத்தை உண்டாக்கியது. கரி அள்ளப் போனவளைக் கூப்பிட்டுச் செத்தை அள்ளச் சொன்னான். மற்றப் பெண்களைக் களத்திலிருந்து கல்லைக் கொண்டுவர சொன்னான்.

எல்லோரும் சும்மாடு கட்டிக்கொண்டனர். சோளத்திற்குச் சும்மாடு கட்ட வரவில்லை. பூலோகம் சிரித்தபடி அவளிடம் வந்தாள்.

''வா நா கட்டி உடுறேன்.''

சோளம் வெட்கத்தோடு சிரித்தாள். பூலோகம் சோளத்திற்குச் சும்மாடு கட்டிவிட்டாள். பெண்கள் களத்திலிருந்து கொண்டு வரும் கற்களை ஆண்கள் சூளை அடுக்கினார்கள். வேலை சூடு பிடித்தது. சூரியன் உக்கிரமாக மேலேறினான். எல்லோரும் வியர்வையில் நனைந்தனர். ரவிக்கைகளில் உப்புப் படர்ந்தது. அலுப்பு தெரியாமலிருக்க ஒருவரையொருவர் கேலி செய்து கொண்டனர். வரைமுறையின்றி விரசமாகப் பேசிக்கொண்டனர். ஓரிரு தடவை சோளத்தைக்கூட வம்புக்கிழுத்தார்கள். சோளமோ வாயைத் திறக்கவில்லை. 'ஆண்களுக்கு மத்தியில் இவ்வளவு அசிங்கமாக எப்படித்தான் பேச வருதோ...'

சோளம் ரொம்ப சீக்கிரம் சோர்ந்துவிட்டாள். வேலைக்குப் புதிது. ஒரு நடைக்கு பதினோரு கற்கள் தூக்க வேண்டும். கழுத்து நரம்புகள் புடைத்துக்கொண்டன. கழுத்தை இப்படி அப்படித் திருப்ப முடியவில்லை. ஒன்றுக்கு இருக்க போவதுபோல் நைசாக நழுவிவிடலாமா என்றுகூட யோசித்தாள். பூலோகம் கோபித்துக் கொள்வாள். அதுவுமில்லாமல் எல்லோரும் கேலிப்பேசி சிரிப்பார்கள். எப்படியாவது இன்று ஒரு நாள் சமாளித்துவிட்டு நாளையிலிருந்து வரவேண்டாம் என்று முடிவெடுத்தாள். அவளைவிட வயதானவர்கள், நோஞ்சான்களெல்லாம் அசராமல் வேலை பார்ப்பது சோளத்திற்கு ஆச்சரியமாக இருந்தது. சோளத்தின் எண்ணவோட்டத்தை புரிந்துகொண்ட பூலோகம் மெதுவாகக் கிசுகிசுத்தாள்.

''ஆரம்பத்துல கஷ்டமாகத்தான் இருக்கும்; போகப் போகப் பழகிடும். வயசானதுங்கெல்லாம் எப்படி ஓடுது பார்... எல்லாம்

பழக்கம்தான். நாலு நாள் தாக்குப்புடிச்சிட்டா போதும். அப்புறம் உன்ன கையில புடிக்க முடியாது. சூள வேல எப்பிடியும் ஒரு மூணு மாசம் ஓடும். சம்பாதிச்சித் துணிமணி எடுத்துக்கோ.. வீட்டுக்கு வாங்கிப் போடு. கெய்விக்கு பளு கொறையும்.''

பதினொரு மணிவாக்கில் சுக்குக் காபிக்காரன் வந்தான். பெரிய அலுமினிய தேக்சாவில் கொண்டு வந்திருந்தான். கரி அடுப்பில் தீக்கங்குகள் மின்னின. வேலை நடக்குமிடங்களிலெல்லாம் சுற்றி வந்து வியாபாரம் செய்வான். இவர்களும் காபி குடிக்கும் சாக்கில் பத்து நிமிஷம் ஓய்வெடுத்துக் கொள்வார்கள்.

எல்லோரும் வேலையை நிறுத்திவிட்டு அவனைச் சூழ்ந்தனர். கையை நீட்டியவர்களுக்கெல்லாம் கண்ணாடி கிளாசில் ஊற்றிக் கொடுத்தான். கொடுக்கும்போது முகத்தைப் பார்த்துக் கொண்டான். எல்லாம் கடன். வார இறுதியில் வந்து வாங்கிக் கொள்வான். காபிகுடித்துக் கொண்டிருந்த கொத்தம்பாத்தா வழக்கம்போல் அவனை வம்புக்கிழுத்தாள்.

''யோவ் சுக்கு.. நா ஒரு விடுகத போடுறேன்.. பதில் சொல்லு..''

எல்லோரும் நமட்டுச் சிரிப்புச் சிரித்தனர். கொத்தம்பாத்தா என்ன கேட்பாள் என்பது அவன் உட்பட அனைவருக்கும் தெரியும். குட்டைக்கலக்கி எரிச்சலடைந்தான். கோபத்தோடு முணுமுணுத்தான். அவனது முணுமுணுப்பைக் கொத்தம்பாத்தா அசட்டை செய்தாள். சுக்குக் காபிக்காரனிடம் நெருங்கி நின்று உதட்டை ஒரு மாதிரியாகக் கடித்துவிட்டுக் கேட்டாள்.

''கிண்ணத்து நெறைய கீர... அது இன்னான்னு சொல்லிட்ட நீ எதக் கேட்டாலும் தர்றேன். எத... கேட்டாலும்''

சுக்குக் காபிக்காரன் தலைக்குனிந்தவாறு சிரித்தான்.

''சொல்லு சுக்கு... வெக்கப்படாம சொல்லு..''

''எனுக்குத் தெரியாது. மேஸ்திரிக்குத் தெரியும். அவருகிட்ட கேளு..''

''அப்போ இதுவரைக்கும் நீ அத பாத்ததில்ல...? காட்டவா... பாக்குறீயா?''

அங்கிருந்தவர்கள் கொல்லென்று சிரித்தார்கள். சுக்குக் காபிக்காரனும் அவர்களோடு சேர்ந்து சிரித்தான். மேஸ்திரி எரிச்சலடைந்தான். கொத்தம்பாத்தாவைப் பார்த்துக் கத்தினான். பதிலுக்கு அவள் முகத்தைச் சுழித்தவாறு சொன்னாள்,

''இந்தாளு எதுக்கு வெந்து சாவுறான்..''

மீண்டும் வேலையைத் தொடங்கினர். சூரியன் சரசரவென உச்சிக்கு ஏறினான். சாப்பாட்டு நேரம் நெருங்கியது. எல்லோருக்கும் பசி. அவர்களிடையே பேச்சும் சிரிப்பும் நின்றுவிட்டன. உச்சி வெயிலில் மேடும் பள்ளமுமான மண் சாலையில் உதடிக்கிழவி வந்துகொண்டிருந்தாள். இடுப்பில் சோற்று மூட்டை வைத்திருந்தாள். பூலோகம் சோளத்திடம் சொன்னாள்.

''உங்காயா வருதுடி.. பாவம் வேவாவெயில்ல.. எப்பிடி ஓடியாருது பார்...''

மேஸ்திரி பாக்கெட்டிலிருந்து கடிகாரத்தை எடுத்துப் பார்த்து எல்லோரையும் சாப்பிட சொன்னான். எல்லோரும் தாங்கள் கொண்டு வந்த சாப்பாட்டோடு நிழலில் ஒதுங்கினார்கள். முனியம்மா அங்கிருந்து நழுவப் பார்த்தாள். சோளம் சட்டென்று அவள் கையை பிடித்தாள்.

''எங்க போற....? இரு சாப்பிடலாம்''

''எனுக்குப் பசி இல்லேடி, உடு''

''சே வா... ரொம்பப் பிகு பண்ணிக்கினு''

உதடிக்கிழவி தன் பங்கிற்குக் கூப்பிட்டாள்.

''வாடி.. சோறு நெறைய கீதுடி..''

முனியம்மா சோளத்தின் அருகில் உட்கார்ந்தாள். கிழவி புழக்கடையில் பறித்த கீரையைக் கடைந்து கொண்டு வந்திருந்தாள். சுடு சோற்றுக்கு சுவையாக இருந்தது. ஒவ்வொரு கவளமும் இழந்த சக்தியை மீட்டுக் கொண்டு வந்தது. கிழவி முனியம்மாவிடம் கேட்டாள்,

''சோளம் எப்பிடி செய்யுறா..''

"பழகணும்.. பழகினா நல்லா செய்வா..."

சோளம் வழக்கம்போல் வேகவேகமாகச் சாப்பிட்டாள். அவள் எப்போதும் இப்படித்தான். கிழவி கடிந்துகொண்டாள்,

"லபக் லபக்னு முழுங்காதே.. மென்னு துன்னு.."

கிழவி சொன்னதை அவள் காதில் வாங்கவில்லை. கிழவி சோளத்தின் முகத்தைக் கூர்ந்து பார்த்தாள். முகம் தீய்ந்திருந்தது. உடலெங்கும் மண் அப்பியிருந்தது. அரை நாள் வேலைக்கே தளர்ந்துவிட்டாள்.

சாப்பிட்ட பாத்திரங்களை எடுத்துக்கொண்டு கிழவி அங்கிருந்து புறப்பட்டாள்.

பிற்பகல் மூன்று மணிக்கெல்லாம் வேலையை முடித்துக் கொண்டார்கள். ஆண்கள் சாராயம் குடிக்க மேஸ்திரியிடம் முன்பணம் பெற்றுக் கொண்டனர். எல்லோரும் சோர்ந்துபோய் குன்றுமேட்டை நோக்கி நடந்தனர். சோளத்திற்கு ஆயிரம் தோப்புக்கரணம் போட்டது போலிருந்தது. தலைமேல் பாரத்தை வைத்துக்கொண்டு வெயிலில் நடந்து நடந்து வேலை செய்தது உடம்பெல்லாம் வலித்தது. சூளை வேலை இத்தனை கஷ்டமானதாக இருக்கும் என்று அவள் நினைத்ததில்லை. மண்ணும் கரியும் வியர்வையில் கலந்து உடம்பெல்லாம் எரிந்தது. குளிர்ந்த நீரில் உடலைக் கழுவினால்தான் அசதி தீரும். உடையார் பள்ளத்திற்குப் போய் எருமையைப்போல் தண்ணீரில் மூழ்கிக் கிடக்கிடனும் போல இருந்தது.

சோளம் வீட்டை நெருங்கியபோது கிழவி அரிசியைக் கழுவி வாசலில் உலர்த்திக்கொண்டிருந்தாள். உடல் முழுதும் மண்ணை அப்பிக் கொண்டிருக்கும் பேத்தியை ஏற இறங்கப் பார்த்தாள் கிழவி.

"தண்ணி இல்லேடி.. போய் ரெண்டு கொடம் தண்ணி மொண்டுக்கினு வா.."

"அதெல்லாம் சரிபட்டு வராது. நா பள்ளத்துக்குப் போறேன்."

"போய் சீக்கிரம் வா. வந்து சோறாக்கு. காய் இருக்குது. ஏதானா கொய்ம்பு வை. நா கடத்தெருவுக்குப் போய்ட்டு வர்றேன்."

சோளம் 'சரி' என்று தலையசைத்தாள். உள்ளே போய் சோப்பும், மாற்றுத் துணியும் எடுத்துக்கொண்டாள் சோளம். மாலா ஞாபகம் வந்தது.

மாலாவோட அம்மா அஞ்சலை, சூன்யத்தை வெறித்தபடி வாசலில் உட்கார்ந்திருந்தாள். சோளம் வந்து அவள்முன் நின்றதைக்கூட அவள் உணரவில்லை. சிலையைப்போல் சமைந்திருந்தாள். சோளத்திற்கு இது விநோதமாக இருந்தது. இருந்தும் அஞ்சலையிடம் கேட்டாள்.

"மாலா இருக்காளா?"

அஞ்சலை அசைந்தபாடில்லை. சோளம் குழப்பத்துடன் வீட்டிற் குள் எட்டிப்பார்த்தாள். நடு வீட்டில் யாரோ உட்கார்ந்திருந்தனர். சோளம் உள்ளே நுழைந்தாள். வெயிலில் வந்ததால் சட்டென்று கண்களுக்கு எதுவும் பிடிபடவில்லை. உற்றுப் பார்த்தாள். மாலாவோட அக்கா தேவி உட்கார்ந்திருந்தாள். அடக்கடவுளே.. தேவி அக்காவா இது? துரும்பாக இளைத்துக் கிடக்கிறாளே.

தேவியைப் பற்றி மாலாவிடம் கேட்கும் போதெல்லாம் மௌனமாகி விடுவாள். காரணம் இப்போதுதான் அவளுக்கு விளங்கியது. எதுவும் பேசத் தோன்றாமல் தேவியின்முன் அமைதியாக உட்கார்ந்தாள். தேவி நிதானமாகச் சோளத்தைப் பார்த்தாள். மெதுவாக அவளிடமிருந்து வார்த்தைகள் வெளி வந்தன.

"நல்லாருக்கியா.. ஆயா எப்பிடி கீது.."

அவ்வளவுதான், மௌனமானாள்.

சோளம் சொன்ன பதிலைக்கூட அவள் காதில் வாங்கவில்லை.

11

பழைய தேவியை சோளம் நினைத்துப் பார்த்தாள். கறுப்பு நிறமானாலும் அழகாக இருப்பாள். முன்னும் பின்னும் நன்றாக செழித்து காணப்படுவாள். அவளைப் பார்க்கும் இளைஞர்கள் திக்குமுக்காடினார்கள். உள்ளூரில் சிலர் பெண் கேட்டு வந்தார்கள். அவள் அப்பன் கூழ்வயித்தன் மறுத்துவிட்டான். தன்னுடன் சம்மந்தம் வைக்க குன்றுமேட்டில் யாருக்கும் தகுதியில்லை என்றே அவன் நினைத்தான்.

ஆனால் கங்கன் வீசிய வலையில் தேவி சிக்கிக்கொண்டாள். கங்கன் சந்துவீட்டுப் பாளையத்தின் மூத்தமகன். கங்கனும் தேவியும் தனிமையில் சந்திப்பதைக் குன்றுமேட்டில் அனைவரும் அறிந்திருந்தனர்; கூழ்வயித்தனைத் தவிர.

தேவி தண்ணீர் எடுக்கும்போது கங்கனோட அம்மா வந்தால் அவளுக்கும் சேர்த்தே தண்ணீர் எடுப்பாள். அதோடு போகாது குடத்தை வீடுவரை தூக்கிக்கொண்டு போய் கொடுப்பாள். தேவியும் கங்கனும் தங்களைக் கணவன் மனைவியாகவே நினைத்துக் கொண்டனர்.

ஒரு மழைக்காலத்தில் அந்த சம்பவம் நடந்தது. பருவமழை வெளுத்து வாங்கியது. ஏரி நிறைந்து கலங்கல் விட்டார்கள். வயல் வரப்பெல்லாம் நீர் நிறைந்து வழிந்தது. வறண்டு கிடந்த மடு உயிர்பெற்றது. குன்றின் பின்புறத்திலிருந்து புறப்படும் மடு இரண்டு ஊர்களைக் கடந்து ஆற்றில் கலக்கிறது. மடுவில் தண்ணீர் ஓடும்போது மீன்கள் மேலேறும். கெண்டை, கெளுத்தி, விரால், உளுவை போன்ற மீன்கள் பிடிபடும். நிறைய பேர் தூண்டில் போடுவார்கள். பிச்சாண்டி மட்டும் வலை கட்டுவான். அவனிடம் அதற்கான உபகரணங்கள் இருந்தன. தினமும் கூடைக்கூடையாக மீனை அள்ளுவான். விற்றது, தின்றது போக மிச்சத்தைக் கருவாடாக்குவான். எப்போதும் அவன் வீட்டுப் பக்கம் கவிச்சி வாடை அடிக்கும்.

பிச்சாண்டி மனைவி பொறுமைசாலி. கருவாட்டைக் காய வைத்து பக்குவப்படுத்துவதெல்லாம் அவள்தான். சூரியன் உதித்ததும் பானையிலிருப்பதை வாசலில் கொண்டுவந்து பரப்புவாள்.

பொழுது சாயந்ததும் எல்லாவற்றையும் அள்ளிக்கொண்டு போய் பானையில் பத்திரப்படுத்துவாள்.

பிச்சாண்டி செத்து மூன்று வருஷம் முடிந்துவிட்டது. அவன் வீட்டுப் பக்கம் கவுச்சி வாடை நின்றுவிட்டது. பரணில் கிடந்த மீன்பிடி வலைகளை பிச்சண்டி மனைவியிடம் கேட்டு வாங்கி வந்தான் கங்கன். துணைக்குக் குட்டைக்கலக்கியை அழைத்துக்கொண்டான். இருவரும் சேர்ந்து மடுவின் குறுக்கே வலையைக் கட்டினார்கள். அதிர்ஷ்டமிருந்தது. கூடைகூடையாக மீன்களை அள்ளினார்கள். இது டோரையின் கண்களை உறுத்தியது. எங்கேயோ போய் ஒரு மீன்பிடி வலையைக் கொண்டு வந்தான். ஆனால் வலைக்கட்ட தோதான இடம்தான் அமையவில்லை. கங்கன் வலைக்கட்டியிருந்த இடத்தில்தான் மடு சிறுத்து ஓடியது. மற்ற இடத்திலெல்லாம் அகன்றிருந்தது. கங்கன் வலைக்குப் பக்கத்திலேயே டோரை தன்னோட வலையைக் கட்டினான். அப்போது கங்கன் மட்டுமே அங்கிருந்தான். கரையோரம் துணி துவைத்துக் கொண்டிருந்தவர்கள், தூண்டில் போடுபவர்கள் எல்லோரும் பதற்றமானார்கள்.

குட்டைக்கலக்கி அப்போது அங்கு இல்லை. கங்கனுக்கு என்ன செய்வதென்று புரியவில்லை. அவன் நல்ல பலசாலிதான். ஆனால் தெருச் சண்டைக்கு லாயக்கற்றவன். டோரை வம்பன் என்பது தெரியும்.

கங்கன் சொன்னான்,

“கொஞ்சம் தள்ளி கட்டு. பக்கத்திலேயே வந்து கட்டினா எப்பிடி?”

டோரை திமிராகச் சொன்னான்,

“மடு உங்கப்பன் ஊட்டுதா... நீ மட்டும்தான் மீன் புடிக்கணுமா.. இங்கதான் கட்டுவேன். ஆனதப் பார்..”

“இது நல்லதில்ல, பாத்துக்க”

“இன்னா நல்லதில்ல... மடு எல்லாருக்கும் பொது. யாரு வொன்னா மீன் புடிக்கலாம். நீ மட்டும் அமுக்கிக்கினு

போலாம்னு பாக்காதே ஆமா... பிரச்சன பண்ணா கத கந்தாலாயிடும்"

டோரை சண்டை போட தயாராக வந்திருப்பது கங்கனுக்குப் புரிந்தது. இருந்தும் ஆத்திரத்தை கட்டுப்படுத்த முடியாமல் சொன்னான்,

"ங்கோத்தா, இவ்ளோதான் உனுக்கு லிமிட்டு. போயிடு.. இல்லேன்னா ஒத படுவ.."

"இன்னாது ஒதப்பியா.."

என்று கேட்டுக்கொண்டே டோரை, கங்கன் முகத்தில் குத்துவிட்டான். கங்கனுக்குப் பொறி பறந்தது. அடுத்த குத்து வயிற்றில் இறங்கியது. கங்கன் நிலைத்தடுமாறி தரையில் சாய்ந்தான். அவனுக்கு அவமானமாக இருந்தது.

'இன்னைக்கு மோதிப்பாத்துருவோம்' என்று எழுந்தவன், எழும்போதே இரண்டு கைகளிலும் கருங்கல்லை எடுத்துக் கொண்டான். அதை டோரையை நோக்கி ஆத்திரத்துடன் வீசினான். கல் டோரையின் முழங்காலைப் பதம் பார்த்தது. வலியில் துடித்த அவன் பிச்சுவா கத்தியை எடுத்துக்கொண்டு வெறிப்பிடித்தவன் போல் கங்கன் மேல் பாய்ந்தான். கங்கன் சட்டென்று பின்வாங்கினான். இல்லையெனில் மார்பில் குத்துப்பட்டிருக்கும். கையிலிருந்த இன்னொரு கல்லை டோரையின் முகத்தில் அடித்தான் கங்கன். டோரை சட்டெனச் சரிந்தான். வேடிக்கைப் பார்த்துக்கொண்டிருந்தவர்கள் ஓவென கத்தியபடி ஓடிவந்தனர். கங்கன் செய்வதறியாது கையைப் பிசைந்தான். யாரோ ஒருவர் டோரையின் உடலை தொட்டுப் பார்த்து உதட்டைப் பிதுக்கினார். கங்கனின் தலையில் இடி இறங்கியது போலிருந்தது. அங்கிருந்து ஓடத்தொடங்கினான்.

டோரையின் அப்பனும் ஆத்தாளும் வாயிலடித்துக்கொண்டு ஓடி வந்தார்கள். நண்டு தாத்தாவுக்கு செய்தி போனது. குன்றுமேட்டிலுள்ள அத்தனை தலைக்கட்டும் கூடிப் பேசினார்கள். நண்டு போலீஸ் ஸ்டேசனுக்கு ஆள் அனுப்பினார். போலீஸ் வரும்வரை டோரையின் உடல் அதே இடத்தில் கிடந்தது.

கங்கன் போலீசில் சரணடைந்தான். ஆறு மாதத்திற்குப் பிறகு ஜாமினில் வெளியே வந்தான். வழக்கு நடந்துகொண்டிருந்தது. எப்போதும் எதையோ வெறித்தபடி உட்கார்ந்திருப்பான். யாருடனும் பேசுவதில்லை. தேவியைக்கூட யாரோ போல் பார்த்தான். தேவி உடைந்து போனாள். அழுதாள். அதற்குமேல் அவளுக்கு என்ன செய்வதென்று தெரியவில்லை. சரியாகிவிடும் என்று நம்பினாள்.

தேவி என்று சன்னமான குரலில் யாரோ வெளியே கூப்பிடுவது போல இருந்தது. எழுந்து வாசலுக்கு வந்தாள். அஞ்சலை மிளகாய் காய வைத்துக்கொண்டிருந்தாள். அவளது உள்ளுணர்வு வீட்டின் பின்புறம் போ என்றது. அவள் வீட்டின் பின்புறம் வந்து நின்றாள். பூவரசமரத்தைப் பார்த்ததும் அலறினாள். கங்கன் தூக்கில் தொங்கினான். கூழ்வயித்தனுக்கு அன்றுதான் தேவியின் காதல் விவகாரங்கள் தெரியவந்தது. வந்த கோபத்தில் அஞ்சலையைத் தூக்கிப் போட்டு மிதித்தான். அடியைவிட மோசம் அவனது பேச்சுக்கள். அஞ்சலை இரண்டு நாட்கள் படுக்கையில் கிடந்தாள். மாலாவுக்குக்கூட இரண்டு அறை விழுந்தது. ஆனால் தேவியை அவன் தொடவில்லை. தேவியின் மேல் அவனுக்குப் பாசம் அதிகம். தேவி ஒரேயடியாக இடிந்துவிட்டாள். சரிவர சாப்பிடாமல், தூங்காமல் தலைவிரி கோலமாகக் கிடந்தாள்.

கூழ்வயித்தன் இரண்டு மாதங்கள் பேசாமலிருந்தான். அன்று ஞாயிற்றுகிழமை. வேலை எதுவும் இல்லை. இருந்தும் அவன் விடிவதற்குள் எழுந்திருந்தான். சைக்கிளை வாசலில் நிறுத்தி நன்றாகத் துடைத்தான். குளித்து முடித்துக் கிழக்கைப் பார்த்துக் கும்பிட்டான். வெள்ளை வேட்டி, வெள்ளைச் சட்டை உடுத்திக்கொண்டான். வீட்டிலுள்ளவர்களிடம் ஒரு வார்த்தைப் பேசவில்லை. சைக்கிளில் கிளம்பிச் சென்றான்.

அதிகாலையில் எங்குப் போகிறான், எதற்காகப் போகிறான் என்று யாருக்கும் விளங்கவில்லை. யாரும் எதுவும் அவனிடம் கேட்கவில்லை. கூழ்வயித்தனின் இறுக்கமான முகம் இவர்களை மௌனமாக்கி விட்டது.

கூழ்வயித்தன் ஏதோ ஒரு வேகத்தில் புறப்பட்டு விட்டானே தவிர எங்கு போவது யாரைப் பார்ப்பது என்று அவனுக்குத்

தெரியவில்லை. சுற்றிலுமிருந்த ஊர்களில் அவனுக்கு நிறைய தொடர்புகள் உண்டு என்றாலும் எடுத்த உடனே பெருமாள் தான் ஞாபகத்திற்கு வந்தான். வண்டியை மலையம்பாக்கம் பார்த்து ஓட்டினான்.

இவன் போன நேரம் பெருமாள் வீட்டிலிருந்தான். நலம் விசாரிப்பு முடிந்ததும் பெருமாளை கூட்டிப்போய் மூக்குமுட்ட சாராயத்தை வாங்கி ஊற்றினான். பிறகு நடந்த விஷயங்களை அவனிடம் சொன்னான்.

பெருமாள் சொன்னான், "நீ ஒன்னும் கவலப்படாதே... நா பாத்துக்கிறேன்."

கூழ்வயித்தனை தன் வீட்டுத் திண்ணையில் உட்கார வைத்து விட்டு புறப்பட்டுப் போனான் பெருமாள். போனவன் ஒரு மணி நேரம் கழித்து வாலிபனொருவனோடு திரும்பி வந்தான். கூழ்வயித்தனைப் பார்த்து கண்ணசைத்தான் பெருமாள்.

'பாத்துக்கோ..'

கூழ்வயித்தன் பையனைப் பார்த்தான். கறுப்பு நிறம். குள்ளம். வாட்ட சாட்டமாக இருந்தான். எப்படியிருந்தாலும் முடிக்கும் மனநிலையில் இருந்தான் கூழ்வயித்தன். பையனை அனுப்பிவிட்டு பெருமாள் சொன்னான்,

"பேரு முனுசாமி. அப்பா அம்மா காலமாயிட்டாங்க. அக்கா மட்டும் தான். அவளும் பக்கத்தூர்ல வாழறா. சொந்தமாக வண்டி மாடும் கூரை வீடும் இருக்கு."

கூழ்வயித்தன் சொன்னான், "பேசி முடி பெருமாள். கல்யாணச் செலவு எல்லாத்தையும் நானே ஏத்துக்கிறேன்."

கல்யாணம் என்றதும் தேவி அதிர்ந்தாள். பயமோ, தயக்கமோ சிறிதுமின்றி அப்பனிடம் சொன்னாள்,

"எனக்குக் கல்யாணம் வேணாம்..."

கூழ்வயித்தனுக்குக் கோபம் பொங்கியது. தேவியை இழுத்துப் போட்டு மிதிக்க வேண்டும் போலிருந்தது. அஞ்சலையும் மாலாவும் பதற்றமடைந்தனர். மாலா குறுக்கே புகுந்து தடுப்பதற்குத் தயாராக நின்றாள். கூழ்வயித்தன் தன்னைக் கட்டுப்படுத்திக் கொண்டான்.

“அந்தக் கொலக்காரன நெனச்சிக்கினு காலம் முச்சூடும் இப்படியே இருக்கப் போறீயா..”

தேவி பதில் சொல்லாமல் அழுதாள். கூழ்வயித்தன் அவளது அழுகையைப் பொருட்படுத்தவில்லை. அவன் தரப்பிலும் நியாயமிருந்தது. ஊரில் நாலுவிதமாகப் பேசுகிறார்கள். வயசுப் பொண்ணை இன்னும் எத்தனை நாளைக்கு வீட்டில் வைத்திருக்கமுடியும். இவள் பின்னாடி இன்னொருத்தி இருக்கிறாள். அதையும் பார்க்க வேண்டும்.

கூழ்வயித்தன் எச்சரிக்கும் தொனியில் சொன்னான்.

“தோ பார்.. வர்ற ஞாயித்திக்கெயம பொண்ணு பாக்க வர்றாங்க.. மொரண்டு புடிச்சே அந்த நிமிஷமே தூக்குல தொங்கிடுவேன்... இது சத்தியம்.”

தேவி அழுதபடியே சொன்னாள்,

“நீங்க எதுக்குச் சாவணும்... நா சாவுறேன்...”

கூழ்வயித்தன் கோபத்தில் நாக்கைத் துருத்திக்கொண்டு அடிக்கக் கை ஓங்கினான். அஞ்சலை நடுவில் வந்து நின்றுகொண்டாள். கூழ்வயித்தன் கோபத்தை அஞ்சலைமேல் காட்டினான். அஞ்சலையின் முதுகில் பளீரென அடித்தான்.

“பொண்ண வளத்திருக்காப் பார்..”

அஞ்சலை வலியில் துடித்தாள். கூழ்வயித்தன் தேவியைப் பார்த்து கத்தினான்.

“சாவப்போறீயா... நல்லது, போய்ச் சாவு. நாங்களும் ஒம்பின்னாடி வர்றோம். குடும்பத்தோட எல்லாம் சாவலாம். இதுக்குத்தானே இத்தன நாள் பாடுபட்டேன்...”

கூழ்வயித்தன் தலையிலடித்துக் கொண்டு அழுதான். அவன் இதுவரை இப்படி அழுததில்லை. நெஞ்சுரமிக்கவன். எந்த நெருக்கடிகளையும் தைரியமாகச் சந்திக்கக்கூடியவன். அவன் கதறுவதைப் பார்த்து வாயடைத்துப் போனார்கள். அஞ்சலை, தேவியைக் கோபமாகப் பார்த்தாள். மாலாவுக்குக்கூட தேவியின் மேல் வருத்தம் உண்டானது. ‘ஆசவச்சவன் செத்துட்டான். அவனையே நெனைச்சுக்கிட்டு வாழ்ந்திட முடியுமா?’

அஞ்சலையும் மாலாவும் பேசிப்பேசி தேவியை வழிக்குக் கொண்டு வந்தார்கள். இணங்கிப் போவதைத் தவிர தேவிக்கு வேறு வழியில்லை.

ஒருவழியாக கூழ்வயித்தன் கலியாணத்தை முடித்தான். தேவி புகுந்த வீடு போனாள். காலப்போக்கில் சரியாகிவிடும் என்று கூழ்வயித்தன் நம்பினான். ஆனால் அவனது நம்பிக்கை பொய்த்துப் போனது.

தேவியால் தன்னை மாற்றிக்கொள்ள முடியவில்லை. தன் மேல் கணவனின் மூச்சுக்காற்றுப் படுவதைக்கூட அவள் விரும்பவில்லை. அவன் நெருங்கி வந்தாலே அவளிடம் ஒருவித பரபரப்பு உண்டானது. அவளைப் பொறுத்தவரை கங்கன் மட்டுமே அவள் உடலுக்குச் சொந்தக்காரன்.

முனுசாமி புரிந்துகொண்டான். பெருமாள் எல்லாவற்றையும் அவனிடம் சொல்லியிருந்தார். போகப்போகச் சரியாயிடும் என்று அவன் நம்பினான். ஆனால் அவள் மாறவில்லை.

தேவி புருஷனோடு உறவைத் தவிர்த்தாளே தவிர மற்ற விஷயங்களில் எவ்விதக் குறையும் வைக்கவில்லை. வீடு வாசலைச் சுத்தமாக வைத்துக்கொண்டாள். அவனது துணிகளை நன்றாக வெளுத்து வைத்தாள். அருகாமையில் இருந்தவர்களிடம் நன்றாகப் பழகினாள். பார்ப்பவர்கள் இவர்கள் நன்றாக இருப்பதாகவே நினைத்தார்கள்.

தேவியின் நடவடிக்கைகள் முனுசாமியை குழப்பின. ஒவ்வொரு இரவும் அவனுக்கு நரகமாக மாறியது. எவ்வளவு கெஞ்சியும் அவள் இறங்கி வரவில்லை. அவனிடமிருந்து தன்னைக் காத்துக்கொள்ள தொடைகளை இறுக்கிக் கொண்டு தூங்காமல் விழித்திருந்தாள். ஒருநாள் சொன்னாள்,

“தோ பாரு... என்ன உட்டுடு. நீ யாரையாவது வெச்சுக்கோ; இல்ல இன்னொரு கல்யாணம்கூட பண்ணிக்கோ, நா எதுவும் கேட்கமாட்டேன். என்ன இப்பிடியே உட்டுடு...”

முனுசாமி அதிர்ச்சியடைந்தான். வெளித் திண்ணையில் போய் படுத்துக்கொண்டான்.

மாலை நேரம். வெயில் தாழ்ந்திருந்தது. ஊரிலுள்ள முக்கியமான ஆட்கள் கோயிலின் முன் கூடினார்கள். பெரியவர்கள் கூடிப் பேசி என்ன சொல்கிறார்களோ அதற்குக் கட்டுப்பட முனுசாமி முடிவெடுத்தான். கூடியிருந்தவர்களுக்கு எல்லா விவகாரங்களும் தெரியும். இருந்தும் சம்பிரதாயமாகக் கேள்வி கேட்டனர்.

"முனுசாமி... ஒம் பிரச்சனைய சொல்லுபா"

எல்லோர் முன்பும் தன் குடும்ப விஷயத்தைப் பேசுவது அவனுக்குச் சங்கடத்தை உண்டு பண்ணியது. இருந்தும் தீர்வு வேண்டி முனுசாமி வாயைத் திறந்தான்.

"பொஞ்சாதி பிரச்சன பண்றா..."

யாரோ ஒருத்தர் கிண்டலாகக் கேட்டார்,

"கொஞ்சம் வெளக்கமா சொல்லேம்பா..."

"அவளுக்கு என்ன புடிக்கல. கல்யாணத்துக்கு முன்னே ஒருத்தனோடு தொடர்பு இருந்திருக்கு. அவனையே நெனச்சிக்கினு கீறா.."

பெருமாளும் அங்கிருந்தான். அவனுக்குத் தர்மசங்கடமாக இருந்தது. ஒரு சிலர் பார்வையால் அவனைத் துளைத்தெடுத் தார்கள். உண்மையில் பெருமாள் நல்லெண்ணத்தில்தான் இந்தக் கல்யாணத்தை நடத்தி வைத்தான். வசதி இருக்கு. நாளைக்கு ஒன்று என்றால் பையனைக் கைத்தூக்கி விடுவார்கள் என்று நினைத்தான்.

முனுசாமியின் நண்பனும், தூரத்துச் சொந்தக்காரனுமான மாரி, கோபத்தோடு பெருமாளைத் திட்டினான்,

"எல்லாத்துக்கும் நீ தான் காரணம். எச்ச குடிக்கு ஆசப்பட்டு பையன பாழும் கெணத்துல தள்ளிட்ட. நீயெல்லாம் நல்லாவே இருக்க மாட்டே..."

நாலு பேருக்கு மத்தியில் வயதில் சிறியவனான மாரி எடுத் தெறிந்து பேசியது பெருமாளுக்கு ஆத்திரத்தை உண்டாக்கியது. கன்னங்கள் துடிதுடித்தன.

"ஏய்... யாரப் பாத்து இன்னா பேசுற...ம். உங்கப்பன்கிட்ட கேளு என்னப் பத்தி. நான் குடிச்சி அழிச்சத வச்சிருந்தா இந்நேரம்

மாடி ஊடு கட்டியிருப்பேன். என்னப் போய் எச்சக்குடின்னு மட்டமா பேசுற... பாத்துப் பேசு.''

இரண்டு பேர் மாரியைச் சமாதானப்படுத்தினார்கள். வெள்ளை பெரிய அதட்டல் போட்டு மாரியை அடக்கினார்.

''மாரி, வார்த்தையை உடாதே... இது பஞ்சாயத்து. பெரியவங்க இருக்றோம், நாங்க பாத்துக்குறோம்..''

வெள்ளையால் அதற்குமேல் பேச முடியவில்லை. அவருக்குக் காசநோய் இருப்பதால் மேல்மூச்சு கீழ்மூச்சு வாங்கியது. இருமி இருமி நன்றாகத் துப்பிவிட்டு முனுசாமியை அருகில் அழைத்தார்.

''முனிசாமி... ஆடிக் கறக்கிற மாட்டை ஆடிக் கறக்கணும்; பாடிக் கறக்கிறத பாடிக் கறக்கணும். தெரிஞ்சுதா? இவ்ளோதான் சூச்சுமம். ரெண்டு கிளாஸ் சாராயத்தை ஊத்திக்கினு ஊட்டுக்குப் போ. நயமா கேளு. மசியலன்னா, இழுத்துப்போட்டு மேல ஏறு. அப்புறம் பாரு... அவ தானா வழிக்கு வருவா... போ...''

வெள்ளை சொன்னதையே மற்றவர்களும் பிரதிபலித்தார்கள். மாரி முனுசாமியை அழைத்துக்கொண்டு சாராயம் குடிக்கக் கிளம்பினான்.

12

சோளம் தேவியின் முன் அமர்ந்து அவள் முகத்தையே பார்த்துக் கொண்டிருந்தாள். அவளுக்குச் சோளத்தின்மேல் பிரியம் அதிகம். சோளத்திற்கும் அவளை ரொம்பவும் பிடிக்கும். அவள் காதலுக்காகத் தூது போனவளே சோளம்தான். இருவருக்குமிடையே செய்திகளைக் கொண்டு செல்வாள். அவர்கள் தனிமையில் பேசும்போது காவலிருப்பாள். அவர்கள் காதலிப்பதில் அப்படியொரு சந்தோசமிருந்தது சோளத்திற்கு.

வெல்லம், காபித்தூள் வாங்க கடைக்குப் போயிருந்த மாலா திரும்பி வந்தாள். சோளத்தைப் பார்த்து முறுவலித்தாள்.

''எப்போடி வந்தே சூளைக்குப் போனீயாமே..''

''ஆமாண்டி, பள்ளத்துக்குப் போறேன்.. அதான் வந்தேன்..''

''பொறு, நானும் வர்றேன். அக்காவுக்குக் காபி காய்ச்சிக் குடுத்துட்டு வர்றேன்.''

மாலா அடுப்பைப் பற்ற வைத்தாள். வெல்லம் கொதி வந்ததும் காபித்தூளைக் கொட்டி இறக்கினாள்.

''அக்கா ஏன்டி உம்முனு கீது...''

சோளம் கேட்டதற்கு மாலா எவ்வித பதிலும் சொல்லவில்லை. காதில் வாங்கினாளா என்றே தெரியவில்லை. காபியை வடிக்கட்டி அலுமினிய கிளாசில் ஊற்றினாள். தேவியின் தோள்களைத் தட்டினாள்.

''யெக்கோவ்... இந்தா காபி குடி''

தேவி வேண்டாமென்று தலையசைத்தாள்.

''இன்னா வானா... குடி.''

மாலா அக்காவை முறைத்தாள். தேவி வேண்டா வெறுப்பாகக் காபியை வாங்கி பக்கத்தில் வைத்துக்கொண்டாள். மாலா வெளியே போய் அவள் அம்மாவிடம் ஏதோ சொன்னாள். உள்ளே வந்து அழுக்குத் துணிகளைத் தேடி எடுத்து மூட்டைக் கட்டினாள்.

மாலாவும் சோளமும் பள்ளத்தை நோக்கி நடந்தார்கள். சோளம் தயங்கியவாறு கேட்டாள்.

"தேவி அக்காவுக்கு இன்னாச்சுடி?"

மாலாவின் முகம் இறுகியது. சொல்வதா வேண்டாமா என அவள் மனம் ஊசலாடியது. எத்தனை நாளைக்கு மறைக்க முடியும். மாலா சொன்னாள்,

"அக்காவைப் பத்தி உனுக்குத்தான் நல்லா தெரியுமே. அவ கல்யாணமே வேணாம்னு சொன்னா. அத நாங்க கேக்கல. அதனாலத்தான் இவ்வளவு கஷ்டமும்."

மாலா கண்ணீர் சிந்தினாள். கொஞ்ச நேரம் மௌனம். மீண்டும் பேச்சை ஆரம்பித்தாள்.

"அவள ஒரு முட்டாள் தலையில கட்டி வச்சிட்டோம். இப்போ பைத்தியக்காரியா வந்து நிக்குறா. நா அழுக்காயிட்டேன்னு அழுவுறா. அப்பப்போ தண்ணிய மொண்டு தல மேல ஊத்திக்கிறா."

"நீங்கப் போய் பாக்கலையா?"

"அம்மா போகும்போது நல்லா இருக்கிற மாதிரி நடிச்சிருக்கா. வீட்டப் பெருக்கி, சோறாக்கி, துணி தோய்ச்சு... இப்பிடி எல்லா வேலையும் செஞ்சிருக்கா. ஆனா அந்த ஒரு விஷயத்துக்கு மட்டும் எடம் குடுக்கல. புருஷங்காரன் கைப்பட்டாலே அவளுக்கு ஒடம்பு நடுங்குது. வலிப்பு வந்தமாதிரி ஆயிடுது. இதெல்லாம் எங்களுக்குத் தெரியாது. எங்கியோ போய் அந்தாளு யோசன கேட்டுக்கீறான். தண்ணிப் போட்டுக்கினு போய் இஸ்துப்போட்டு செய். எல்லாம் சரியாப் பூடும்னு சொல்லிக் குடுத்துக்கிறானுங்கோ. அவனும் நல்லா குடிச்சிட்டு வந்து இவ மேல உழுந்து பொரண்டிருக்கான். அவ்ளோதான். இவளுக்குப் புத்தி பேதலிச்சுப் போச்சு..."

இருவரும் பள்ளத்தை வந்தடைந்தனர். மாலா துணிகளை நனைத்து சோப்புப் போட்டாள். சோளத்திற்குக் குளியல் மட்டும்தான் என்பதால் கட்டின துணியோடு தண்ணீரில் இறங்கினாள். தண்ணீரிலேயே ஒன்னுக்குப் போனாள். குளிர்ந்த நீரில் கண்களை மூடி நிம்மதியாக மிதந்தாள். உடலும் மனமும்

அமைதியானது. அண்ணாந்து பார்த்தாள். வானில் மேகங்கள் வேகவேகமாக ஓடின. அவள் பார்வை எதிர்க்கரையை நோக்கித் திரும்பியது. நான்கு பேர் தூண்டில் போட்டுக்கொண்டிருந்தனர். சோளம் அவர்களைக் கூர்ந்து பார்த்தாள். நான்கு பேரில் பூனையுமிருந்தான். அவனது கவனம் முழுவதும் தக்கையின்மீது இருந்தது. அவனைப் பார்த்து சோளம் ஒழுங்கு காட்டினாள். இதனை மாலா பார்த்துவிட்டாள். 'திருடி... கத அப்படிப் போவுதா?' என்று தனக்குள் சொல்லிக்கொண்டாள்.

அதிக நேரம் தண்ணீரில் கிடந்ததால் சோளத்தின் கண்கள் கோவைப் பழமாய் சிவந்து விட்டன. கரையேறி துணி மாற்றிக்கொண்டு தலைமுடியைக் காற்றாடவிட்டாள். மாலா இன்னும் துவைத்து முடிக்கவில்லை. பொழுது சாய்ந்து கொண்டிருந்தது. மீன் பிடித்துக்கொண்டிருந்தவர்கள் எழுந்து கொண்டனர். மீனையும் தூண்டிலையும் எடுத்துக்கொண்டு இவர்களிருந்த பக்கமாக நடந்து வந்தனர். பூனை உளுவையும், கெண்டையும் கோரையில் கோர்த்து எடுத்து வந்தான். அருகில் வந்ததும் பூனை சோளத்தைப் பார்த்துச் சிரித்தான். மற்றவர்கள் என்ன நினைப்பார்களோ என்ற பயத்தில் சோளம் அரைகுறையாகச் சிரித்தாள். 'மீன் வேணுமா' என அவன் ஜாடையில் கேட்க இவள் வேண்டாமென்று தலையசைத்தாள். பூனை பல்லைக் காட்டியவாறு அவளைக் கடந்தான்.

மாலா துணிகளை அலசிக்கொண்டு கரையேறினாள். இருவரும் வீட்டை நோக்கி நடந்தார்கள். சோளம் வெட்கத்தோடு சொன்னாள்,

"பூன... பாக்கும் போதெல்லாம் சிரிக்குதுடி. ஒரு மாதிரியா பாக்குது. இன்னான்னு தெரியல."

கேட்டதும் மாலா வெடுக்கென்று பதில் சொன்னாள்.

"உனுக்கு ஒன்னும் தெரியாது. பாப்பா. வாயில வெரல வச்சாக்கூட கடிக்கமாட்டே. அசிங்கமா கேட்பேன். அவன் உன்ன டாவடிக்கிறான். நீ அவன டாவடிக்கிற. அதான் விஷயம்."

"ஐய... இவ ஒருத்தி, அது படிச்சி கீது, பெரிய எடமாப் பாப்பாங்க..."

"தெரியுதில்ல. மூடிக்கிணு இரு. கண்ண அங்க இங்க அலைய உடாதே."

மாலா சொல்வதில் நியாமிருந்தது. சோளம் அமைதியானாள். நாம இருக்கின்ற இருப்புக்கு இதெல்லாம் தேவையா என்று தன்னையே கேட்டுக்கொண்டாள். நீண்ட யோசனைக்குப் பின் மாலா சொன்னாள்.

"ஏய், கொத்தம்பாத்தா மோசமானவ. உலுக்கி எடுத்திடுவா."

மாலாவின் எச்சரிக்கை சரியென்றே பட்டது. இனி பூனையிடம் ஒதுங்கியே இருக்கவேண்டும் என்று முடிவு செய்தாள் சோளம்.

சோளம் சூளை வேலையில் நன்றாகத் தேறிவிட்டாள். ஆப்பக் கடை மட்டுமே ஜீவாதாரமாக இருந்த நிலை மாறியது. சோளம் வாராவாரம் கணிசமான தொகையினைக் கூலியாகப் பெற்றாள். கிழவியின் சுருக்குப் பையில் நாலு காசு புரண்டது. சோளமும் தனக்கு வேண்டிய பொருட்களையெல்லாம் வாங்கினாள். முகப்பவுடர், கண் மை, சாந்து, ரிப்பன், துணிமணிகள் எல்லாம் வாங்கினாள். ஜாக்கெட்டிற்குள் உள்பாடி போடவும் ஆரம்பித்தாள். சோளம் கண்ணுக்கு மை தீட்டுவதும், உள்பாடி போடுவதும் கிழவிக்குச் சுத்தமாகப் பிடிக்கவில்லை. ஜாடை மாடையாகச் சொல்லிப் பார்த்தாள். நேரிடையாகவும் கண்டித்தாள். சோளம் அதையெல்லாம் காதில் வாங்கிக் கொள்ளவில்லை.

சோளம் முதன்முதலில் பாடி போட்டதும் பூனைதான் ஞாபகத் திற்கு வந்தான். கண்ணாடியில் தன்னைப் பார்த்தாள். பாடி போட்டதால் மார்புப் பகுதி எடுப்பாகவும் அழகாகவும் தோன்றியது. இதனைப் பூனை பார்க்க வேண்டும் என்று ஆசைப்பட்டாள். ரொம்ப நேரம் தெருப்பக்கமாகப் பார்த்துக் கொண்டிருந்தாள். கடைப்பக்கம் போய் நோட்டமிட்டாள். அவன் அகப்படவில்லை. துணிச்சலை வரவழைத்துக் கொண்டு அவன் வீட்டுப்பக்கம் சென்றாள். பூனை விறகு பிளந்து கொண்டிருந்தான். அவனது கட்டுமஸ்தான வெற்றுடம்பில் வியர்வை வழிந்து வசீகரத்தைக் கூட்டியது. சோளம் மாராப்பைத் தளர்த்திக்கொண்டு யதார்த்தமாக நடந்தாள். அவனது கவனத்தை ஈர்க்க தொண்டையைக் கனைத்தாள். பூனை அவளை நிமிர்ந்து

பார்த்தான். அவளிடம் ஏதோ ஒன்று கூடுதலாக இருப்பதாக உணர்ந்தான். அவளைத் தின்றுவிடுவது போல் வெறித்தான். சோளத்திற்கும் அது மகிழ்ச்சியளித்தது.

இப்போது எதிர்படும்போதெல்லாம் பேசிக்கொண்டார்கள். 'வேலைக்குப் போலியா', 'சாப்பிட்டியா' இப்படி ஏதாவது கேட்பான். அவள் பதில் சொல்லுவாள். முகம் மலரச் சிரிப் பார்கள். இப்போதெல்லாம் சோளம் வெட்கப்படாமல் அவன் கண்களை நேருக்குநேர் பார்த்துப் பேசுகிறாள். வேலைக்குப் போனதிலிருந்து ஆண்களோடு வாயாட ஓரளவு தைரியம் பெற்றிருந்தாள். ஒருநாள் அவித்த மரவள்ளிக் கிழங்கும், வறுத்த வேர்க்கடலையும் வாங்கி மடியில் கட்டிக்கொண்டு போய் யாரும் அறியாவண்ணம் பூனைக்குத் தந்தாள் சோளம். அவனும் சிரித்தபடி வாங்கிக்கொண்டான்.

பெரும்பாலும் வாரம் முழுவதும் சோளத்திற்கு வேலை இருந்தது. வேலை முடிந்து திரும்புகையில் இருட்டிவிடுகிறது. இப்போதெல்லாம் பூனையைக் காலையில் மட்டுமே பார்க் கிறாள். ஒருசில நாட்கள் தவறிவிடும். அன்று அவளுக்கு என்னவோபோல் ஆகிவிடும். பூனை விசிலடித்தபடியோ, பாட்டுப் பாடிக்கொண்டோ வருவான். அதைக் கேட்டதும் சோளம் வாசலுக்கு வந்துவிடுவாள். தலை வாருவாள். சட்டிப் பானை தேய்ப்பாள். லுங்கி மட்டும் அணிந்து வெற்றுடம்புடன் தனது அகன்ற மார்பை அவளுக்குக் காட்டியபடி பூனை தெருவில் நடமாடுவான். அவன் பார்வையும், அதன் உக்கிரமும் அவளிடம் பரவசத்தை உண்டாக்கும். ஒரு கட்டத்தில் பூனை அவளது மனம் முழுதும் நிரம்பிவிட்டான்.

13

பத்து மணி இருக்கும். சூரியன் தகதகவென மேலேறிக் கொண்டிருந்தான். நன்றாகத் தின்றுவிட்டு திண்ணையில் உட்கார்ந்திருந்தான் பூனை. இப்படித் தனியாக உட்கார்ந்திருப்பது அவனுக்குச் சலிப்பாக இருந்தது. கோணவாயனைப் போய் பார்க்கலாம் எனத் தோன்றியது. கொஞ்சம் பக்கம்தான் அவன் வீடு. இடையில் புல் புதர்களும், மாமரம் ஒன்றும் இருந்தன. அதனிடையே கால்தடம்பட்டு ஒற்றையடிப்பாதை உருவாகியிருந்தது. நடந்தவாறு பூனை மாமரத்தை நிமிர்ந்து பார்த்தான். மாங்காய் ஆங்காங்கே தென்பட்டது. இன்னொரு நாள் பறித்துக் கொள்ளலாம் என்று நினைத்தபடி நடந்தான்.

நாகம்மா பெரிய மொக்கை விறகோடு மல்லுக்கட்டிக் கொண்டிருந்தாள். இவனைப் பார்த்ததும் சிரித்தாள்.

"வா.. நல்ல நேரத்துலதான் வந்தே.. இந்த வெறக கொஞ்சம் பொளந்து குடு.."

நாகம்மா சொன்னாளே தவிர கடப்பாரையை அவனிடம் கொடுக்கவில்லை.

"எங்க உங்காளு.."

அவள் சலிப்பாகச் சொன்னாள்,

"அது எங்கே போயிக்கிதோ.. ஓலக் கூடைய தூக்கிக்கினு போச்சு. நண்டு புடிக்கத்தான் போயிருக்கும்."

"தெரியாமப் போச்சு. தெரிஞ்சிருந்தா நானும் கூடப் போயிருப்பேன்."

பூனையின் பேச்சு நாகம்மாவுக்குக் கோபத்தை உண்டாக்கியது.

"அந்தாளு ஒரு பைத்தியம். தோப்புத்தொரவுன்னு சுத்திக்கினு கீது. உனுக்கின்னா தலையெழுத்து.. அதுகூட போய் சுத்திக்கினு கீற.. படிச்சிக்கீற.. யோசிக்கமாட்டியா..."

பூனை மழுப்பலாகச் சிரித்தான். நாகம்மா எப்போதும் கோணவாயனை திட்டிக்கொண்டிருப்பாள். அதற்காகவே அவன்

எங்கேயாவது சுற்றிக்கொண்டிருப்பான். வீட்டில் நாகம்மா இல்லாத நேரமாகப் பார்த்து வந்து இருப்பதை வயிற்றுக்குக் கொட்டிக்கொள்வான்.

பூனை கையை நீட்டினான்.

"கடப்பாரையைக் குடு.. நா பொளக்குறேன்."

நாகம்மா தலையாட்டி மறுத்தாள்.

"வாணா.. உங்கம்மா பாத்தா கத்தும்.."

"அவங்க வேலைக்குப் போயிட்டாங்க. குடு."

அவளிடமிருந்து வலுக்கட்டாயமாக கடப்பாரையைப் பிடுங்கினான். பிடுங்கும்போது அவளது விரல்களை அழுத்திவிட்டான். அவள் வலியைப் பொறுத்துக்கொண்டாள்.

"தள்ளிப் போ.. மேல படப் போவுது."

நாகம்மா விலகி நின்றாள். பூனை உடம்பில் போர்த்தியிருந்த துண்டை அவளிடம் கொடுத்தான். பூனை கடப்பாரையை லாவகமாகக் கையாண்டான். மொக்கை சிறுசிறு துண்டுகளாகப் பிரிந்தது. அவனது உறுதியான உடம்பில் வியர்வை முத்துக்களாக மிளிர்ந்தது. நாகம்மா அவனது உடம்பை ரசித்துப் பார்த்தாள்.

"சும்மா சொல்லக்கூடாது. மச்சினன் கில்லாடி" என்றவாறு நாகம்மா அவனது முதுகில் தட்டினாள்.

பூனை, மொக்கை விறகை பிளந்து தள்ளிவிட்டு நிமிர்ந்தான். நாகம்மா தனது கையிலிருந்த துண்டால் அவன் மார்பையும், முதுகையும் துடைத்தாள்.

"திண்ணையில குந்து. காபி காய்ச்சுறேன்..."

"வாணா.. நா காபி குடிக்க மாட்டேன்."

பூனை திண்ணையில் உட்கார்ந்து தன்னை ஆசுவாசப்படுத்தினான்.

"அப்பிடின்னா பாலாவது குடி.. ஆட்டுப் பால் நல்லது."

அவன் பதில் சொல்லவில்லை. நாகம்மா சிதறிக் கிடந்த விறகுகளை அள்ளி அடுப்பினோரம் வைத்தாள். வழக்கத்திற்கு மாறாக அவளிடம் தடுமாற்றம் தெரிந்தது. வீட்டின் பின்புறம்

போய் சின்ன சொம்பில் ஆட்டுப்பால் கறந்து வந்தாள். அடுப்பைப் பற்ற வைத்துப் பாலைக் காய்ச்சினாள்.

"ஆடு ஓட்டிக்கிணு போவலையா...?"

"போவணும். கஞ்சி காய்ச்ச வெறகு இல்ல. இல்லேன்னா எப்போ போயிருப்பேன்."

அடுப்பிலிருந்து பாலை இறக்கிவிட்டு உலை வைத்தாள். பெரிய அலுமினிய கிளாசில் பாலை ஊற்றி அதில் வெல்லம் போட்டுக் கலக்கினாள்.

"இந்தா குடி."

அவன் வேண்டாமென்றான்.

"ஏங்.. எங்கூட்ல குடிக்கமாட்டியா...?"

"அட இப்போதான் சாப்ட்டு வந்தேன். சரி குடு குடிக்கிறேன்."

பூனை கிளாசை வாங்கினான். பாலைக் குடித்தபடி நாகம்மாவைப் பார்த்தான். ஆடுகளோடு வெயிலில் திரிவதால் கறுத்திருந்தாள். தலைமுடிகூட செம்பட்டை நிறமாக மாறியிருந்தது. பூனை நினைத்துப் பார்த்தான். நாகம்மா வாக்கப்பட்டு வந்தபோது புத்தம் புதிதாக இருந்தாள். மா நிறத்தில் பொலிவான முகம். நீண்ட கூந்தல். கச்சிதமான உடலமைப்பு. அப்போது கோண வாயனைப் பார்த்து நிறைய பேர் பொறாமைப்பட்டார்கள்.

நாகம்மா அடுப்பை ஊதிவிட்டு தற்செயலாகத் திரும்பினாள். பூனை தன்னையே வெறிப்பதைப் பார்த்துப் புன்முறுவல் செய்தாள். இன்னைக்குத்தான் இவனுக்குக் கண்ணு தெரிஞ் சிருக்கு என்று தனக்குள் சொல்லிக்கொண்டாள். இன்று அவனிடம் நிறைய வித்தியாசமிருந்தது. ஓரக்கண்ணால் அவனைக் கவனித்தவாறு வேலைகளைச் செய்தாள்.

பூனை மிகவும் குழப்பமடைந்தான். இவ்வளவு நாள் இல்லாமல் இன்று ஏன் நாகம்மா வசீகரமாகத் தெரிகிறாள். அவனோ இதுவரை பெண்களின் நிர்வாணத்தைத் காணாதவன். அந்த சுகத்திற்காக ஒவ்வொரு நாளும் ஏங்கிக்கொண்டிருப்பவன். இந்தத் தனிமைச்சூழல் அவனிடத்தில் கிளர்ச்சியை உண்டாக்கி விட்டது. எப்படியோ அவன் மனதில் நாகம்மா மீது இச்சை

உண்டாகிவிட்டது. அவனால் உணர்வைக் கட்டுப்படுத்த முடியவில்லை. விபரீதம் நிகழ்வதற்குமுன் போய்விடலாம் என்ற முடிவுக்கு வந்தான். ஆனால் அவனால் எழ முடியவில்லை. கால்கள் பின்னிக்கொண்டன. உடல் லேசாக நடுங்கியது. ரத்தம் சூடாகி அவனது மூச்சுக்காற்றில் உஷ்ணம் அதிகரித்தது. எதையோ எடுக்கத் திரும்பிய நாகம்மா அவன் முகத்தைக் கூர்ந்து பார்த்தாள். குழந்தைத்தனமான அவன் முகத்தில் கள்ளமும் பயமும் ஒரு சேரக் கண்டாள். அவனிடம் கொஞ்சம் விளையாடிப் பார்க்கலாம் என்ற முடிவுக்கு வந்தாள்.

"இன்னாத்த அப்பிடி மொறச்சுப் பாக்குறே...?"

பூனை இந்தக் கேள்வியை எதிர்ப்பார்க்கவில்லை. பயத்தில் நா குழறியது. பதில் சொல்லத் தடுமாறினான்.

"சும்மாதான்.."

"சும்மாதானா.. வேற எதுக்கோ பாக்குறேன்னு நெனச்சேன்."

நாகம்மா எழுந்து அவனிடம் வந்தாள். கன்னத்தில் அறைந்து விடுவாளோ என்று பூனை பயந்தான்.

"இன்னா மொகமெல்லாம் வேக்குது...?"

முந்தானையால் அவன் முகத்தைத் துடைத்தாள்.

அவன் முகத்தில் துளிர்த்திருந்த மீசையை ரசித்தவாறு மூக்கைக் கிள்ளினாள்.

"மீசை மொளச்சிருச்சி. கல்யாணம் பண்ணிட வேண்டியதுதான்."

நாகம்மா கேலி செய்து சிரித்தாள். அவனும் பதிலுக்குச் சிரித்து வழிந்தான். காமம் அவனைச் சித்திரவதை செய்தது. அவளை அப்படியே இழுத்துக் கட்டிக்கொள்ளத் தோன்றியது. ஆனால் பயம் அவனைத் தடுத்தது. நாகம்மா ஏதோ சாமான் எடுக்க உள்ளே போனாள். போகும்போது அவன் கன்னத்தைக் கிள்ளிவிட்டுப் போனாள். உள்ளே அவள் ஏதோ உருட்டிக் கொண்டிருந்தாள். பூனைக்கு நெஞ்சு திக்திக்கென்று அடித்துக்கொண்டது. பூனை வாசலில் நின்று சுற்றும் முற்றும் பார்த்தான். ஒரு குருவி காக்கா தென்படவில்லை. ஆசையை அடக்க முடியாமல் உள்ளே நுழைந்தான். நாகம்மா அரை இருட்டில் பானையில்

கையைவிட்டுத் துழாவிக்கொண்டிருந்தாள். பூனை உள்ளே நுழைந்ததைக் கவனிக்கவில்லை. பூனை அவள் பின்னால் போய் நின்றுக்கொண்டான். அவனுடைய கைக்கால்கள் நடுநடுங்கின. நாகம்மாவைத் தொட நினைத்தான். தொட முடியவில்லை. தேவையானதை எடுத்துக் கொண்டு திரும்பியவள் பூனையைப் பார்த்து திடுக்கிட்டாள். நன்றாகத் திட்டப் போகிறாள் என்று நினைத்தான். அவளோ, "இன்னா வேணும்.. தண்ணியா" என்றாள். பூனை "ஆமாம்" என்பதுபோல் தலையசைத்தான். நாகம்மா கையிலிருந்த சாமான்களை ஓரமாக வைத்துவிட்டுத் தண்ணீர் மொள்ள சொம்பை எடுத்தாள். சட்டென்று ஏதோ ஒரு சக்தி அவனை உந்தித்தள்ள அவளை பின்புறமாகச் சேர்த்துக் கட்டிப் பிடித்தான். அவள் கையிலிருந்த சொம்பு தவறி விழுந்து சத்தமிட்டவாறு உருண்டோடியது.

"ஏய்.. உடு.. இன்னா இது ம்.. பாரேன்.. கையெடு.."

அவன் விடக்கூடிய நிலையில் இல்லை. வெறிப்பிடித்தவன்போல் மாறினான். உடும்புப்பிடியாய் இறுக்கினான். அவளை அப்படியே தரையில் சாய்த்தான்.

"ஏய்.. சோறு வெந்துருச்சி.. வடிக்கணும். உடு.."

அவள் சொன்னது அவன் காதில் ஏறவில்லை. எப்படியாவது இச்சையைத் தணித்துக்கொள்ள வேண்டும் என்பதிலேயே குறியாக இருந்தான்.

"ஏய்.. கதவு தொறந்து கீது, சாத்திட்டு வர்றேன். சத்திமா வர்றேன்... சாமி சத்திமா வர்றேன் உடு."

பூனை இறுக்கத்தைத் தளர்த்தினான்.

"அலைஞ்சான்... அலைஞ்சான். எப்படி இறுக்குதுப்பார்.."

அவனை அடிக்கக் கை ஓங்கினாள். வெளியே போய் நாலா பக்கமும் பார்த்தாள். ஒருவருமில்லை என்பதை உறுதிபடுத்திக் கொண்டாள். சோற்றை வடித்துவிட்டு உள்ளே வந்தாள்.

"தோ பார் ஆடு ஓட்டிக்கினு போவணும்.. வெளியே போ.."

பூனை பயமற்றிருந்தான். ஆசையைத் தணிக்க எவ்வித கொடூரத்தையும் செய்யும் நிலையிலிருந்தான். பாய்வதற்குத் தயாராக நின்றான். அதுவும் அம்மணமாக.

“திமிரப் பார்.. காட்டிக்கினு நிக்குது.”

என்று சொல்லி அவள் வாய் மூடுவதற்குள் வெறித்தனமாகப பாய்ந்தான் பூனை. நாகம்மா அவனது காதோரம் கிசுகிசுத்தாள்.

“வெறி புடிச்ச நாயிகிட்டே மாட்டிக்கினேன்.”

நண்டு பிடிக்கப் போன கோணவாயன் வயல்களில் திரிந்தான். வரப்போரமிருந்த வளைகளில் கை நுழைத்து நண்டுகளைப் பிடித்தான். ஓலைக்கூடை நிறைந்ததும் காசியம்மாவைத் தேடிப் போனான். நண்டுக்குப் பதிலாகச் சாராயம் வாங்கிக்கொண்டான். வெறும் வயிற்றில் போதை சர்ரென்று ஏறியது. கொஞ்ச நேரம் உளறிக்கொண்டிருந்தான். பிறகு அங்கேயே ஓரமாக படுத்துக்கொண்டான்.

14

வெயிலின் உக்கிரம் கடுமையாக இருந்தது. பூமி உருகி ஆறாக ஓடிவிடுமோ என்று அஞ்சுமளவுக்குக் காய்ந்தது. 'இன்னா வெயிலு... இன்னா வெயிலு.' என்று ஒவ்வொருவரும் முணுமுணுத்தனர். கேலிப்பேச்சும் குறைந்துவிட்டது.

கூழ்வயித்தன் முகத்தில் எள்ளும் கொள்ளும் வெடித்தன. வேலை மந்தமாக நடப்பதாக அவன் நினைத்தான். 'கரி அள்ளு.. செத்தைக் கொண்டா.. சீக்கிரம் ஆவட்டும்' என்று சத்தம் போட்டான். அவன் கத்தும் போதெல்லாம் கொத்தம்பாத்தா எரிச்சலடைந்தாள். பதிலுக்கு நக்கலாக ஏதாவது சொன்னாள். அவனோ அதனைக் கேட்காததுபோல் இருப்பான். அவர்களிருவருக்கும் உள்ள அந்நியோன்யம் அப்படிப்பட்டது.

'டர்ர்...'ன்னு ஒரு சத்தம். அதனைத் தொடர்ந்து குப்பென்று ஒரு கெட்ட வாடை.

கொத்தம்பாத்தாவால் சிரிப்பை அடக்க முடியவில்லை. தலையிலிருந்த கல்லைக் கீழே சாய்த்துவிட்டு வயிறு குலுங்கச் சிரித்தாள். என்ன நடந்தது என்று புரியாமல் சூளை மேலிருந்த கூழ்வயித்தன் கொத்தம்பாத்தாவை கடுகடுவெனப் பார்த்தான். சந்துபல்லி கையால் மூக்கைப் பொத்தியபடி கேட்டாள்.

"தூ.. இன்னாடி துன்றீங்கோ. இப்படி கப்படிக்குது. யாருடி உட்டது?"

கொலை செய்ததைக்கூட ஒத்துக்கொள்வார்கள். குசு விட்டதை மட்டும் யாரும் ஒத்துக்கொள்ள மாட்டார்கள். சந்துபல்லி பூலோகத்திடம் கேட்டாள்.

"நீயாடி உட்ட?"

பூலோகம் எரிச்சலோடு சந்துபல்லியைப் பார்த்தாள்.

"யாரப் பாத்துக் கேக்குற?"

சந்துபல்லி சோளத்தைப் பார்த்தாள்.

சோளம் கண்கலங்கினாள்.

“சத்திமா நா இல்ல.”

“இதுக்கேன்டி அய்வுற.. அங்கம்மா உட்டுருப்பா..”

பழியை அங்கம்மாவின் மேல் போட்டாள். அங்கம்மா இவர்களின் பேச்சைக் கேளாமல் அவள் பாட்டுக்கு வேலை செய்துகொண்டிருந்தாள். அவளுக்குக் காது மந்தம். எதுவாயிருந்தாலும் சத்தமா சொல்லணும்.

பழையபடி வேலையைத் தொடர்ந்தார்கள். சோளம் யாரோ கூப்பிட்டதுபோல் உணர்ந்தாள். தலையில் பாரமிருந்தது. இருந்தும் சிரமப்பட்டுக் குன்றுமேட்டைப் பார்த்தாள். யாரோ இவர்களை நோக்கி ஓடிவருவது தெரிந்தது. சோளம் கூர்ந்து பார்த்தாள். நீலக்கலர் சட்டையை வைத்து வருவது காளி என்பதை ஊகித்தாள். குழம்பியவாறு தனக்கு முன்னால் நடந்த சந்துபல்லியைக் கூப்பிட்டாள்.

“சித்தா... ஓ.. சித்தா”

சோளம் கூப்பிட்டது அவள் காதில் விழவில்லை.

சந்துபல்லி ஏதோ யோசனையிலிருந்தாள்.

சோளம் எரிச்சலடைந்தாள்.

“சந்துபல்லி”

அவ்வளவுதான். சந்துபல்லி கோபத்தோடு திரும்பினாள்.

“திமிருடி உனுக்கு.. சந்துபல்லியாம். ஒம்பல்லு ஒய்ங்கா கீதா பார். சந்துபல்லியாம்...”

“ஐய, சித்தா... சித்தான்னு எவ்ளோ நேரம் கத்தினேன். உனுக்குக் காது கேக்கல. சந்துபல்லின்னு கூப்டதும் சட்டுனு திரும்பிப் பாக்குற. ஒம் மச்சினன் காளி ஓடியாருது. இன்னானு தெரில.”

சூளை மேல் கல்லை அடுக்கிக் கொண்டிருந்தவர்கள்கூட வேலையை நிறுத்திவிட்டு ஓடி வருபவனைப் பார்த்தனர். குன்றுமேட்டில் ஏதோ அசம்பாவிதம் நடந்திருக்கணும்.

சூளையை நெருங்கியதும் காளி எதுவும் பேசாமல் மூச்சிரைக்க நின்றான். பிறகு கொத்தம்பாத்தாவிடம் மெதுவாக

முணுமுணுத்தான். அவள் வாயிலும் வயிற்றிலும் அடித்துக் கொண்டு அழுதாள். அழுதவாறு கூழ்வயித்தனைப் பார்த்தாள். "மோசம் போயிட்டோம்.. தேவி தூக்குமாட்டிக்கினாளாம்.. ஐயோ எம் பொண்ணே.."

கொத்தம்பாத்தா ஓலமிட்டாள். எல்லோரும் அதிர்ச்சியில் பேச் சற்று நின்றனர். கூழ்வயித்தன் தலையில் இடி விழுந்ததுபோல் சுருண்டான். அவனைச் சூளை மேலிருந்து சிரமப்பட்டு இறக்கினார்கள். காளி அவனை சைக்கிளில் ஏற்றிக்கொண்டான். வேலையைப் போட்டது போட்டபடி விட்டு எல்லோரும் கிளம்பினார்கள்.

சந்துபல்லி புலம்பினாள்,

"மவராசி... நேத்துக்கூட பாத்தேனே. சாவுற வயசா இது? கொத்தம்பாத்தாவின் கண்களிலிருந்து மாலைமாலையாகக் கண்ணீர் கொட்டியது. தேவியை வளர்த்ததே கொத்தம்பாத்தாதான். தேவி எப்போதும் அவளிடமே ஒட்டிக் கொண்டிருப்பாள்.

கால்கள் பின்ன தள்ளாடி நடந்தாள் கொத்தம்பாத்தா.

இவர்கள் தெருவில் நுழைந்தவுடன் அஞ்சலையின் ஓலத்தைக் கேட்டார்கள். வாசலில் மரக்கட்டிலில் தேவியைக் கிடத்தியிருந்தார்கள். தேவி அசப்பில் தூங்குவது போலிருந்தாள். அப்படியொரு சாந்தம் அவள் முகத்தில். அஞ்சலையும் மாலாவும் தலைமாட்டில் அழுதுகொண்டு உட்கார்ந்திருந்தனர். கொத்தம்பாத்தா அஞ்சலையைக் கட்டிக்கொண்டு கதறினாள். மாலா சோளத்தைப் பார்த்து வெதும்பினாள். அவளை எப்படித் தேற்றுவது என்று தெரியாமல் சோளம் முழித்தாள்.

நண்டு கிழவன் நாலா பக்கமும் ஆட்களை விரட்டினார். யாரோ ஒருத்தி காமாட்சியம்மன் விளக்கை தலைமாட்டில் கொண்டு வந்து வைத்தாள். இரண்டு பேர் ஓலையும் கொம்பும் கொண்டு வந்து பந்தல் போட்டனர். வண்ணான் துணியோடு வந்தான். மேளக்காரன் இன்னும் வரவில்லை.

கூழ்வயித்தன் அழுது முடித்து வீட்டின் பின்புறம் வந்தான். பூவரசு மரம் சலனமின்றி நின்றது. எரிக்கப்பட்ட கயிறு புகைந்து கொண்டிருந்தது. முட்டக்கண்ணன் வந்து அருகில்

நின்றான். அவன்தான் தொங்கிக்கொண்டிருந்த தேவியை கயிற்றை அறுத்து இறக்கியது. அவன் மரத்தின் கிளையைக் காட்டி சொன்னான்.

"அதோ அந்தக் கிளையில்தான். நீ பாத்திருந்தா நெஞ்சு வெடிச்சு செத்திருப்ப."

கங்கன் தூக்கிட்டு இறந்ததும் அதே கிளையில்தான்.

"அப்பவே இந்த மரத்தை வெட்டிப் போட்டிருக்கணும்" என்றான் கூழ்வயித்தன்.

வெட்டியானைக் கூப்பிடப் போன மட்டி, தலையைத் தொங்கப் போட்டவாறு வந்தான்.

"இன்னாடா ஒரு மாதிரியா வர்ற...ம்..."

"அவனுங்க குன்னுமோட்டுக்கு மோளம் அடிக்க வர மாட்டாங்களாம்."

"எதுக்காம்?"

"ஆடி மாசம் கூழ் ஊத்தும்போது பிரச்சனையாச்சில்ல. அத மனசுல வச்சிக்கிணு பழி வாங்குறானுங்க."

"அதுக்கும் இதுக்கும் இன்னாட சம்மந்தம் கீது?"

"ஏங்கிட்ட கேட்டா, போய் அங்கக் கேளு."

நண்டு முணுமுணுத்தார். அவரே கிளம்பினார். "வெட்டியாரப் பசங்க முன்ன மாதிரி இல்ல."

ஆடிமாதம் ஐந்தாம் வாரம் ஊர் வழக்கப்படி கோயிலின் முன் காலி அண்டா வைக்கப்பட்டது. விருப்பமுள்ளவர்கள் கூழ் காய்ச்சிக் கொண்டு வந்து அண்டாவில் ஊற்றுவார்கள். அதனைக் கரைத்து அப்போதே ஜனங்களுக்கு ஊற்றுவார்கள். மேளம் அடிக்கும் டின்னுவும் தன் வீட்டிலிருந்து கூழ் காய்ச்சிக் கொண்டுவந்தான். 'வெட்டியான் வீட்டு கூழ கோயில் அண்டாவில் ஊத்தலாமா?' என்று குன்றுமேட்டைச் சேர்ந்த சிலர் கேட்டனர். குடிகாரனொருவன் டின்னு கொண்டுவந்த கூழ்ப் பானையை எட்டி உதைத்தான்.

15

நண்டு கிழவனின் வயதிற்கும் சொல்லுக்கும் கட்டுப்பட்டு டின்னு வர சம்மதித்தான். அவனும் ஆண்டாள் கிழவனும் மேளத்தோடு சாவு வீட்டிற்கு வந்தனர். வந்ததும் காய்ந்த பனை ஓலையைக் கொளுத்தி மேளத்தை சூடு காட்டினார்கள். டின்னு கழுத்தில் மாட்டிக்கொண்ட சட்டி மேளத்தைக் கொட்ட ஆண்டாள் கிழவன் தப்படித்தான்.

''ட்ராக் ட்ராக்.. ட்ராக்.. டங்கா நாக் நாக் நாக்..'' பறையொலி அதிர்ந்தது. டின்னு அபாரமாக வாசித்தான். எல்லோர் பார்வையும் டின்னு மீது குவிந்தது. ஆண்களும் சிறுவர்களும் அரைவட்டமாகச் சூழ்ந்து நின்று மேளம் அடிப்பதை ரசித்தனர். கட்டக்காலன் நாக்கின் அடியில் விரலைச் சொருகிக் காது கிழியும்படி விசிலடித்தான். தாடியும் மீசையுமாய் அழுக்கு உடையில் பைத்தியக்காரனைப் போலிருந்த காளி, சாவுக் கூத்து ஆடுவதில் சூரன். ஆடாமல் சுரத்தின்றி நின்றான். அவனை யாரோ தள்ளினார்கள். அவன் திரும்பிப் பார்த்தான். மந்தைவெளி நின்றிருந்தான். அவன் கண்கள் கோவைப் பழமாய் சிவந்திருந்தன. போதையில் இருந்தான். அவனைக் கண்டதும் காளி குஷியானான்.

''கவனி மாமு...''

''ஒரு ஆட்டம் போடு.. கவனிக்கிறேன்...''

காளி கோதாவில் இறங்கினான். தாளத்திற்கேற்றவாறு ஆடினான். வியர்த்து விறுவிறுக்கப் பதினைந்து நிமிடம் ஆட்டம் போனது. டின்னு அடிப்பதை நிறுத்தினான். மழை பெய்து ஓய்ந்த மாதிரி இருந்தது. மேளத்தை ஓரமாக வைத்துவிட்டு ஆண்டாள் கிழவனோடு சாராயம் குடிக்கக் கிளம்பினான். காளி மந்தைவெளியைப் பார்த்து ஜாடை செய்தான். அவனோ பெண்கள் பக்கம் பார்வையை ஓடவிட்டான். எட்டியம்மா அவனுக்கு முதுகைக் காட்டியவாறு திரும்பி உட்கார்ந்திருந்தாள். பேச்சு சுவாரஸ்யத்தில் அவனைக் கவனிக்கவில்லை. காளியை அழைத்துக் கொண்டு பனஞ்சாலை நோக்கி நடந்தான் மந்தைவெளி. டின்னுவும் ஆண்டாள் கிழவனும் சரக்கை ஏற்றிக்

கொண்டு திரும்பிக்கொண்டிருந்தனர். இவர்களைப் பார்த்து டின்னு உதட்டைப் பிதுக்கினான்.

"பச்சத் தண்ணி..."

சொல்லிவிட்டுத் தொண்டையைச் செருமினான். காளி மந்தைவெளிடம் சொன்னான்.

"காசியம்மாகிட்ட சரக்கு நல்லா இருக்கும். அங்க போலாமா.."

காசியம்மா சரக்கு சுரீரென்று ஏறும். அவள் சொந்தமாக ஊறல் போட்டு காய்ச்சுகிறாள். அம்பிகா அப்படியில்லை. வளரும்பாக்கத்திலிருந்து வாங்கிவந்து விற்கிறாள்.

"மச்சான்.. காசியம்மா ஒத்த ரூவா கடன் தரமாட்டா.."

அம்பிகா செடி மறைவில் கொள்ளிக்கு இருப்பதுபோல் உட்கார்ந் திருந்தாள். லோக்கல் போலீசுக்கு மாசாமாசம் மாமூல் கொடுத்தாலும் அவளிடம் பயம் போகவில்லை. ஏதாவது வண்டிச் சத்தம் கேட்டால்போதும் நெஞ்சு துடிப்பு அதிகரிக்கும். நிம்மதியாக ஒரு பிடி சோற்றைத் தின்ன முடியாது. இருந்தும் இதனைவிட அவளால் முடியவில்லை. உடம்பு நோகாமல் ஓரளவு பணம் பார்க்கலாம் என்பதால் இதில் கிடந்து உழல்கிறாள். மந்தைவெளி குரல் கொடுத்தான். செடி மறைவிலிருந்து அம்பிகா வெளியே வந்தாள். இவர்களைப் பார்த்துச் சிரித்தாள். சாவு விழுந்தால் வியாபாரம் நன்றாக நடக்கும்.

மந்தைவெளி அம்பிகாவைக் கேட்டான்.

"எதுக்கு பதுங்கிக்கினு கீற..ம்.."

"பெசல் பார்ட்டி வருதுன்னு ஏடு சொன்னான்."

"ராஜேந்திரனா.. ஒங்கிட்ட துட்டு வாங்கறதுக்கு ஏதாவது கத உட்டிருப்பான். நீதான் டேசனுக்கு மாமூல் கட்டுற.. அப்புறம் எதுக்கு இந்தாளுக்கு காசு குடுக்கிற.."

"பயம்தான். போலீஸ்காரன் ஊட்டு வாசல்ல வந்து நிக்கும்போது எப்பிடி இல்லேன்னு சொல்றது..ம்.."

"சரி இருக்கட்டும்.. மச்சானுக்கு ஒரு கிளாஸ் குடு.."

அம்பிகா புதர் மறைவிலிருந்து சாராயக் கேனை எடுத்தாள். கண்ணாடி கிளாசில் ஊற்றிக் காளியிடம் நீட்டினாள். அவனோ சில நொடிகளில் மடக்மடக்கென குடித்துவிட்டுச் சப்புக்கொட்டியவாறு மந்தைவெளியைப் பார்த்தான்.

"இன்னாடா.. போதும்டா.. ஓவராயிடும்.."

"மாம்ஸ்.." காளி கெஞ்சினான்.

"சரி இன்னொரு கிளாஸ் வாங்கிக்க.. அவ்ளோதான்.. அப்புறம் கேக்கக்கூடாது."

காளி இன்னொரு கிளாஸ் வாங்கிக் குடித்தான்.

"யெக்கோவ்.. கணக்குல வச்சுக்க.. மாமா எங்கக் காணோம். சாவுகிட்டக்கூட இல்ல.. எங்கப் போயிட்டாரு..ம்.."

அம்பிகா கண்ணாலேயே சற்று தள்ளியிருந்த வேப்பமரத்தை காட்டினாள். மந்தைவெளி வேப்பமரத்தைப் பார்த்தான். மரத்தின் உச்சியில் புட்டி உட்கார்ந்திருந்தான். அங்கிருந்து பார்த்தால் ஊருக்குள் நுழையும் சாலை தெரியும். போலீஸ் வருவதைக் கண்காணிக்கத்தான் மேலே உட்கார்ந்திருந்தான். மந்தைவெளி புட்டியைப் பார்த்துக் கையசைத்தான். பதிலுக்கு அவனும் அசைத்தான்.

மந்தைவெளியும் காளியும் சாவு வீட்டை நோக்கி நடந்தனர். வழியில் டங்காரு இணைந்தான். அம்பிகாவுக்குச் சாராயம் கடத்தி வந்து கொடுப்பது அவன்தான். கில்லி மாதிரி சைக்கிள் ஓட்டுவான். வெறுங்காலில் முள்ளுகாட்டில் ஓடுவான். அம்பிகாவின் வலது கையே டங்காருதான்.

தூக்குப் போட்டு செத்திருந்ததால் பிணத்தை சீக்கிரம் எடுத்திட முடிவு செய்தனர். தேவியின் புருஷனுக்குத் தகவல் போனது. பயந்துகொண்டு அவர்கள் பக்கமிருந்து யாரும் வரவில்லை. சடங்கு சாமான்கள் வாங்க இரண்டு பேர் மலைக்கடைக்கு விரைந்தனர். எட்டியம்மா பெரிய தேக்சாவில் காபி காய்ச்சிக் கொண்டு வந்து எல்லோருக்கும் கொடுத்தாள். காபி கொடுக்க மந்தைவெளியைத் தேடினாள். அவனோ தள்ளாடியபடி வந்தான். கோபத்தில் பல்லைக் கடித்தாள். குடல் வெந்து

இரண்டு முறை தப்பிப் பிழைத்தான். எட்டியம்மா சூழலை மறந்து ஆத்திரத்தில் கத்தினாள்,

''மூத்திரத்தக் குடிக்கலேன்னா உனுக்கு தூக்கம் வராது...''

நாலு பேருக்கு மத்தியில் அதுவும் சாவு வீட்டில் அவள் அவனைக் கடிந்துகொண்டும் மந்தைவெளி சிரித்தான்.

''துக்கத்தில குடிச்சேன்டி.. கொழந்த போயிட்ட துக்கம்..''

மந்தைவெளி கண்ணீர் சிந்தினான். டங்காருவும், காளியும் ஆட்டம் போட விரும்பினார்கள். மேளம் மட்டும் ஓரமாக இருந்தது. அடிப்பவர்களைக் காணவில்லை. டின்னுவும் ஆண்டாள் கிழவனும் மறைவாகப் போய் ஒன்றுக்கு இருந்துவிட்டு பீடி புகைத்துக்கொண்டிருந்தனர். டங்காரு சத்தமாகக் கேட்டான்.

''வெட்டியானுங்கள எங்கக் காணோம்.''

காளி அவன் பங்கிற்குக் கத்தினான்.

''மோளம் அடிக்காம எங்க போயிட்டானுங்கோ''

இரண்டு பேரும் வம்பை விலைக்கு வாங்குகிறார்கள் என்பதை அங்கிருந்தவர்கள் புரிந்துகொண்டார்கள். ஒருசிலப் பெண்கள் தங்கள் வீட்டு ஆண்களைக் கண்களாலேயே எச்சரித்தனர். டங்காரு போதையில் மீண்டும் மீண்டும் கத்தினான். அவன் கத்தியது தூரத்தில் வந்து கொண்டிருந்த டின்னுவின் காதிலும் விழுந்தது. அங்கிருந்தவர்களுக்கு திக்கென்றிருந்தது. டின்னு லேசுப்பட்டவனில்லை பலசாலி. பேயோட கையையே வெட்டியவன்.

ஒருநாள் இரவு சோறும் பன்றி வறுவலும் எடுத்துக்கொண்டு தோப்புக்காவலுக்கு அவன் சென்றிருக்கிறான். அவன் பின்னாடியே ஒரு கறித்துண்டு கேட்டுக் கெஞ்சியபடி பேய் வந்திருக்கிறது. இவனோ திரும்பிப் பாராமல், பயத்தைக் காட்டாமல் தர்றேன் தர்றேன் என்று சொல்லியபடி பம்ப் செட்டிற்குள் போய் கதவைச் சாத்திக்கொண்டிருக்கிறான். பேய் விடுவதாக இல்லை. பம்ப் செட்டை சுற்றிச் சுற்றி வந்து கறி கேட்டிருக்கு. தர்றேன் கையை நீட்டுன்னு இவன் சொல்ல அதுவும் ஜன்னலில் கைகளை நீட்டி இருக்கு.

அவ்வளவுதான். பக்கத்திலிருந்த பாலைக் கத்தியை எடுத்து ஒரே போடு. பேயோட இரண்டு கைகளும் துண்டானது. அப்படியே கூடையில கவிழ்த்து வைத்திருந்து மறுநாள் ஊரில் வந்து அனைவரிடமும் காட்டி இருக்கிறான். அவை குரங்கின் கைகளைப் போன்று இருந்திருக்கிறது. அன்றிலிருந்து அவனுக்கு ஊரில் கொஞ்சம் மரியாதை அதிகரித்தது.

இன்று சாவு நல்லபடியாகப் போவாது என்று அனைவருக்கும் தெரிந்துவிட்டது. எட்டியம்மா சுதாரித்துக்கொண்டாள். மந்தைவெளியைச் சாதூர்யமாகப் பேசி வீட்டிற்கு அழைத்துப் போனாள். அதன் பிறகு அவன் வெளியே வரவில்லை.

டங்காரு பற்களை நறநறவென கடித்தான். ஏதோ சொல்ல முயற்சித்தான். போதையில் நா குழறியது. பொறுத்துக்கொள்ள முடியாமல் சந்துபல்லி டங்காரை அதட்டினாள்.

“தோ பார் நல்லதில்ல, சாவு ஊட்ல வந்து பிரச்சனை பண்ணாதே.. ஆமா.. மரியாதையா ஊட்டுக்குப் போ..”

டங்காரு சந்துபல்லியிடம் குழைந்தான்.

“இல்ல சித்தா.. வந்து பத்து நிமிஷம் தட்டிட்டுப் போயிட்டானுங்க. வெட்டியாரப் பசங்க முன்ன மாதிரி இல்ல..”

டின்னு லுங்கியை இறுக்கமாகக் கட்டிக்கொண்டான். அவன் சண்டை போட தயாராயிட்டான்.

“எவண்டா வெட்டியான்னு கூவுறது. ங்கொம்மாள... தூக்கிப் போட்டு மிதிச்சுடுவேன்..”

சூழல் நிசப்தமானது. அடுத்து என்ன நடக்கப் போகிறதோ என்ற ஆவல் அனைவரின் நெஞ்சிலும் எழுந்தது. கட்டக்காலன் டின்னுவின் கைகளைப் பிடித்துக்கொண்டான்.

“உடு மாமு.. பசங்க கொஞ்சம் ஓவராயிட்டானுங்கோ..”

“நாங்கூடத்தான் குடிச்சிக்கீறேன். அதுக்காக இன்னா வொன்னா பேசிட முடியுமா.. திமிரு.. நா மாட்ட அறுக்கிறவன்.. ஏங்கிட்ட வச்சுக்காதிங்க.. தோல உரிச்சு உப்பு கண்டம் போட்டுடுவேன்..”

எல்லோரும் டங்காருவைப் பார்த்தார்கள். டின்னு எச்சரித்தது அவனைத்தான். இனி அவன் பின்வாங்க முடியாது. ஒருவரும் மதிக்கமாட்டார்கள். டங்காரு டின்னை நோக்கி பாய்ந்தான்.

“டாய்..”

சீறி வந்த அவனை டின்னு லாவகமாகப் பிடித்துத் தூக்கித் தெருவோரம் வீசினான். டங்காருவுக்குக் காலிலும், கையிலும் சிராய்த்துக்கொண்டது. அவன் தடுமாறி எழுந்து நின்றான். அவனெதிரில் டின்னு உறுதியுடன் நின்றான். அவனுடைய வாட்ட சாட்டமான உடம்பைப் பார்த்து டங்காரு தடுமாறினான். வெறும் கைகளால் அவனோடு மோத முடியாது என்பதைப் புரிந்து அங்கிருந்து ஓட்டம் பிடித்தான். டின்னு இரண்டு கைகளிலும் கருங்கல்லை எடுத்துக்கொண்டான். எல்லோரையும் பார்த்துச் சொன்னான்.

“இதனாலத்தான் நா மோளம் அடிக்க வரமாட்டேன்னு சொன்னேன். நண்டு தாத்தா மொகத்துக்காக வந்தேன். குடிச்சிட்டு வந்து வீண் சண்டை போடுறானுங்க. எல்லாரும் வேடிக்கைப் பாக்குறீங்க.”

டின்னு ஒன்னுமில்லாத விஷயத்தைப் பெரிதுப்படுத்துகிறான் என்று வரதன் நினைத்தான். மேலும் அவனும் இரண்டு கிளாஸ் சரக்கை உள்ளே தள்ளியிருந்தான். அவன் எரிச்சலடைந்தான்.

“யோவ்.. நானும் அப்போமுச்சும் பாத்துக்கினு கீறேன். ஒன்னுமில்லாத விஷயத்துக்குத் தைதைன்னு குதிக்கிற.. ம்.. வெட்டியான்னு சொன்னது ஒரு தப்பா.. நீ வெட்டியான்தானே..”

டின்னு கல்லைப் போட்டு விட்டு வரதன் மேல் பாய்ந்தான். மின்னல் வேகத்தில் ஒரு அறையும், இரண்டு குத்துக்களும் விட்டான். வரதனுக்குக் கண்ணில் பூச்சிப் பறந்தது. சுழன்று தரையில் விழுந்தான். பூலோகம் லபோ திபோன்னு கத்திக்கொண்டு ஓடி வந்தாள். வரதனைத் தூக்கி உட்கார வைத்தாள். அவனுக்குக் கன்னம் வீங்கியிருந்தது. அதைப் பார்த்ததும் பூலோகத்தின் கோபம் அதிகரித்தது. டின்னுவைப் பார்த்து வண்டை வண்டையாகப் பொழிந்தாள். அவளோடு இன்னும் சிலரும் சேர்ந்துகொண்டனர். வெறித்தனமாகக் கத்தியபடி டங்காரு ஓடி வந்தான். அவன் கையில் பிச்சுவா கத்தி இருந்தது. டின்னு கல்லை எடுத்து அவன்மேல் வீசினான். டங்காரு லாவகமாக குனிந்து தப்பித்தான். கன்னிமைக்கும் நேரத்திற்குள் டங்காருவின் பிச்சுவா டின்னுவின் தோளில்

கோடு போட்டது. ரத்தம் தெறித்ததும் பெண்கள் ஓவென அலறினார்கள். டங்காரு டக்கென அங்கிருந்து மறைந்தான். டின்னு ரத்தம் கொட்டிய இடத்தை அழுத்தியவாறு எல்லோரையும் முறைத்தான். ஆண்டாள் கிழவன் இரண்டு மேளத்தையும் தோளில் மாட்டிக்கொண்டான். இருவரும் கிளம்பினார்கள். நண்டு தடுத்தும் அவன் கேட்கவில்லை.

நண்டு தாத்தா சாவை சீக்கிரம் எடுத்துவிடுவது நல்லது என்ற முடிவுக்கு வந்தார். பாடை ஜோடிப்பவர்களை அவசரப்படுத்தினார். துக்கத்தினால் கண்டும் காணாமலிருந்த கூழ்வயித்தன் பொறுக்கமுடியாமல் தெருவில் வந்துநின்று வாய்க்கு வந்தபடி திட்டினான்.

"பெத்த பொண்ண பறிக்கொடுத்துட்டுக் குமுறிக்கிட்டு கீறோம். ங்கோத்தா குடிச்சிட்டு வந்து கெலாட்டா பண்றீங்களடா.. நாயிங்களே.."

ஒரு கட்டதிற்குமேல் அவனால் பேச முடியவில்லை. பெண்கள் ஒப்பாரியைத் தொடர்ந்தார்கள். புட்லூராவின் குரல் தனித்து ஒலித்தது. மேற்கே சூரியன் இறங்கிக்கொண்டிருந்தது.

அவசரத்துக்குக் குன்றுப்பக்கம் போன கீச்சான் அரக்கப் பரக்க ஓடிவந்தாள். சாவு வீட்டின் முன்வந்து நடுங்கியபடி சொன்னாள்.

"பள்ளத்திலிருந்து கம்பும் கத்தியுமா வர்றானுங்கோ.."

சாவு ஒழுங்கா போனமாதிரிதான் என்று தனக்குள் சொல்லிக் கொண்டார் நண்டு.

"வெட்டியாரப் பசங்க அவ்ளோ தூரத்துக்கு வந்துட்டானுங்களா" என்றவாறு வேகமாக ஓடினான் மரநாய். ஓடியவன் திரும்பி வந்தபோது கையில் பட்டாக்கத்தி வைத்திருந்தான். அதுவும் துருப்பிடித்த மழுங்கிப்போன கத்தி. அதைப் பார்த்த புட்லூரா கோபத்தோடு எழுந்து அதட்டினாள்.

"மயிர் புடுங்கி மன்னாரு.. கத்திய தூக்கிக்கினு வந்துட்டான்.. போடா ஊட்டுக்கு."

மரநாய் புட்லூராவை முறைத்தான்.

"கீழ் ஊர்க்காரன்.. அதுவும் வெட்டியான் நம்மள அடிக்க வர்றானுங்கோ.. பாத்துக்கினு சும்மா இருக்கனுமா.."

பிரச்சனை தலைகீழாகத் திரும்பியது. நல்லது கெட்டது பற்றி ஆராயாமல் மேல்கீழ் பிரச்சனையாக மாற்றினார்கள். அதற்குப் பலனுமிருந்தது. பெரும்பாலோர் சண்டைக்கு ஆயத்தமானார்கள். கையில் அகப்பட்டதையெல்லாம் எடுத்துக்கொண்டார்கள். பூனை மூங்கில் கழியோடு வந்தான். அவன் கம்பு சுற்றினால் அருகில் எவராலும் நெருங்க முடியாது. எல்லோரும் ஒன்று திரண்டு கிளம்பினார்கள். பெண்களும் மடியில் கல்லைக் கட்டிக் கொண்டு அவர்கள் பின்னால் நடந்தனர். கிழவி தடுத்தும் கேட்காமல் சோளமும் அவர்கள் பின்னால் சென்றாள். அவள் சென்றது பூனைக்காக.

மேட்டின் மேல் ஜனங்கள் திரண்டு நிற்பதைக் கண்டதும் பள்ளத்தூரார் அப்படியே நின்றனர். அசந்த வேலையில் உள்ளே நுழைந்து நாலு தட்டுத் தட்டிவிட்டுப் போகலாம் என்று நினைத்தவர்களுக்கு ஏமாற்றம்தான். இருந்தும் டின்னுவின் கோஷ்டி உறுதியாக இருந்தது. இரண்டுபேர் மண்டையாவது உடைந்தால்தான் அவர்களுக்கு ஆத்திரம் அடங்கும்.

இரு தரப்பாரும் முறைத்துக்கொண்டு நின்றனர். கத்தியும் கம்பையும் காட்டி ஒருவரையொருவர் மிரட்டிக்கொண்டனர். பூனை கம்பைச் சுழற்றியபடி நாலு வீடு கட்டினான். சோளம் யதார்த்தமாக அவனருகிலேயே நின்றுகொண்டாள். அவனை நெருக்கமாகப் பார்க்கும் வாய்ப்பை அவள் தவறவிடவில்லை. அவன் முகத்தை, தோள்களை, கைகளை ரசித்துப் பார்த்தாள்.

இரு தரப்பினரும் கற்களை வீசிக்கொண்டனர். சண்டை மணி கணக்கில் நீண்டது. யாரும் சமாதானம் பேச முன்வரவில்லை. யார் போய் தகவல் சொன்னார்களோ.. மடுவின் கரையில் போலீஸ் வாகனம் வந்து நின்றது. இரும்புத் தொப்பி அணிந்த போலீஸ்காரர்கள் கையில் பெரிய லட்டியுடன் வண்டியிலிருந்து இறங்கினார்கள். சண்டைப் போட்டுக்கொண்டிருந்தவர்கள் ஒன்று கலந்து ஓடினார்கள். செம்மண் சாலையில் பூட்சுகளின் ஓசை நறநறவென ஒலித்தது. போலீஸ்காரர்கள் கண்ணில் பட்டதையெல்லாம் அடித்து நொறுக்கியபடி ஊருக்குள் நுழைந்தனர். பெண்கள், குழந்தைகள், வயதானவர்கள் மட்டுமே ஊரில் எஞ்சியிருந்தனர். மற்றவர்கள் ரெட்டியார் தோப்பில் தஞ்சமடைந்தனர். இந்தப்பக்கம் நான்கு பேர், அந்தப்பக்கம்

இரண்டு பேர் என்று ஆறுபேரை போலீசார் பிடித்துச் சென்றனர். போலீஸ் வண்டி புறப்பட்டுச் சென்றபிறகும்கூட பெரும்பாலோர் தோப்பிலிருந்து வெளிவரவில்லை. கூழ்வயித்தன் போய் கெஞ்சி அழைத்து வந்தான்.

பிணத்தைக் கழுவி அரைகுறையாகச் சடங்குகள் செய்து சுடுகாட்டுக்குத் தூக்கிக்கொண்டு ஓடினார்கள். வெட்டியான் இல்லாததால் குழி தோண்டியிருக்கவில்லை. பிணத்தை ஓரமாக வைத்துவிட்டு கடப்பாரையும் மண்வெட்டியும் கொண்டுவந்து மரநாயும், குட்டைக்கலக்கியும்தான் குழி தோண்டினார்கள்.

16

பூனையின் எண்ணத்தில் நாகம்மாவின் உடம்பும் அதன் நெளிவு சுளிவுகளும், அவளது வியர்வை நெடியும் சுழன்றன. எப்போதெல்லாம் அவனுக்கு தேவையோ அப்போதெல்லாம் அவளைத் தேடி ஓடுவான். ஆடு மேய்த்துக்கொண்டிருந்தால்கூட விடமாட்டான். அங்கேயே மறைவிடத்தில் ஒதுங்குவார்கள்.

என்ன நினைத்தாளோ இப்போதோ நெருங்கவிட மறுக்கிறாள். பிடிகொடுக்காமல் நழுவுகிறாள். காரணத்தையும் சொல்ல மறுக்கிறாள். அவன் குழம்பினான். அவனது உடலோ தினவெடுத்து எரிந்தது.

பூனை நாகம்மா வீட்டை நோக்கி நடந்தான். வாசலில் கோணவாயன் நிற்பதைக் கண்டு மாமரத்தில் ஒளிந்தான். பின் மெதுவாக மரத்தின் மேல் ஏறி நோட்டமிட்டான். நாகம்மா வாசலில் குத்துக்காலிட்டு உட்கார்ந்து கட்டை சீப்பால் தலைவாரிக் கொண்டிருந்தாள். இடையில் இரண்டு கைகளாலும் பரபரவென தலையைச் சொறிந்தாள். அவள்முன் கோணவாயன் பவ்வியமாக நின்றுகொண்டிருந்தான். அவளோ பேனை எடுப்பதும் குத்துவதுமாக இருந்தாள். கோணவாயன் கேட்டான்,

"ஏமே..."

அவன் அப்படிக் கூப்பிட்டது அவளுக்குச் சுத்தமாகப் பிடிக்க வில்லை. அவள் முகத்தில் எள்ளும் கொள்ளும் வெடித்தன. தலைவாருவதை விட்டுவிட்டு அதட்டலாகக் கேட்டாள்.

"இன்னா.. காலயிலிருந்து நொய் நொய்ன்ற..ம்.."

கோணவாயன் இரண்டு விரல்களைக் காட்டினான்.

"ரெண்டு ரூவா குடுடி.."

"இன்னாது.. ரெண்டு ரூவாயா.. தோ பார்.. மரியாதையா போயிடு.. நானே வெறுப்புல கீறேன்.."

கோணவாயன் கெஞ்சினான்.

“ஒடம்பு செரியில்ல.. கந்தசாமிகிட்ட போய் ஊசி போடனும்..”

“பாடுபட்டுப் பொண்டாட்டிய ஒக்கார வச்சு கஞ்சி ஊத்தறப்பாரு, ஒடம்பு செரியில்லாமதான் போகும்..”

நாகம்மா ராகம் போட்டுப் பாடுவதுபோல் பேசினாள். கோணவாயன் அசையாமல் மரம்போல் நின்றான். நன்றாகத் திட்டிய பிறகு அவளுக்கு மனமிறங்கும். காசு கொடுப்பாள். நாகம்மா தொடர்ந்தாள்.

“சாராயத்தக் குடிச்சிட்டு மூத்ரம் பெஞ்சிட்டாப் போதும்.. மத்ததுக்கெல்லாம் துப்பில்ல.. தூ..”

அவனைப் பார்த்துக் காறித் துப்பினாள். அவனோ சூடு சொரணையின்றி மௌனமாக நின்றான். நாகம்மாவை அவனால் இம்மியளவுக்குக்கூட அசைக்க முடியாது. அந்தளவுக்கு மனோதிடம் மிக்கவள். சாமர்த்தியசாலி. மூன்று வேளை கஞ்சியும் பண்டிகை வந்தால் துணியும் தருகிறாள். அவளை எப்படி எதிர்க்க முடியும். மீண்டும் கெஞ்சினான்.

“ஐய குடுமே”

அவளது முகவாயைத் தடவினான். மேனியில் அவன் கைப்பட்டதும் அவளுக்கு ஆத்திரம் பொங்கியது.

“ஏண்டா.. இவ்ளோ திட்றேன்.. ஒறைக்கல தூ...ரெண்டு ரூபாயா வேணும் இந்தா” என்றவாறு புடவையைத் தூக்கி அடிவயிற்றிலிருந்து இரண்டு முடிகளைப் பிடுங்கி கோணவாயன் மேல் போட்டாள் நாகம்மா.

பூனை அதிர்ச்சிக்குள்ளானான். கோணவாயன் முகம் அவமானத்தால் சுண்டியது. அவளை இழுத்துப்போட்டு அடிக்க நினைத்தான். ஏனோ அவனால் எதுவும் செய்ய முடியவில்லை. தலை குனிந்தவாறு அங்கிருந்து நகர்ந்தான். நாகம்மாளுக்கோ மனம் நிறைந்தது போலிருந்தது.

நாகம்மா மாமரத்தில் கிளை அசைந்ததைத் தற்செயலாகப் பார்த்தாள். இலைகளில் பூனை மறைந்திருந்ததைக் கண்டு ஒரு கணம் திடுக்கிட்டாள். பூனை பல்லைக் காட்டினான்.

“ஏய்.. கீழ எறங்கு..”

பூனை மரத்திலிருந்து இறங்கி நாகம்மாவின் அருகில் போய் சொன்னான்,

"நல்லா இல்ல.. நீ பண்றது.."

"இன்னா நல்லா இல்ல.. ம்.."

நாகம்மா கலகலவெனச் சிரித்தாள்.

"முடியப் புடிங்கிக் குடுக்கிற.. அதுவும் அங்கிருந்து. ம்."

"திருட்டுக் கொட்டு.. எல்லாத்தையும் மறைஞ்சிருந்து பாத்தியா.."

"இப்படியா அசிங்கப்படுத்துறது"

"ஒன்னுத்துக்கும் புரியோஜனமில்லாதவன வேற எப்பிடி நடத்துவாங்க.. ஏன் உங்கப்பாவ உங்கம்மா பேசாத பேச்சா.. நா பேசிட்டேன்.."

பூனை அத்துடன் அந்த விஷயத்திற்கு முற்றுப் புள்ளி வைத்தான். வழக்கம்போல் வீட்டிற்குள் நுழைந்தான். பாயை எடுத்து நடுவீட்டில் விரித்தான். கதவோரத்தில் நின்று நாகம்மாவின் வருகையை எதிர்ப்பார்த்தான். அவள் சுற்றும் முற்றும் பார்த்துவிட்டு சிரித்தவாறு உள்ளே வருவதுதான் வழக்கம். இன்று அவ்வாறு செய்யாமல் உள்ளே பார்த்துச் சத்தமாகச் சொன்னாள்.

"ஏய்.. வெளியே வா.. உள்ள பூந்துக்கினு இன்னா பண்றே.. ம்..வா.."

அவன் பதில் பேசவில்லை. இவளைப் பார்த்து உள்ளே வருமாறு ஜாடை செய்தான். அவளோ அதனைக் கண்டு கொள்ளவில்லை. இனி அவனோடு படுக்கக்கூடாது என்று முடிவிலிருந்தாள். பூனையோ உணர்ச்சிக் கொந்தளிப்பில் தவித்தான். அவளை எப்படி வசப்படுத்துவது என்று யோசித்தான். வெளியே போய் தூக்கிக் கொண்டுவர நினைத்தான். அவளோ சற்று தள்ளிப் போய் நின்றுகொண்டாள். பூனை துணிகளை அவிழ்த்துப் போட்டுவிட்டு அம்மணமாக நின்றான்.

அவள் சிரித்தபடி சொன்னாள், "ரொம்ப அழகு.. வெளியே வா.. உங்கம்மா உன்ன தேடுது.. போ.."

பூனையால் ஏமாற்றத்தைத் தாங்கிக்கொள்ள முடியவில்லை. என்ன ஆயிற்று இவளுக்கு? அவனைத் தினம் தினம் வரவழைத்து உயிரைக் குடித்தவள், எத்தனை தடவையென்றாலும் சலிப்படையாதவள், வெறித்தனமாக அவனைக் கடித்துத் தின்றவள் இன்று ஒதுக்குகிறாள். பூனை தவித்தான, கண்கலங்கினான்.

''வா என்னால முடில..''

''மூஞ்ச பாரு.. வவுத்துல புள்ளய குடுத்திட்டு மேல வந்து ஏறப் பாக்குது...''

பூனை பதற்றமடைந்தான். உடல் முழுதும் தீவிரமாக ஏதோ ஓர் உணர்வு பரவியது. அது பயமாகக்கூட இருக்கலாம். துணியை மாட்டிக்கொண்டு வாசலுக்கு வந்தான்.

''இன்னா சொல்ற..''

''ம்..சொல்றேன். சொரக்காயில உப்பில்லேன்னு.. நா முழுகாம இருக்கேன். இனி அந்த நெனப்போட இங்க வராதே...''

பூனை குழப்பத்தோடு அவளைப் பார்த்தான். இதனால் தனக்கு ஏதாவது பிரச்சனை வருமோ என்ற அச்சம் அவன் மனதில் நிழலாடியது. குழந்தை தன்னைப்போல் பிறந்தால் ஊரில் எல்லோருக்கும் தெரிந்து விடுமே. பூனையின் முகம் இறுகியது. எதுவும் பேசாமல் அங்கிருந்து கிளம்பினான்.

அவன் போவதைப் பார்த்துக்கொண்டிருந்தாள் நாகம்மா. வயிற்றின் மேல் அவன் விழுந்து புரண்டால் கருவுக்கு நல்லதல்ல என்றே அவனை விரட்டினாள்.

இனி மலடின்னு ஒருத்தியும் அவளைக் கேலிப் பேச முடியாது. செத்தால் கொள்ளிப்போட பிள்ளை இல்லேன்னு விசனப்பட தேவையில்லை.

அவள் கல்யாணமாகி வந்தபோது அவன் சிறுவன். அவனுக்குப் பூனை என்று பெயர் வைத்ததே அவள்தான். 'அண்ணி, அண்ணி' என்று அவளையே சுற்றி வருவான். இப்போது அவனுடன் படுத்து வயிற்றில் பிள்ளையை வாங்கிக்கொண்டாள்.

நாகம்மா கோணவாயனை யோசித்தாள். அவள் முழுகாமல் இருப்பதை அறிந்தால் எப்படி நடந்து கொள்வான்? கேள்வி

மேல் கேள்விக் கேட்டுத் துளைத்தெடுப்பானா அல்லது அவமானம் தாங்க முடியாமல் தூக்கில் தொங்குவானா? ஒரு வேளை அமைதியாகவும் கடந்துவிடலாம்.

எத்தனை உத்திகளை அவள் கையாண்டாள். குளித்து முடித்து அவன் முன் நிர்வாணமாக வந்து நின்றாள். அவனும் முயன்றான். எல்லாம் அரைகுறையாக முடிந்தது. பிரச்சனை அவன் மனதிலா உடம்பிலா தெரியவில்லை. ஒருநாள்கூட அவனால் அவள் சுகப்பட்டதில்லை. ஒவ்வொரு இரவும் நரகமாகக் கழிந்தது. ஆற்றாமையால் அவனைப் பார்த்து வெடித்தாள்.

கல்யாணமாகிப் பதினைந்து வருடங்கள் ஓடிவிட்டன. தன் வயிற்றில் புழு பூச்சி உண்டாகாததைப் பற்றி போகுமிடமெல்லாம் கேலியும் கிண்டலும் செய்தார்கள். உண்மையைச் சொல்லிவிட்டு ஓடியிருக்கலாம். மாமனார் கிழவனின் முகம் மனதில் நிழலாடும். அத்தனை துயரங்களையும் தாங்கிக்கொண்டாள். ஆட்டு மந்தையைப் பெருக்கினாள். அவைகள் பின்னால் நாளெல்லாம் ஓடினாள். உடல் சோரும்வரை உழைத்தாள். இருந்தும் அக்கம் பக்கத்திலுள்ள பெண்கள் வயிற்றைத் தள்ளிக் கொண்டு நடக்கும் போது, பாலூட்டும்போது ஏக்கத்தில் பெருமூச்சுவிடுவாள்.

திண்ணையில் பூனை கார்மாங்காயை கொண்டுவந்து வைத்திருந்தான். நாகம்மா அதனை எடுத்துக் கடித்தாள்.

17

பூனை மீண்டும் மீண்டும் நாகம்மாவைத் தேடிப்போய்ப் பார்த்தான். அவனால் அவளை விடமுடியவில்லை. கெஞ்சினான். சிலநேரம் ஆத்திரத்தில் உறுமினான். அவளோ கடுமையைக் காட்டினாள்.

“அவ்ளோதான் உனுக்கு லிமிட்டு. இனி என்னோடு பேசற வேல வெச்சுக்காதே.. தொந்தரவு பண்ணா நா உங்கம்மாகிட்ட வந்து சொல்லிடுவேன்.. ஆமா..”

பூனை பின்வாங்கினான். ஒருநாள் அவளை அசிங்கமாகத் திட்டிவிட்டு வந்தவன் திரும்பிப் போகவில்லை. அவனுக்கு உடனடியாக இன்னொரு துணை தேவைப்பட்டது. இல்லையென்றால் பைத்தியமே பிடித்துவிடும் நிலையில் அவனிருந்தான். இப்போது தன் முழு கவனத்தையும் சோளத்தின் மேல் குவித்தான்.

சோளம் வாசல் தெளிக்கும்போது, கொல்லைப்புறம் போகும்போது, தண்ணி மொள்ள, துணி துவைக்க, வேலைக்கு என எங்குப் போனாலும் பூனை அவள்முன் தோன்றினான். பல்லைக் காட்டினான். கேலிப் பேசி வம்பு செய்தான். அவளும் பதிலுக்கு முடிந்ததைச் செய்தாள். அவனது சிரிப்பும் சேட்டையும், கரகரப்பான அவனது குரலும் அவளுக்கு மகிழ்ச்சி தந்தன. அவன் தன்னைச் சுற்றிச்சுற்றி வருவது அவளுக்குத் தலையில் கிரீடத்தைச் சூட்டியது போலிருந்தது.

பூனை நாடார் கடை ஓரமாக நின்று எதையோ படித்துக் கொண்டிருந்தான். ‘ரெண்டு துண்டு சோப்பு’ என்ற குரல் கேட்டு நிமிர்ந்தான். சோளம் அவனைப் பார்த்து தலைக் குனிந்தாள். முகத்தில் வெட்கமும், புன்முறுவலும் தவழ்ந்தன. இடுப்பில் துணி மூட்டை வைத்திருந்தாள். நாடார் நீண்ட பார் சோப்பிலிருந்து இரண்டு துண்டை நறுக்கினார். பூனை யதார்த்தமாகக் கேட்டான்.

“வேலைக்குப் போலியா..”

நாடாரின் முன் அவனிடம் பேசத் தயங்கினாள். அதனால் அவன் கேட்டது காதில் விழாததுபோல் பேசாமலிருந்தாள்.

"உன்னத் தான் செவுடு.. வேல இல்லியா.."

சோளம் அவனை முறைத்தபடி சொன்னாள்

"இல்ல.."

சுருக்கமாகப் பேச்சை முடித்துக்கொண்டு அங்கிருந்து கிளம்பினாள். பூனை நாடாரிடம் சொல்லிவிட்டு வீட்டுக்குப் போனான். சோப்பும் துண்டும் எடுத்துக்கொண்டு உடையார் பள்ளத்திற்குப் போனான். சோளம் அங்கில்லை. கீச்சான் பீத் துணி அலசிக்கொண்டிருந்தாள். பூனை சட்டென்று திரும்பி நடந்தான். எங்குப் போயிருப்பாள். யோசித்தான். ரெண்டு பொண்டாட்டிக்காரன் பம்ப்செட் ஞாபகத்திற்கு வந்தது. மடுவில் இறங்கி வயலுக்குத் தாவினான். வரப்பினோரம் பெரிய தண்ணீர் பாம்பு தவளையைப் பாதி விழுங்கிய நிலையில் மெதுவாக ஊர்ந்தது. தவளையின் கத்தல் ஒலி வினோதமாக இருந்தது. இவனைக் கண்டதும் பயிரிடையே வேகமாக நுழைந்தது. அது மறையும்வரை பார்த்து நின்றான். வயலின் மறுகோடியில் சிறு உருவமாய் முதலியார் தெரிந்தார். அவர் தண்ணீர் பாய்வதைப் பார்த்துக்கொண்டிருந்தார். பூனை அருகிலிருந்த பம்ப்செட்டைப் பார்த்தான். சோளம் மட்டுமே இருந்தாள். சுற்றிலும் பசுமையான வயலைத் தவிர வேறு யாருமில்லை. அருமையான சந்தர்ப்பம் என்று மனதிற்குள் சொல்லிக் கொண்டு பூனை குஷியாக நடந்தான். பேசி மயக்கி அவளை செய்துவிட முடிவெடுத்தான். ஆனால் அவளை நெருங்கியதும் தைரியம் போய் பதற்றம் தொற்றிக்கொண்டது.

மோட்டார் தண்ணீரை உறிஞ்சி வெளியேற்றிக் கொண்டிருந்தது. தண்ணீர் தபதபவென்று தொட்டியில் விழுந்து நுரைத்து வாய்க்காலில் ஓடியது. தொட்டியைச் சுற்றிலும் நான்கு துணி துவைக்கும் கற்கள் இருந்தன. சோளம் துணிகளை நனைத்து ஓரமாக வைத்தாள். எதற்கோ நிமிர்ந்தவள் தூரத்தில் பூனை வருவதைப் பார்த்துத் தனக்குள் சிரித்தாள். அவன் தேடிக்கொண்டு வருவான் என்பது அவளுக்குத் தெரியும்.

கொத்தம்பாத்தாவை நினைத்துதான் அவள் பயந்தாள். 'ஏம் புள்ளைய இவ மயக்கிப்பூட்டா' என்று கொத்தம்பாத்தா சண்டைக்கு வந்தால் என்ன செய்வது?

பூனை பம்ப்செட்டை நெருங்கி கிணற்றின் சுற்றுச்சுவர் மேல் உட்கார்ந்து துணி துவைத்துக்கொண்டிருந்த சோளத்தை வெறித்தான். அவன் பார்வையின் வீச்சு அவள் உடம்பைத் துளைத்தது. அவள் இயல்பாகத் துணி துவைக்க முடியாமல் தடுமாறினாள். அவன் அப்படியே பார்த்துக்கொண்டிருந்தான். அவளால் ஒரு துணியைக்கூட துவைக்க முடியாது, சோப்பு போடுவதை நிறுத்திவிட்டு அவனை முறைத்தாள். அவனோ அவளது மார்பையே வெறித்துக்கொண்டிருந்தான். அவளது முறைப்பை ஒரு பொருட்டாகவே அவன் எடுத்துக் கொள்ளவில்லை.

“மூஞ்சப் பாரு.. குளிக்கத்தானே வந்தே.. அப்புறம் இன்னாத்துக்கு அங்க உக்காந்து பாத்துக்கினு கீற, இப்பிடி வெறிச்சுப் பாத்தா எப்பிடித் துணி தோய்க்கிறது..”

சோளம் இப்படிப் பேசுவாள் என்று அவன் எதிர்ப்பார்க்கவில்லை. பரவாயில்லை தேறிட்டா என்று தனக்குள் நினைத்தான். சிரித்தவாறு சொன்னான்.

“அழகா இருந்தா பாக்கத்தான் செய்வாங்க.. நீ ஏன் என்னக் கண்டுக்கிற.. நீ ஒன் வேலையைப் பாரு..”

“ம்.. வேல பாக்காமே இன்னா பண்றாங்களாம்.. எப்பவும் எம் பின்னாடியே வர்ற, உங்கம்மாக்கிட்டே போய் யாராவது ஏதாவது சொல்லப்போறாங்க...”

“சொல்லட்டுமே..” என்றான்.

பூனை லுங்கி, சட்டையைக் கழட்டிவிட்டு ஜட்டியோடு தண்ணீர் கொட்டும் இடத்திற்கு வந்தான். வேகமாக வந்து விழும் தண்ணீரில் தலையைக் காட்டியவாறு உறுதியாக நின்றான். சோளம் ஓரக்கண்ணால் அவனைப் பார்த்தாள். அவனது உருண்டு திரண்ட தோள்களும், அகன்ற மார்பும், உறுதியான தொடைகளும், ஜட்டியில் புடைத்து நின்ற அவனது ஆண்மையும் சோளத்தைக் கிளர்ச்சியடைய செய்தது. அவன் தன்னை ஏதாவது செய்வான் என்று அவள் நினைத்தாள். அவனோ துணிச்சலின்றி தனது அங்கங்களைக் காட்டி அவளைச் சூடேற்றிக்கொண்டிருந்தான். சோளம் உணர்வு வயப்பட்ட நிலையில் ஒருவழியாகத் துணிகளைத் தோய்த்துக்கொண்டு

அங்கிருந்து கிளம்பினாள். பூனையும் அவள் பின்னால் போய் புதர்கள் அடர்ந்த பகுதியில் வழிமறிக்க நினைத்தான். எதிர்பாராதவிதமாகக் கட்டக்காலன் பம்ப் செட்டை நோக்கி வந்துகொண்டிருந்தான். அதனால் அந்த எண்ணத்தை இப்போதைக்குப் பூனை கைவிட்டான்.

சோளம் தன்னை மறந்து நடந்தாள். அவளது எண்ணம் முழுவதும் அரை குறையாகத் தெரிந்த பூனையின் அந்தரங்கம் நிறைந்திருந்தது. அது அவளை மிகுந்த தொந்தரவுக்குள்ளாகியது. நல்லவேளையாக முனியம்மா வந்து அவளது கவனத்தை மாற்றினாள். முனியம்மா பெரிய அலுமினிய குண்டானும், கத்தியும் வைத்திருந்தாள். சோளத்திடம் அக்கறையோடு சொன்னாள்.

''சோளம்.. மோலியார் ஊட்டு மாடு இஸ்த்துக்கினு கெடந்துச்சாம். வெட்டியான் தூக்கியாந்து அறுத்துக்கினு கீறான். வேணுமின்னா குண்டான எடுத்துக்கினு வாடி..''

''எனக்கெதுக்கு நாங்கதான் தினம் ஆக்குறோமே''

''அடிப் போடி சின்னாளு'' என்றவாறு முகத்தைச் சுழித்தபடி முனியம்மா நடந்தாள்.

ஊரில் மாடு ஏதாவது நோய்வாய்ப்பட்டு இழுத்துக்கொண்டு கிடந்தால் வெட்டியானுக்குத் தகவல் வரும். அதனை அப்புறப்படுத்தும் பணி அவனுடையது. வெட்டியான் ஆட்களோடு போய் மாட்டை உருட்டியோ புரட்டியோ எப்படியோ பனஞ்சாலைக்குக் கொண்டுவந்து விடுவான். மாட்டைக் கொன்று தோலையும் வாலையும் எடுத்துக் கொள்வான். மீதியை மற்றவர்களுக்குத் தேவையான அளவுக்கு வெட்டிக் கொடுப்பான். குன்றுமேட்டைச் சேர்ந்தவர்கள் ஓடிப் போய் வேண்டியளவு எடுத்துவருவார்கள்.

கோணவாயன் தொடையைத் தூக்கிக்கோண்டு வந்தான். சோளத்தைப் பார்த்துப் பெருமிதத்தில் சிரித்தான். சோளம் அவனைக் கேலி செய்தாள்.

''போ போ.. நாகம்மாகிட்ட நல்லா வாங்கிக் கட்டிக்கப் போற.. கழுவி கழுவி ஊத்தப் போறா''

இருவரும் சிரித்தனர்.

18

உதடிகிழவி மும்முரமாக ஆப்பம் சுட்டுக்கொண்டிருந்தாள். சரோஜா சோளத்தைத் தேடி வந்தாள்.

"கெய்வி.. எங்க ஒம் பேத்தி."

"தோ இங்க..."

கிழவி அடிவயிற்றுக்குக் கீழே காட்டினாள். சரோஜா கலகலவெனச் சிரித்தாள்.

"உனுக்கு ரொம்ப கொய்ப்புதான்.. எம்மவன உட்டு ஒம்மேல ஏறச் சொல்றேன்..."

சரோஜாவின் குரல் கேட்டு வீட்டின் பின்புறமிருந்து சோளம் வந்தாள். சரோஜா வந்து வேலையைப் பற்றி ஏதாவது சொல்வாள் என்று அவள் காத்திருந்தாள்.

"எங்கடி போயிருந்தே"

"கொள்ளிக்கு. வேல கீதா...?"

"ஆமான்டி.. சோத்தைக் கட்டிக்கினு கெளம்பு."

"தோ.. கெளம்பிட்டேன்."

"அந்தாளு கத்துவான். சட்டுபுட்டுன்னு கெளம்பு.. சிங்காரிச்சிக்கினு இருக்காதே.."

"இப்படியே வந்திடுவா..."

சரோஜா சோளத்தைப் பார்த்து நமட்டுச் சிரிப்புச் சிரித்தாள்.

"கோச்சிக்காதடி தாயி.. நீ நல்லா சிங்காரிச்சிக்கினே வா.. நா காத்துக்கினு கீறேன்..."

சரோஜா சொல்வதில் நியாயமிருந்தது. வேலைக்குப்போய் நாலு காசு சம்பாதித்ததிலிருந்து சோளம் கொஞ்சம் மாறியிருந்தாள். முன்பு மாதிரி தலையொரு கோலம், துணியொரு கோலமாக ஓடுவதில்லை. இப்போதெல்லாம் முகம் கழுவாமல், தலை வாராமல், திருத்தமாக உடுத்தாமல் அவள் வெளிவருவதில்லை.

சரோஜா புறப்பட்டாள். சோளம் புன்னகைத்தவாறு வேலைக்குப் போகத் தயாரானாள்.

குளிக்க நேரமில்லை. வாசனை சோப்பு போட்டு முகத்தை மட்டும் கழுவிக்கொண்டாள் சோளம். பவுடர் பூசியதும் சாந்தைத் தொட்டு நெற்றியில் பொட்டு வைத்தாள். மதியத்திற்கு புளி சோறும் கருவாடும் தயாரித்தாள். மடமடவென நாலு ஆப்பத்தை வாயில் பிட்டு போட்டுக்கொண்டு வேலைக்கு கிளம்பினாள்.

சோளத்தின் புதுச்செருப்பு செம்மண் சாலையில் சரசரவென ஓசை எழுப்பியது. அவளோடு சரோஜா வந்து இணைந்து கொண்டாள். இருவரும் நெளிந்து செல்லும் ஒற்றையடிப் பாதையில் வேகமாக நடந்தனர். சற்று தூரத்தில் கரிமேட்டில் பூனை தோன்றினான். அவனைப் பார்த்ததும் சோளம் தனது முகத்தைத் துடைத்தாள். அவள் மனம் பரவசத்தில் குதித்தது.

சரோஜா பேசுவது எதுவும் அவள் காதில் ஏறவில்லை. அவள் எண்ணம் முழுவதையும் பூனை ஆக்கிரமித்தான். அவன் நெருங்கி வரவர சோளத்திற்குப் படபடவென அடித்துக் கொண்டது. பூனை இருவரையும் பார்த்து பல்லைக் காட்டினான். ஏதாவது பேச நினைத்தான்.

"வேலைக்கா..?"

"இல்ல சினிமாக்குப் போறோம்"

என்றாள் சரோஜா. மூவரும் சிரித்தனர். இதற்கிடையில் பூனை சரோஜா அறியாதவாறு கண்ணால் சோளத்திடம் பேசினான். சோளமும் கண்களால் எதையோ சொன்னாள்.

"நீ இன்னாப்பா.. ராஜா ஊட்டுக் கன்னுக்குட்டி. நாங்க அப்பிடியா.. பாடுபட்டாத்தான் சோறு.. பொழப்பைத் தேடி போறோம்..வரோம்.."

சரோஜா சொன்னதற்கு அவன் பதிலேதும் சொல்லாமல் சிரித்தபடி அவர்களைக் கடந்தான். கொஞ்ச நேரம் எதுவும் பேசாமல் யோசித்தபடி நடந்தாள் சரோஜா. பிறகு தயங்கியவாறு சோளத்திடம் சொன்னாள்.

“இந்தப் பையன் நாம வேலைக்குப் போம்போதெல்லாம் சொல்லிவச்சாப்பல எதிரில் வர்றான். இன்னான்னு தெரில.. கவனிச்சியா..”

சோளத்தை ஒரு மாதிரியாகப் பார்த்தாள் சரோஜா. சோளத்திற்கோ பகீரென்றது. காட்டிக்கொள்ளாமல் பொய்யாகச் சிரித்தாள்.

“அது உன்ன பாக்கத்தான் வருது...”

“ஓஹோ.. அவன் என்னப் பாக்கத்தான் வர்றானா.. சரி தான்..”

இருவரும் சிரித்தனர். சரோஜாவிற்குள் பல்வேறு எண்ணங்கள் சுழன்றன. அவள் முகத்தில் அது பிரதிபலிக்கவும் செய்தது. சோளத்தின் மனதில் பயம் துளிர்த்தது. அதனால் பதற்றமடைந்தாள். அவளுக்கும் பூனைக்குமிடையே உள்ள உறவை சரோஜா எப்படியோ மோப்பம் பிடித்துவிட்டாள். இவர்களின் ஒவ்வொரு அசைவையும் அவள் நுட்பமாக கவனித்திருக்கிறாள். இன்னும் யாரெல்லாம் கவனித்திருக்கின்றார்களோ.. இனி ஜாக்கிரதையாக இருக்கனும் என்று சோளம் மனதிற்குள் நினைத்துக் கொண்டாள். சரோஜா அழுத்தம் திருத்தமாக சோளத்திடம் சொன்னாள்.

“பையன் படிச்சிக் கீறான்.. எப்படியும் கவர்மெண்ட் வேலைக்குப் போயிடுவான். கொத்தம்பாத்தா பேராசைக்காரி. பெரிய எடமா பாப்பா..”

இது தனக்காகச் சொல்லப்பட்டது என்பதைச் சோளம் புரிந்து கொண்டாள். இருந்தும் அவள் மனதை அடக்க முடியவில்லை. சதா அவன் நினைப்பாகவே இருக்கின்றது. கடவுள் விட்ட வழி என்று மனதிற்குள் சொல்லிக்கொண்டாள் சோளம். ஆற்காட் தோப்பு வரும்வரை இருவரும் எதுவும் பேசவில்லை. தங்களுக்குள் மூழ்கியிருந்தனர். மாமரங்கள் பூவெடுக்க ஆரம்பித்திருந்தது. இருளர் குடும்பம் காவலுக்கு வந்துவிட்டனர். வேலிக்காத்தானை வெட்டி தோப்பைச் சுற்றிலும் வேலியாகப் போட்டனர். வேலி அடித்துக்கொண்டிருந்த கோவிந்தன் வெற்றிலைக் காவியேறிய பற்களை காட்டிச் சிரித்தான்.

சோளம் பயந்து வேறுபக்கம் முகத்தைத் திருப்பிக்கொண்டாள். சரோஜாவோ கோவிந்தனோடு சகஜமாகப் பேசினாள்; சிரித்தாள்.

இருவருக்கும் நல்ல பழக்கமிருந்தது. சரோஜா அவனது சூனா வயிற்றைக் காட்டி எத்தினி மாசம் என்றாள். கோவிந்தன் வெட்கத்தோடு நெளிந்தான். சரோஜா விடுவதாக இல்லை.

"கொய்ந்த எத்தினி மாசம்.. சொல்லு வெக்கப்படாதே"

"போக்கா உனுக்கு எப்பவும் கிண்டல்தான்."

கோவிந்தன் பெண் போலவே நெளிந்தான். சரோஜா சத்தமாகச் சிரித்தபடி அங்கிருந்து நகர்ந்தாள். கொஞ்ச தூரம் சென்றதும் சோளம் கேட்டாள்.

"யெக்கா.. இவரு எதுக்குப் பொம்பள மாதிரி நடிக்கிறாரு...?"

"அது பொட்ட.. ரெண்டுங்கெட்டான்..."

"நமக்கு இருக்கிற மாதிரி அதுக்கும் இருக்குமா.."

"இன்னா இருக்குமா.."

சோளம் தணிந்த குரலில் கேட்டாள்.

"ஓட்ட இருக்குமா.."

உண்மையில் சோளம் இதனை யதார்த்தமாகத்தான் கேட்டாள். அவள் நக்கலாகக் கேட்பதாக சரோஜா நினைத்தாள்.

"உனுக்கு வாய் ரொம்பவும் நீளமாயிருச்சி.."

"ஐய.. தெரியாமத்தானே கேட்டேன். அதுக்குப்போய் சிலுத்துக்கிற.."

"பின்ன.. லூசு மாதிரி பேசுனா கோவம் வராதா.. அவனுக்கு ஓட்ட இருக்குமா இருக்காதான்னு எனுக்கு எப்பிடித் தெரியும். நா இன்னா அவன் துணியத் தூக்கியா பாத்தேன். ஏங்கிட்ட கேக்குற.. போய் டங்காருவ கேளு.. அவந்தான் எப்பவும் கோவிந்தங்கூட சுத்திக்கினு கீறான். ரெண்டுபேரும் பள்ளத்தில படுத்துக்கினு இருந்ததை குட்டைக்கலக்கி ஒரு தடவ பாத்திருக்கான்.."

"அப்படியா" என்றாள் சோளம் ஆச்சரியத்தோடு. இதுவரை அவள் கேள்விப்படாதது இது. ஆம்பளையும் ஆம்பளையும் எப்படி? நினைக்கும்போதே அருவெறுப்பில் அவளுக்கு உடல் கூசியது.

“பலான விசயத்தில் டங்காரு ரொம்ப மோசம். கேடி பகார். ராத்திரியில வந்து கொய்ந்தன தடவிக் குடுத்துட்டு மாங்காய மூட்டைக்கட்டிக்கினு வந்துடுவான். அவங்கிட்ட பேச்சு வச்சுக்காத. கொஞ்சம் எடம் குடுத்தா மூஞ்ச நக்கிடும் நாயி. என்னையே ஒரு நாள் சாய்க்கப் பாத்தான்டி..”

“இன்னாக்கா சொல்ற..”

சரோஜாவோ தொடர்ந்து சொல்வதா வேண்டாமா என்ற யோசனையிலிருந்தாள்.

“அது பனிக்காலம். ஆறு மணிக்கெல்லாம் ஊரு இருட்டிப் போச்சு. வேலைக்குப் போயிட்டுத் தனியா வந்துக்கினு கீறேன். ரோட்ல ஒரு ஈ காக்கா இல்ல. ஜிலோன்னு கீது. சர்னு ஒரு சைக்கிள் வந்து பக்கத்தில் நின்னுச்சு. எனுக்குக் கபீல்னு தூக்கிப் போட்டுச்சு. பயத்தக் காட்டிக்காம திரும்பிப் பாத்தேன். ஈன்னு பல்லக்காட்டுது நாயி. வா வந்து சைக்கிள்ல குந்து ஊட்டுக்குத்தான் போறேன்னு பேச்சு குடுக்கறான். எவ்ளோ சொன்னாலும் கேக்கல. அரை மனசோட சைக்கிள்ல உக்காந்தேன். தோப்பு நெருங்கும்வரிக்கும் ஒய்ங்கா வந்தான். அப்புறம்தான் மொல்ல வேலையைக் காட்ட ஆரம்பிச்சான். நைசா பின்னாடி சாஞ்சு மார ஒராசுனான். நா பொறுத்துக்கிட்டு பேசாமயிருந்தேன். திடீர்னு வண்டிய நிறுத்தி எறங்கச் சொன்னான். எனக்கு உள்ளுக்குள்ள ஒதைக்குது. கத்தியக் காட்டி எதாவது செஞ்சிடுவானோன்னு பயந்தேன். ரொம்ப அவசரம்னு சொல்லிக்கினே எம்முன்னாடியே மூத்திரம் பெஞ்சான். அட நாயேன்னு சொல்லிட்டு வேகவேகமா நடந்துட்டேன்.”

அவ்வளவுதானா என்றிருந்தது சோளத்திற்கு. சரோஜாவைப் பற்றி ஓரளவு அவளுக்குத் தெரியும் என்பதால் இதனைப் பெரிதாக எடுத்துக்கொள்ளவில்லை. இது சரோஜாவால் இட்டுக்கட்டி சொல்லப்பட்டது அல்லது சேர்த்துக்கூட்டிச் சொன்னது என்று நினைத்துக்கொண்டாள்.

19

சரோஜாவும் சோளமும் வேலை நடக்குமிடத்திற்கு வந்து சேர்ந்தார்கள். கொத்தனார் பெருமாளும், கல்தச்சனும் வேப்பமர நிழலில் உட்கார்ந்திருந்தனர். இவர்களைப் பார்த்ததும் பெருமாள் சொன்னான்.

"சிமெண்ட் வரல.. இன்னிக்கு வேல இருக்காதுன்னு நெனைக்கிறேன்."

கேட்டதும் இருவருக்கும் பொசுக்கென்றானது. சோளத்தைக் கூட்டிக்கொண்டு இவ்வளவு தூரம் லொங்கு லொங்கென்று ஓடி வந்த பிறகு வேலை இல்லையென்றால் எப்படி இருக்கும். சோளம் சரோஜாவின் முகத்தைப் பரிதாபமாகப் பார்த்தாள். சரோஜா சோளத்தின் காதில் கிசுகிசுத்தாள்.

"வேலைக்கு நா பொறுப்பு."

சரோஜா உடம்பை ஆசுவாசப்படுத்த மணல்மேல் சும்மாட்டுத் துணியை விரித்து மல்லாந்து படுத்தாள். சோளம் அவள் பக்கத்தில் உட்கார்ந்தாள். கல்தச்சன் சரோஜாவின் பெருத்த மார்பை வெறித்தான். மற்றவர்கள் இருக்கிறார்களே என்ன நினைப்பார்கள் என்றெல்லாம் அவன் யோசிக்கவில்லை. வெறி தலைக்கேறி ஓடிவந்து சரோஜாவின் மேல் விழுவானோ என்று சோளம் பயந்தாள். சரோஜா முந்தானையை முகத்தின் மேல் போட்டுக் கண்ணுறங்கினாள். துருத்தி நின்ற அவளது செழுமையான மார்பகங்களை பார்த்துக்கொண்டிருந்தான் கல்தச்சன்

சோளம் சரோஜாவின் காதில் முணுமுணுத்தாள்,

"யெக்கோவ்.. மாராப்ப மூடு. கல்தச்சனுக்கு நாய் மாதிரி நாக்குத் தொங்குது. ஏஞ்சி ஒக்காரு.."

சரோஜா கண் திறக்காமல் சிரித்தாள்.

"பாத்துட்டுப் போறான் உடு. பாத்தா கரைஞ்சுடுமா இல்ல கொறைஞ்சுடுமா.."

"ரொம்ப மோசம் நீ.. எப்பிடியோ போ.."

தூரத்தில் சைக்கிள் வருவதைப் பார்த்து பெருமாள் பரபரப்பானான். இவர்களைப் பார்த்து சொன்னான்,

''மேஸ்திரி வர்றார் ஏஞ்சிருங்க..''

சோளம் சரோஜாவை உலுக்கினாள். அது சரோஜாவுக்கு எரிச்சலை உண்டாக்கியது.

''வரட்டுமே.. இன்னாத்துக்கு பயப்படுறீங்க..''

''ரொம்ப திமிரு உனுக்கு. அப்பிடியே பான்னு விரிச்கிக்கினு கெட..''

சோளம் எழுந்து நின்றாள். சரோஜா மணல் மேல் அப்பிடியே கிடந்தாள். மேஸ்திரி வேப்பமரத்தடியில் சைக்கிளை நிறுத்திவிட்டு இவர்களிடம் வந்தார். வெள்ளை வேட்டி, வெள்ளைச் சட்டை; நெற்றியில் சந்தனமிட்டுப் பார்க்க, பக்திப் பழமாக இருந்தார். அவருக்கு ஐம்பது வயதிருக்கும். தலை முடியில் பாதி வெளுத்துவிட்டது. உடலளவில் உறுதியாக இருந்தார். சின்ன விஷயத்திற்குக்கூட வல்லுன்னு புடுங்குவார். சரியான நீர்ச்சுருக்குக்காரன். மணலில் படுத்திருந்த சரோஜாவைப் பார்த்தார். தொண்டையைச் சத்தமாகச் செருமினார். இதற்கு மேலும் படுத்திருந்தால் மரியாதையாக இருக்காது என்பதால் சரோஜா எழுந்து உட்கார்ந்தாள். இரண்டு கைகளையும் மேலே தூக்கிச் சோம்பல் முறித்தாள். எதிரில் நின்றிருந்த மேஸ்திரி திக்குமுக்காடினார். சரோஜாவைப் பார்த்து இளித்தார்.

''ராத்திரி தூங்கலையா.. காலிலேயே சோம்பல் முறிக்கிற..ம்..''

சரோஜா மேஸ்திரியை நக்கலாகப் பார்த்தாள்.

''ராத்திரி முச்சுடும் வேல.. அதான்...''

மேஸ்திரி சிரித்துக்கொண்டே அங்கிருந்து நகர்ந்தார். கட்டடத்தைச் சுற்றிப் பார்த்துவிட்டு இவர்களிடம் வந்தார். எல்லோரும் அவர் வாயையே பார்த்தார்கள்.

''கடைக்காரன் சிமெண்ட் அனுப்புறேன்னு சொல்லிட்டு, கடைசியில கவுத்துட்டான். ரெண்டு நாள் கழிச்சி வாங்க..''

சரோஜா உர்ரென்று மேஸ்திரியை முறைத்தாள். பெருமாளும் கல்தச்சனும் மேஸ்திரியிடம் கைச்செலவுக்குப் பணம்

வாங்கிக்கொண்டு அஞ்சுகுடிசைப் பக்கம் போனார்கள். அங்கு மதுகஷாயம் கிடைக்கும்.

சரோஜா மேஸ்திரியை அதட்டினாள்.

“தோ பார்.. வேல கீதுன்னு சொன்னதாலத்தான் இவள கூட்டியாந்தேன். இப்போ இல்லேன்னா எப்பிடி. இவளோட ஆயாக்காரி என்ன திட்டுவா.. ஏதாவது ஜல்லி ஒடிக்கிற வேலையாவது குடு..”

மேஸ்திரி சரோஜாவை உற்றுப் பார்த்தார்.

“சரி.. சோளம் ஜல்லி ஒடிக்கட்டும். நீ மாடியில தண்ணி ஊத்து. நான் கொஞ்சம் வெளியே போயிட்டு வர்றேன்.”

மேஸ்திரி சைக்கிளில் ஏறிச் சென்றார். சோளம் சுத்தியலோடு கட்டடத்தின் பின்புறம் போனாள். சரோஜா குடத்தோடு தண்ணீர் மொள்ள கிளம்பினாள். வெயில் மளமளவென ஏறியது. சோளம் சும்மாட்டுத் துணியால் முக்காடு போட்டுக்கொண்டாள். உடல் முழுவதும் வியர்வையால் நசநசத்தது. இருந்தும் சோளம் மும்முரமாக ஜல்லி ஒடித்தாள். பூனையைப் பற்றிய நினைப்பு அவள் உடலில் கிளர்ச்சியை உண்டுபண்ணியது.

மணி பதினொன்று. டீ குடிக்கிற நேரம். சரோஜா வந்து சொல்லுவாள் என்று எதிர்ப்பார்த்தாள். ஏனோ அவள் வரவில்லை. சரோஜா டீ பைத்தியம். டீ குடிக்காமல் வேலை ஓடாது. போய் டீ வாங்கியாடின்னு நச்சரிப்பாள். இன்று சத்தத்தையே காணோம். சோளம் எழுந்து முன் பக்கம் வந்தாள். மரத்தடியில் மேஸ்திரியின் சைக்கிள் நின்றது.

‘அட இவரு எப்போ வந்தாரு’ என்று சோளம் தனக்குள் கேட்டுக்கொண்டாள். நிமிர்ந்து மாடியைப் பார்த்தாள். தண்ணீர் கொட்டும் சத்தம் எதுவும் கேட்கவில்லை. மெதுவாக மாடி ஏறினாள் சோளம். மாடியை நெருங்கியதும் விநோதமான ஒலிகளைக் கேட்டாள். கடைசிப்படியில் நின்று எட்டிப் பார்த்தாள். அவளுக்கு மின்சாரம் தாக்கியது போலிருந்தது. நெஞ்சு வேக வேகமாக அடித்துக்கொண்டது.

சரோஜா இடுப்புவரை புடவையை சுருட்டிக்கொண்டு கைகளால் சுவரைப் பிடித்தபடி குனிந்திருந்தாள். அவள் பின்புறத்தில்

வேட்டியில்லாமல் மேஸ்திரி நின்றுகொண்டிருந்தார். அவர்கள் உலகத்தையே மறந்திருந்தனர். சோளம் சந்தடியின்றி கீழே இறங்கினாள். கால் தடதடப்பதுபோல் இருந்தது. மேஸ்திரியின் உறுதியான தொடைகளும், வேகமான அசைவுகளும், சரோஜாவின் முனகலும் திரும்பத் திரும்ப தோன்றி அவளது உணர்ச்சியைக் கிளறியது. உடல் முழுதும் உஷ்ணமேறியது. தன் உணர்வுகளைக் கட்டுப்படுத்த முடியாமல் சோளம் தவித்தாள். சரோஜாவின் மேல் அவளுக்குப் பொறாமையாக இருந்தது.

சோளம் எந்திரகதியில் ஜல்லி உடைத்தாள். அரைமணி நேரம் கழித்து கால்களைக் கழுவிக்கொண்டு சரோஜா வந்தாள். சோளம் அவளைக் கண்டுகொள்ளாமல் வேலைப் பார்த்தாள்.

''இன்னாடி பொண்ணே.. டீ வாணாவா..ம்..போடி சொம்பை கய்வி எடுத்துக்கினு போ''

சரோஜா சோளத்தின் அருகில் உரசியபடி உட்கார்ந்தாள். சோளம் முகத்தைச் சுழித்தவாறு சொன்னாள்.

''ஒம்மேல சிகரெட்டு வாசன அடிக்குது.''

சரோஜா சோளத்தின் முகத்தை உற்றுப் பார்த்தாள். அங்கு எள்ளும் கொள்ளும் வெடித்தன.

''பாத்துட்டியா.. இன்னா பண்றது. கெழவன் காலைப் புடிச்சிக்கினு கெஞ்சினான். பாவமா இருந்துச்சி.. செரி மண்ணு துன்றத மனுஷன் துன்னட்டும்னு வுட்டுட்டேன். இதெல்லாம் கண்டுக்காதே.. பொழைக்கிற எடத்தில இது மாதிரி தொல்லைங்க வரும். சமாளிச்சிதான் ஆகனும். வேற ஒன்னும் செய்ய முடியாது. புரிஞ்சிச்சா..''

சோளம் உம் கொட்டாமல் அவள் சொல்வதைக் கேட்டுக் கொண்டாள்.

''சரி அந்தக் கதைய உடு.. தலைவலிக்குது போய் டீ வாங்கியா...''

சோளம் சொம்பைக் கழுவி எடுத்துக்கொண்டு நாயர் டீ கடை நோக்கி நடந்தாள்.

20

பனிக்காலம். ஆறு மணிக்குள் இருட்டிவிட்டது. சோளமும் சரோஜாவும் வேலையிலிருந்து திரும்பிக்கொண்டிருந்தனர். தெருவில் நுழைந்ததும் இல்லாமல்லி எதிர்ப்பட்டாள். வயிற்றைச் சாய்த்தபடி மெதுவாக கடைக்குப் போய்க்கொண்டிருந்தாள். அவளுக்கு இது நாலாவது குழந்தை. சோளம் அலுப்பை மறந்து சிரித்தாள். இல்லாமல்லியைப் பார்த்து கேலியாகச் சொன்னாள்,

"இதே வேலதான்.. வருஷம் தவறாம லோடு ஏத்திக்கிற.."

இல்லாமல்லி சிரித்தாள்.

"வாயாடி.. உனுக்குக் கல்யாணம் ஆகட்டும்.. அப்போ தெரியும்."

வீடு நெருங்கியதும் இருவரும் பிரிந்தனர். வீட்டிற்குள் நுழைந்த சோளம் பையை ஆணியில் மாட்டிவிட்டு நடுவீட்டில் கால் நீட்டி உட்கார்ந்தாள். அவளுக்குப் பசி வயிற்றைக் கிள்ளியது.

"ஆயோவ்.. ஏதாவது கீதா...?"

சோளம் வேலையிலிருந்து வந்ததும் ஏதாவது கேட்பாள். கிழவியும் மலைக்கடையிலிருந்து பஜ்ஜியோ கார போண்டாவோ வாங்கிவந்து வைத்திருப்பாள். இன்று மறந்துவிட்டாள். பனையன் வீட்டிலிருந்து எடுத்து வந்த பனம்பழத்தைச் சுட்டு வைத்திருந்தாள். அதனை எடுத்துச் சோளத்திடம் கொடுத்தாள். சோளம் சிணுங்கினாள்.

"போண்டா வாங்கியாரதுதானே.."

"மறந்துட்டேன்டி.. பனையன் ஊட்டுப் பழம்.. நல்லாயிருக்கும்."

சோளம் சுட்ட பனம்பழத்தைப் பிரித்து ஒரு கொட்டையைச் சீப்பினாள். பல்லெல்லாம் நார் மாட்டினாலும் வாயெல்லாம் மஞ்சள் பூசிக்கொண்டாலும் பழத்தின் மணமும் தேன் போன்ற இனிப்பும், இன்னொரு கொட்டையையும் சேர்த்து ருசிக்கச் சொன்னது.

"துன்னுட்டு கொஞ்சம் போட்டியை அலசிக்குடு..." கிழவி கூறியதைச் சோளம் காதில் வாங்காமல் பனம்பழம் சீப்புவதில் மும்முரமாகயிருந்தாள். கிழவி கொஞ்சம் சத்தமாகச் சொன்னாள்,

"உன்னதான்டி.. போட்டிய கொஞ்சம் அலசிக்குடு..."

சோளம் பனம்பழம் சப்பிக்கொண்டே குண்டானைத் திறந்தாள். கப்பென்று வாடை அடித்தது. சட்டென மூடினாள்.

"இன்னா இப்பிடி நாறுது.."

"தூமப் பையன் பழைய கறிய போட்டுட்டான்டி.. நானும் பாக்காம கொண்டாந்துட்டன். நாளைக்கு இருக்குது அவனுக்கு.."

"நல்லா கய்வி ஊத்து.. ஆமா கொய்ம்பு நல்லாருக்குமா.."

"உப்புப் போட்டு அலசினா நாத்தம் பூடும்.. நல்லாருக்கும்.."

"நீயே அலசிக்கோ.. என்னால முடியாது."

சோளத்தின் பதிலால் கிழவி கோபமடைந்தாள்.

"ரொம்ப தெனாவுட்டுடி உனுக்கு. ஒண்டிக்காரி எத்தினி வேல செய்வேன். போய் உள் அடுப்பில சோறாக்கு. போ..."

சோளம் நிதானமாகப் பனம்பழத்தை தின்றுவிட்டுச் சோறு குழம்பு ஆக்கினாள். போதுமான அளவு வயிற்றை நிரப்பிக்கொண்டு சோளம் படுத்தாள். கிழவி மட்டும் நிலவின் தயவில் வாசலில் சால்னா குழம்பிற்குக் கறி நறுக்கிக் கொண்டிருந்தாள். சற்றுத் தள்ளி கிழவியை முறைத்தபடி கறுப்பு நாயொன்று படுத்திருந்தது. கிழவி கழித்துப் போடும் கழிவுகளைப் பிடிக்க அது தயாராக இருந்தது. பெரும்பாலும் கறி தரையில் விழும்முன் அது கவ்விக்கொண்டது. எட்டியம்மா வீட்டு ரேடியோவிலிருந்து கேட்ட பாட்டுச் சத்தத்தோடு செம்மண் சாலையில் யாரோ நடந்து வரும் ஓசையும் கேட்டது. வாசலில் படுத்திருந்த நாய் ஆக்ரோஷமாகக் குரைத்தது. நாய்க்குப் பயப்படாமல் போர்வையைப் போர்த்திய உருவம் கிழவியை நோக்கி வந்தது. கிழவி பயந்தாள். குரைத்துக்கொண்டிருந்த நாய்கூட பின்வாங்கியது. கிழவி ஒருவாறு தைரியத்தை உண்டாக்கிக் கொண்டு அதட்டலாகக் கேட்டாள்.

"யார்ரா அது."

அந்த உருவம் மெதுவாகப் பேசியது.

"நான் தான்.. கேசவன் கெய்வி. கூழ்வயித்தன் தங்கச்சி மவன்."

உதடிகிழவி திடுக்கிட்டு எழுந்தாள். இவன் எதற்கு இங்கு வருகிறான். அஞ்சலைக்குத் தெரிந்தால் அவ்வளவுதான். உடல் கூசுகிற மாதிரித் திட்டுவாள். கூழ்வயித்தனோ கத்தியைத் தூக்கிக்கொண்டு வெட்ட வருவான். ஏதோ கவுரமா பாடுபட்டுக் கஞ்சிக் குடிக்கிறோம். இவன் நம்ம தெருவுல இழுத்துவிட்டு நாறடிச்சிடுவான்போல என்று தனக்குள்ளே புலம்பினாள். குரைத்துக்கொண்டிருந்த நாயை அடக்கிவிட்டு அவனைப் பார்த்துக் கேட்டாள் கிழவி.

''இன்னப்பா இந்த நேரத்துல..''

''சோளத்துக்கிட்ட ஒரு சமாச்சாரம் சொல்லிட்டுப் போக வந்தேன்.''

''அவ தூங்கிட்டா.. இன்னா சொல்ல போறே..''

இவன் எதற்காக சோளத்தைத் தேடி வந்திருக்கிறான் என்பது கிழவிக்குத் தெரியும். லாரி விபத்திற்குள்ளானதும், இவனுக்குக் கால் போனதும் கூழ்வயித்தனும் அஞ்சலையும் தங்கள் எண்ணத்தை மாற்றிக்கொண்டார்கள். நொண்டிக்கு யாராவது பெண் கொடுப்பார்களா.. மாலாதான் அடம்பிடித்துக் கொண்டிருக்கிறாள். எப்படியாவது அவளை சமாதானப்படுத்தி வேறொரு பையனைப் பார்த்து முடித்துவிட முடிவெடுத்தனர். இந்த சமயம் பார்த்து இவன் இங்கு வந்து நின்றால் பயப்படாமல் என்ன செய்வாள் கிழவி. கேசவன் கெஞ்சினான்.

''ஒரே ஒரு நிமிஷம் பேசிட்டுப் போயிடுறேன்..''

'இது இன்னாடா ரோதனையா கீது' என்று முணுமுணுத்தவாறு கிழவி வீட்டிற்குள் போய் சோளத்தை எழுப்பினாள்.

''ஏய்.. சோளம்.. ஏஞ்சிரு.. மாலாவோட மாமங்காரன் வந்துக் கீறான். இன்னுமோ ஒங்கிட்ட சொல்லனுமாம்.. ஏஞ்சிரு..''

சோளம் சட்டென்று எழுந்தாள். உடையைத் திருத்திக் கொண்டு வெளியே வந்தாள். கேசவனை முதலில் அவளால் அடையாளம் காண முடியவில்லை; ஆளே மாறியிருந்தான். மாலாவைப் பார்க்க வரும்போது பேசியிருக்கிறாள். மாலா சொல்லி இவளுக்கு வெட்டுகத்திக்கூட அடித்துக்கொண்டு வந்து தந்திருக்கிறான். நல்ல குணம். காடாவிளக்கின் ஒளியில்

அவன் தோற்றத்தைக் கவனித்தாள். அழுக்கு உடையும் தாடியும் மீசையுமாய் பிச்சைக்காரனைப் போலிருந்தான். சோளம் அவனை நெருங்கிப் பார்த்தாள். பத்து வயது கூடியிருந்தான். அவன் மேல் ஒருவித துர்நாற்றம் வீசியது.

"லாரி கவுந்து உனுக்குக் காலு பூடுச்சின்னு மாலா சொன்னா.."

அவன் நீண்ட பெருமூச்சு விட்டான்.

"ஒரேயடியா செத்திருந்தால் நிம்மதியா இருந்திருக்கும். நா யாருக்கு இன்னா கெடுதல் பண்ணேன்.. கடவுள் ஏன் என்ன இப்படிச் செஞ்சானோ.."

சொல்லிக்கொண்டே அவன் நெற்றியில் அடித்துக்கொண்டான். மாலாவும் இப்படித்தான் எப்போதும் அழுத முகமாகவே இருக்கிறாள். கேசவன் இங்குள்ள சூழலைப் புரிந்தவன். சுற்றி வளைக்காமல் நேரடியாக விஷயத்திற்கு வந்தான்.

"மாலாவ ஒரேயொரு தடவ பாத்துட்டு போயிடுறேன். கூட்டிக் கினு வா.."

சோளம் ஆயாவின் முகத்தைப் பார்த்தாள். கிழவி வேண்டாமென்று ஜாடைக் காட்டினாள். சோளம் தர்ம சங்கடமான நிலைக்கு ஆளானாள். மாலா இவளது மனதிற்கு நெருக்கமானவள். விவரம் தெரியாத வயதிலிருந்தே பழகியவள். ஒருகாலும் அவளால் கேசவனை ஒதுக்க முடியாது. பார்க்கும் போதெல்லாம் இதனைச் சொல்லி அவள் அழுதிருக்கிறாள். அவள் பக்கம் நிற்பதுதான் நியாயம். ஆயாவுக்கு எப்படிப் புரியவைப்பது.

கிழவியிடமிருந்து மறுப்பு வந்தது.

"கோச்சிக்காதே. நாலு பேர் நாலுவிதமா பேசுவாங்க. எங்கள உட்டுடுபா..."

கேசவன் கொஞ்சநேரம் எதுவும் பேசவில்லை. திடீரென குலுங்கிக் குலுங்கி அழுதான். முரடன்போல் தோற்றம் கொண்டவன் சின்னப் பையனைப்போல் தேம்பி அழுதது சோளத்தை வேதனைப்படுத்தியது. ஆயா மட்டும் இல்லையென்றால் சோளம் ஓடிப்போய் மாலாவை அழைத்து வந்து அவன்முன் நிறுத்தியிருப்பாள். கிழவியோ எவ்விதமான சலனத்தையும் முகத்தில் காட்டாமல் மௌனமாக இருந்தாள்.

சோளமும் ஆயாவுக்குக் கட்டுப்பட்டு இறுக்கமானாள். கிழவியைப் பொறுத்தவரை கேசவன் இங்கிருந்து கிளம்பினால் போதுமென்றிருந்தது. கேசவனும் அவர்களுக்குத் தொல்லை தர விரும்பவில்லை. கட்டையைக் கக்கத்தில் வைத்துக்கொண்டு டொக் டொக்கென்று சத்தம் எழுப்பியபடி திரும்பி நடந்தான். ஒரு காலை இழந்து கட்டையின் துணையோடு இவ்வளவு தூரம் வந்தவனை திருப்பி அனுப்பிவிட்டோமே என்று கிழவிக்குத் தோன்றியது. கேசவனை நிற்கச் சொன்னாள்.

"வா.. வந்து இப்பிடிக் குந்து."

கிழவி சோளத்திடம் சொன்னாள்.

"போய் மாலாகிட்டச் சொல்லு, யாருக்கும் தெரியக்கூடாது."

சோளம் போனபோது வீடு சத்தமில்லாம் இருந்தது. தேவியின் மரணம் அந்தக் குடும்பத்தை புரட்டிப் போட்டிருந்தது. இன்னும் அந்தத் துக்கத்திலிருந்து இவர்கள் மீண்டு வரவில்லை. அஞ்சலை மனநோயாளியாக மாறினாள். கூழ்வயித்தன் அதிகமாகக் குடித்தான். போதாக்குறைக்கு மாலா பிரச்சனை வேறு. சோளம் மாலாவைக் கூப்பிட்டவாறு வீட்டிற்குள் நுழைந்தாள். முன்னறையில் அஞ்சலை போர்த்திக்கொண்டு படுத்திருந்தாள். போர்வையைக்கூட விலக்காமல் கேட்டாள்,

"இன்னாடி இந்நேரத்தில..."

"இன்னா வரக்கூடாதா?"

"அதுக்கில்லடி நாயே.. இந்நேரத்தில நீ வரமாட்டியே அதான் கேட்டேன்."

"ஆயா மொளகாத்தூள் கொஞ்சம் வாங்கியாரச் சொன்னது."

"ஏது.. நாங்களே கடையில தான் வாங்கிப் போடுறோம்..."

சோளம் சுற்றும் முற்றும் பார்த்தாள். மாலா இன்னொரு அறையில் இருந்தாள். குரல் கேட்டு வருவாள் என்று சோளம் எதிர்ப்பார்த்தாள். வராமல் போகவே அஞ்சலையிடம் கேட்டாள்.

"மாலா எங்கே காணோம்."

“இன்னா வச்சிக்கினு கீற மாலாவுக்கு, உள்ளதான் கீறா...”

சோளம் பக்கத்து அறைக்குள் நுழைந்தாள். மாலா சுவரில் சாய்ந்து கால் நீட்டி உட்கார்ந்திருந்தாள். தலைவராமல் விரித்துப் போட்டிருந்தவள் ஆழ்ந்த யோசனையில் இருந்தாள். சிம்னி விளக்கின் வெளிச்சம் அறை முழுவதும் மஞ்சளாகப் பரவி யிருந்தது. சோளம் உள்ளே வந்து தன் அருகில் நிற்பதைக்கூட அவள் உணரவில்லை. சோளம் மாலாவின் அருகே உட்கார்ந்தாள். லேசாக தொண்டையைச் செருமினாள். மாலா மெல்லத் திரும்பி சோளத்தைச் சுரத்தின்றிப் பார்த்தாள். அவள் கண்கள் வறண்டிருந்தது. சோளம் அவள் காதில் கிசுகிசுத்தாள்.

“உங்க மாமன் வந்திருக்கு.”

கேட்டதும் மாலாவின் கண்கள் ஒளிர்ந்தன.

“மெய்யாவா சொல்ற.. எங்க கீறாரு.”

“எங்க ஊட்ல கீது. உன்ன பாக்கனுமாம்.. .”

“ஒடனே முடியாது. சந்தேகம் வரும். கோயிலாண்ட போய் இருக்கச் சொல்லு...”

சோளம் கிளம்பினாள்.

கேட்டான் கேசவன், “இன்னாச்சு. மாலாவ பாத்தியா....?”

“பாத்தேன். நீங்க கோயிலாண்டப் போய் இருங்க, அவ எந்நேரமானாலும் வந்து பாப்பாள்.” தொடர்ந்து, “ஒரு பிடி சாப்பிட்டுப் போங்க..” என்றாள்.

அவன் மௌனமாக இருக்கவே, சோளம் மிச்ச மீதி இருந்த சோற்றைத் தட்டில் போட்டுக் குழம்பு ஊற்றி அவனிடம் நீட்டினாள். கேசவனும் நல்ல பசியிலிருந்தான். சோற்றைப் பிசைந்து கபக்கபக்கென்று அள்ளி அள்ளி விழுங்கினான். சாப்பிட்டு முடித்ததும் கோயிலை நோக்கி நெண்டியவாறு நடந்தான்.

21

இரவு மணி எட்டு இருக்கும். சோளம் சாக்கடையோரம் சாமான் தேய்த்துக்கொண்டிருந்தாள். கிழவிக்கு வாய் நமநமத்தது. உரலில் வெற்றிலை பாக்கு சுண்ணாம்பு போட்டு இடித்தாள். சங்கத்துக் கொட்டாய் பக்கமிருந்து பெருத்த சத்தம் எழுந்தது. ஐயோ அம்மாவென்ற அலறல் சத்தம்கூட கேட்டது. சோளமும் கிழவியும் ஒருவர் முகத்தை ஒருவர் பார்த்துக்கொண்டனர். கிழவி இடிப்பதை நிறுத்திவிட்டு எழுந்து தெருவுக்கு வந்தாள்.

''தூமப் பசங்க.. சாராயத்த குடிச்சிட்டு ராவுடி பண்றானுங்க..''

கிழவி நேரில் போய் பார்த்துவிட்டு வருவதென முடிவெடுத்தாள்.

''சோளம்.. அடுப்புல கறி வேவுது.. பாத்துக்க..''

''எவனோ சண்டைப் போடுறான்.. நீ இன்னாத்துக்கு இருட்ல ஓடுற.. ம். குடிவெறியில எவனாவது கல்லைத் தூக்கி அடிக்கப் போறான்..போவாத...''

சோளம் சொன்னதைக் கிழவி காதில் வாங்கவில்லை. சண்டை நடக்குமிடத்தை நோக்கி வேகமாக நடந்தாள். சோளமும் இருப்புக்கொள்ளாமல் தெருவில் வந்து நின்றாள். இருட்டில் கூச்சல் மட்டுமே காற்றின் வேகத்திற்கேற்ப விட்டுவிட்டு கேட்டது. பூனைக்கு நல்ல அடி என்று யாரோ சொல்லியபடி அவளைக் கடந்தார்கள். சோளம் அதிர்ச்சியடைந்தாள். சோளம் அடுப்பை மறந்துவிட்டு கொத்தம்பாத்தாவை தேடி ஓடினாள். கொத்தம்பாத்தாவோ குளிர் ஜுரத்தில் இழுத்துப் போர்த்திக்கொண்டு வீட்டிற்குள் முடங்கிக்கிடந்தாள். சோளம் வாசலில் நின்றவாறு ''அய்த்த...அய்த்த'' என்று கூப்பிட்டாள். கொத்தம்பாத்தாவால் எழ முடியவில்லை. ஈனஸ்வரத்தில் யாரது என்றாள். அவளுக்கே அவள் குரல் கேட்கவில்லை. சோளம் திறந்து கிடந்த வீட்டிற்குள் நுழைந்தாள். வீடு இருண்டு கிடந்தது. முனகல் சத்தம் கேட்ட இடத்தைப் பார்த்து சொன்னாள்.

''அய்த்த ஒம்புள்ள சங்கத்துக் கொட்டாயாண்ட சண்ட போட்டுக்கினு கீது.. போய்ப் பாரு..''

கொத்தம்பாத்தா துள்ளி எழுந்தாள். உடல் நோவெல்லாம் போன இடம் தெரியவில்லை. துணியை ஒருவாறு சுருட்டிக் கொண்டு வேகவேகமாகச் சென்றாள். சோளம் திரும்பி வரும்போதுதான் கறி ஞாபகம் வந்தது. என்ன கதியோ எனப் புலம்பியவாறு வீட்டிற்குள் வந்தாள். அடுப்பு மட்டும் அணைந்திருந்தது. கறி தேக்சா பத்திரமாக இருந்தது. சோளம் நிம்மதியானாள். உதடி கிழவி யாரையோ திட்டியபடி வந்து சேர்ந்தாள்.

“கச்சியா சோறு போடுது. இவனுங்க எதுக்கு மண்டைய ஒடிச்சிக்கிறானுங்கோ.”

“இன்னாத்துக்கு சண்டயாம்..”

“இன்னமோ கச்சி ஒடிஞ்சிப்போச்சாம். ரெண்டு தரப்பா பிரிஞ்சி நின்னு அடிச்சிக்கிறானுங்கோ.. கட்டக்காலன், வரதன் மேல கல்லைத் தூக்கிப் போட்டுட்டான்.. கொத்தம்பாத்தா பையனுக்குக்கூட செரியான அடி.. ஆசுபத்திரிக்குக் கூட்டிக்கினு போயிக்கீறாங்கோ...”

பூனையை நினைத்து சோளம் மனம் கலங்கினாள். அவனை உடனே பார்க்கனும்போல் மனது துடித்தது. விடிந்தபிறகுதான் போய் பார்க்க வேண்டும். சோளம் படுக்கையை விரித்தாள். கோஹூரா தெருவில் நின்றவாறு கிழவியைக் கூப்பிட்டாள்.

சோளம் எழுந்துபோய் கேட்டாள்.

“இன்னா வெச்சுக்கினு கீற கெய்விக்கு.. குடு..”

“எங்கடி கெய்வி.. உள்ளே பூந்துக்கினு இன்னா பண்ணுது.. கூப்புடு.. நாகம்மா இடுப்பு நோவு படுறா...”

கிழவியின் காதிலும் அவள் சொன்னது விழுந்தது.

கிழவி கிளம்பிக்கொண்டே சோளத்திடம் சொன்னாள்.

“பத்திரம்.. தட்டிய இழுத்து சாத்திக்க..ம்..”

கிழவி நாகம்மா வீட்டிற்குப் புறப்பட்டாள். சோளம் தட்டியை நன்றாக இழுத்துக் கட்டிவிட்டு வந்துபடுத்தாள். விளக்கை வாயில் ஊதினாள். இருட்டும் நிசப்தமும் அவளிடம் பயத்தை உண்டு பண்ணியது. வத்திப்பெட்டியைத் தேடி எடுத்து மீண்டும் விளக்கைப் பற்ற வைத்தாள். வெளிச்சம் பயத்தை விரட்டியது.

சோளம் படுக்கையில் புரண்டுகொண்டிருந்தாள். நேரம் மெல்ல கடந்து சென்றது. வாசலில் ஆண் குரலொன்று சன்னமாகக் கேட்டது.

“ஆயோவ்.. ஓ ஆயோவ்”

சோளத்துக்குத் தடதடவென உதறலெடுத்தது. கிழவி இல்லாததைத் தெரிந்து வந்ததுபோலிருந்தது. யாராக இருக்கும். சோளம் தட்டிக் கதவைப் பார்த்தாள். அது இறுக்கமாகக் கட்டப்பட்டிருந்தது. எனினும் அதனை அறுத்துக்கொண்டு உள்ளே வருவது கடினமானதல்ல. சோளம் வெளிஓசைகளைக் கூர்ந்துகேட்டாள். வாசலில் நின்றவன் தொண்டையைச் செருமினான். பீடி பற்ற வைத்துப் புகைத்தான். மீண்டும் கிழவியைக் கூப்பிட்டான். சோளம் குரலை வைத்தே வந்திருப்பது யார் என்பதை தெரிந்துகொண்டாள். டங்காரு என்றதும் அவளுக்குப் பயம் அதிகரித்தது. கதவை அறுத்துக்கொண்டு உள்ளே வந்துவிடப் போகிறான் என்று பயந்து அரிவாள்மனையைக் கையிலெடுத்துக் கொண்டாள். அத்துமீறினால் ஒரே போடு. வீட்டில் கிழவி இல்லையென்பதை டங்காரு ஊகித்துக்கொண்டான்.

குடிசைக்குள் இருப்பவளுக்கு கேட்கட்டுமென்று சத்தமாகச் சொன்னான்.

“ஆயா ஊறுகா போட மாங்கா கேட்டுச்சு.. அதான் கொண்டாந்தேன்.. எடுத்து வச்சுக்க..”

தான் கொண்டு வந்த மாங்காய் மூட்டையை வாசலோரம் வைத்துவிட்டு டங்காரு அங்கிருந்து நகர்ந்தான்.

அதன் பிறகு சோளம் வெளியே வரவே இல்லை. மூத்திரம் வந்தது. அடக்கிக்கொண்டாள். ஒரு கட்டத்தில் மூத்திரம் கால்களில் வழிந்தது. வேறு வழியின்றி உள்ளே இருந்த மண் பல்லாவில் உட்கார்ந்தாள். அவளுக்கு ஆயாவின்மேல் கோபம் வந்தது. டங்காருகிட்ட எதுக்குத் திருட்டு மாங்கா வாங்கனும். இந்தக் கிழவிக்குப் புத்தி ஏன் இப்படியெல்லாம் போகுதோ; வரட்டும், உண்டு இல்லேன்னு பண்ணிடுறேன் என்று தனக்குள் கறுவினாள். அப்படியே தூங்கியும் போனாள்.

விடியும் தருணத்தில் கிழவி திரும்பி வந்தாள். போன காரியம் நல்லவிதமாக முடிந்தது. நாகம்மாவுக்கு ஆண் குழந்தை பிறந்தது. கிழவி வாசலில் கிடந்த மாங்காய் மூட்டையைப் பார்த்தாள். டங்காரு வந்தானா என்றவாறு மூட்டையை இழுத்தாள். தட்டிக் கதவை திறந்த சோளம் உம்மென்று முகத்தைத் தூக்கி வைத்திருந்தாள்.

"இன்னாடி உம்முன்னு கீற.."

"உனுக்கு அறிவே இல்ல.. எதுக்கு அவன்கிட்ட மாங்கா கேட்ட...ம்.. நடுராத்திரியில வந்து எழுப்புறான்.

"உனுக்கு ரொம்ப அறிவு போடி..."

கிழவி குளிக்க ஆயத்தமானாள். சோளம் தண்ணீர் குடத்தை எடுத்துக்கொண்டு போய் வீட்டிற்குப் பின்புறம் வைத்தாள். அடுத்து ஆப்பக்கடைக்குத் தேவையானவற்றை வெளி அடுப் பருகில் வைத்தாள். வயிற்றைக் கலக்கியது. ஆயாவிடம் சொல்லிவிட்டு குன்றுப்பக்கம் விரைந்தாள். போகும்போது பூனை ஞாபகம் வந்தது. அவனுக்கு என்ன ஆயிற்றோ என்று மனம் கிடந்து தவித்தது. திரும்பி வந்ததும் சாம்பலில் பல்தேய்த்து முகம் கழுவினாள். குடத்தை எடுத்துக்கொண்டு தண்ணீர் மொள்ள கிணற்றடிக்குப் புறப்பட்டாள். ஆனால் சோளத்தின் கால்கள் கொத்தம்பாத்தா வீட்டை நோக்கிச் சென்றது. பூனை வெளித் திண்ணையில் கழுத்துவரைப் போர்த்திக்கொண்டு படுத்திருந்தான். தலையில் பேண்டேஜ் கட்டியிருந்தான். அவன் முகம் லேசாக வீங்கிக் காணப்பட்டது. கொத்தம்பாத்தா வெளி அடுப்பில் காபி காய்ச்சிக் கொண்டிருந்தாள். அவளது முகம் இருளடைந்திருந்தது.

பூனை அவளது ஒரே மகன். ரொம்பவும் தாமதமாகப் பிறந்தவன். ஒன்னே ஒன்னு கண்ணே கண்ணுன்னு அவனைப் பொத்திப்பொத்தி வளர்த்தாள். குன்றுமேட்டில் பத்து வரை படித்தவன் அவன் மட்டும்தான். இன்னும் கொஞ்ச நாளில் பூனைக்கு அரசாங்க உத்தியோகம் கிடைத்துவிடும். ஆனால் இவனோ கட்சி அது இதுன்னு போய் மண்டையைப் பிளந்துகொண்டு வந்திருக்கிறான். அடி இன்னும் கொஞ்சம் பலமாகப் பட்டிருந்தால் என்னவாகியிருப்பானோ. நினைக்கும்

போதே கொத்தம்பாத்தாவுக்கு கொலை பகீரென்றது. அவள் ராத்திரி முழுதும் தூங்காமல் அழுதுகொண்டிருந்தாள். பூனை கொஞ்சம் சகஜ நிலைக்கு வந்த பிறகுதான் அவள் தெளிந்தாள். சோளம் அவளிடம் கேட்டாள்.

"அய்த்த இப்போ எப்பிடி கீது."

சோளத்தின் குரலைக் கேட்டுப் பூனை கண் திறந்தான். அவளைப் பார்த்து சிரிக்க முயன்றான். சோளம் கண் கலங்கினாள். கொத்தம்பாத்தா சாபமிட்டாள்.

"தூமப் பையன்.. நல்லா இருக்கமாட்டான். அந்த மாரியாத்தா கூலி குடுப்பா.. வாந்தி பேதியில நாண்டுக்கினு போப்போறான் பார்.."

பூனை பல்லைக் கடித்தான்.

"அவன உடமாட்டேன்.. இன்னா பண்றேன் பார்.. பொட்ட.. பொட்ட.. கல்லைத் தூக்கி அடிக்கிறான்..."

அவன் கறுவியது கொத்தம்பாத்தாவுக்கு எரிச்சலூட்டியது.

"மூடிக்கினு படுடா.. கச்சியாம் கச்சி... கச்சியா சோறு போடுது. ஜெயிலுக்குப் போவ ஆசப்படுறீயா? தோ பார் நைனா.. அவ்ளோதான்.."

சொல்லிக்கொண்டே அழ ஆரம்பித்தாள். சோளம் சொல்லாமல் அங்கிருந்து கிளம்பினாள். தண்ணீர் மொண்டு கொண்டு வீடு திரும்பினாள். சரோஜா ஆப்பம் தின்றுகொண்டிருந்தாள். ஆப்பத்தைப் பிட்டு கறிக்குழம்பில் தோய்த்து வாயில்போட்டு சுவைத்து மென்றாள். சோளத்தைப் பார்த்ததும் கேட்டாள்.

"ஏன்டியம்மா.. ஒரு கொடம் தண்ணீ மொண்டாரதுக்கு எவ்ளோ நேரம் ஆவும்..ம்.."

கிழவி எடுத்துக் கொடுத்தாள்.

"நீயே கேளு.. நா கேட்டா கோச்சிக்குவா.."

சோளம் சரோஜாவை முறைத்தாள்.

"இன்னா இந்தப் பக்கம்.. காலங்காத்தல ஆப்பத்த முழுங்குற..."

"மேஸ்திரி வந்தான்டி.. வேல கீதாம். உன்ன கூப்புட வந்தேன். ஆப்பத்தைப் பாத்ததும் பசி எடுத்துக்கிச்சி"

"இன்னா வேல.. அன்னிக்கு செஞ்ச வேலையா...?"

சோளம் கண்ணடித்து நக்கலாகச் சிரித்தாள்.

"சோத்தக் கட்டிக்கினு சீக்கிரம் கிளம்பி வா..."

சரோஜா புறப்பட்டாள். சோளம் சோறு வடித்து வழக்கம்போல் புளியைக் கொதிக்க வைத்து ஊற்றிக் கிளறினாள். தொட்டுக் கொள்ள கருவாட்டை சுட்டு வைத்தாள்.

22

ஆடி வந்தது. அம்மனுக்குக் கூழ் ஊற்றும் திருவிழா வேலைகள் தொடங்கின. கோயில் புதுப்பொலிவுடன் காட்சியளித்தது. சுவர்கள் வெள்ளையடிக்கப்பட்டுத் தகுந்த இடத்தில் காவி வண்ணம் பூசியிருந்தனர். தெருக்களில் மாவேம்பு தோரணம் கட்டியிருந்தார்கள். ஒவ்வொரு வாரமும் ஐந்தாறு பேராவது கோயிலின் முன் பொங்கலிட்டார்கள். கோழியைப் பலி கொடுத்தார்கள். ஓரிருவர் ஆடு வெட்டினார்கள். வெட்டப்பட்ட தலைகளெல்லாம் நண்டு தாத்தாவுக்குச் சொந்தம் என்பதால் ஞாயிறு தோறும் அவர் வீட்டில் தலைக்கறி குழம்பு கொதித்தது.

மீசைக்காரன் கரகரப்பான குரலில் அம்மனைப் போற்றிப் பாடினான். அவன் கையிலிருந்த உடுக்கை சாமியோடு பேசியது. உடுக்கையின் ஓசைக்கு மயங்கிய சாமி புட்லூராவின் மேல் வந்து இறங்கியது. புட்லூரா தலையை விரித்துப் போட்டுக்கொண்டு ஆடத் தொடங்கினாள். இருவர் சிலம்பம் ஆட அனைவரிடமும் உற்சாகம் தொற்றிக்கொண்டது. பித்தளைக் குடத்தில் மலர்களால் கரகமாக அலங்கரிக்கப்பட்டிருந்தது சாமி. அதனை நண்டு தாத்தாவின் இரண்டாவது மகன் முனியன் சுமந்துகொண்டு தெருத்தெருவாக ஊர்வலம் வருவான். அதற்காக ஒரு மாதம் பீடி, குடி எல்லாவற்றையும் ஒதுக்கிவைப்பான். ஆராவாரமாகப் பம்பை உடுக்கை அடித்தபடி ஆர்ப்பாரித்தவாறு ஜனங்கள் சாமியைத் தூக்கி வருவார்கள். அனைத்துத் தெருவிலும் நீர் தெளித்துக் கோலமிட்டிருப்பார்கள். ஒவ்வொரு வீட்டிலும் கற்பூரம் ஏற்றி தீபாராதனைக் காட்டுவார்கள்.

நண்டு வெகுதூரம் போய் கூத்துக்காரர்களை அழைத்து வந்திருந்தார். கூத்து நிகழும் கோயில் திடலை எல்லோரும் சேர்ந்து சுத்தப்படுத்தினார்கள். அக்கம் பக்கம் ஊர்களிலிருந்தெல்லாம் ஆட்கள் வருவார்கள். திடலின் ஒரு முனையில் குடிசைப் போட்டார்கள். அரிதாரம் பூசவும், ஆடைகள் மாற்றவும்.

கூத்தாடுபவர்கள் மதியமே வந்துவிட்டார்கள். கறிக்குழம்பு சோற்றைத் தின்றுவிட்டு நண்டு தாத்தா வீட்டு திண்ணையில் இளைப்பாறிக் கொண்டிருந்தனர். வெற்றிலைப் போடுவதும்

நடந்தது. எல்லாம் வெயிலில் தீய்ந்த முகங்கள். தலையில் நீளமான முடி. கன்னமெல்லாம் ஒட்டிப்போய் நோஞ்சான் போலிருந்தனர். ஆனால் கூத்துக்கட்டி ஆடும்போது கூடுவிட்டு கூடு பாய்ந்து விடுவார்கள்.

தெருவில் குழந்தைகளோடு போய்க்கொண்டிருந்த முனியம்மா சோளத்தைப் பார்த்ததும் நின்றாள்.

“இன்னா சோளம் கூத்துப் பாக்க வரலியா..”

“இவ்ளோ சீக்கிரமா..”

“அப்பத்தான்டி முன்னாடி எடம் கெடைக்கும்”

உதடிக்கிழவிக்கு முனியம்மா சொன்னது சரியெனப்பட்டது. கிழவிக்குக் கூத்து என்றால் ரொம்ப இஷ்டம்.

“சீக்கிரம் கிளம்பிப் போய் எடம் புடி” என்று சோளத்திடம் சொன்னாள்.

சோளம் சொன்னாள், “இப்படியே உட்டுட்டு போவா..”

“நா ஏறக்கட்டிக்கிறேன். நீ போ.. எடம் புடி. ஊருபட்ட ஜனம் குவியுதாம்..”

சோளம் கோணியைக் கக்கத்தில் மடித்து வைத்துக்கொண்டு கிளம்பினாள். முனியம்மாவின் இரண்டாவது மகள் தூக்கிக் கொள்ளும்படி அம்மாவிடம் அடம் பிடித்தான். முனியம்மா அதட்டியவாறு முதுகில் ஒன்று வைத்தாள். குழந்தை ஓவெனக் கத்தினாள். சோளம் அவளைத் தூக்கிக் கொண்டு நடந்தாள். சொல்லி வைத்தாற்போல் எதிரில் பூனை வந்தான். சோளத்தைப் பார்த்துச் சிரித்தான். இருவரையும் பார்த்துப் பொதுவாகக் கேட்டான்.

“இன்னா கூத்துப் பாக்க போறீங்களா..”

“ம் பாக்க போல.. ஆடப் போறோம்.. வரலியா..”

கேட்டுவிட்டுச் சோளம் கலகலவென சிரித்தாள். முனியம்மா பட்டும்படாமல் விலகி நடந்தாள். இருவரும் பேசிக்கொள்ளட்டும் என்றுகூட நினைத்திருக்கலாம். பூனை இடுப்பிலிருந்த குழந்தையை கொஞ்சுவதுபோல் சோளத்தை நெருங்கி

நின்றான். சோளமும் அவனது நெருக்கத்தை விரும்பினாள். மேலும் இருட்டு அவர்களுக்குச் சாதகமாக இருந்தது. பூனை குழந்தையைத் தொடும் சாக்கில் அவளது மார்பைப் பிடித்து அழுத்தினான். வலியால் ஆவென வாயைப் பிளந்தாள். சோளம் இதனை எதிர்ப்பார்க்கவில்லை. சுற்றும் முற்றும் பார்த்தாள். நடமாட்டமில்லை. பூனையை முறைத்தவாறு சொன்னாள்.

“கைய எடு.. யாராவது பாக்கப் போறாங்க.”

பூனை கையை எடுத்தபடி மெதுவாக கிசுகிசுத்தான்.

“நா ஜாடை காட்டும்போது குன்னு பக்கம் வா...”

சோளம் அவனுக்குப் பதில் சொல்லாமல் முனியம்மாவைப் பிடிக்க வேகமாக நடந்தாள். முனியம்மா அவளிடம் பூனையைப் பற்றி எதுவும் கேட்கவில்லை. சோளம் கத்தியது அவள் காதில் விழாமல் இருந்திருக்காது. அவள் இயல்பாக எடுத்துக்கொண்டாள். கோயில் திடலுக்கு வந்ததும் தோதான இடமாகப் பார்த்து கோணியை விரித்தாள். உட்கார்ந்தவாறு சுற்றிலும் பார்த்தாள். ஒரு சிலர் மட்டும் வந்திருந்தனர். ரொம்ப சீக்கிரமாக வந்துவிட்டோமோ என்று கூச்சப்பட்டாள். கூத்தாடுமிடத்தில் குழல் விளக்கின் ஒளி கண்ணை உறுத்தியது. சிறுவர்கள் குறுக்கும் நெடுக்குமாக ஓடிப்பிடித்து விளையாடிக் கொண்டிருந்தனர். தன்னோட முதுகில் ஏதோ ஊர்ந்ததுபோல் உணர்ந்த சோளம் திரும்பிப் பார்த்தாள். கோயிலின் சுவரில் சாய்ந்துகொண்டு பூனை அவளையே பார்த்துக்கொண்டிருந்தான். அவனது முகம் ஆர்வமும் தீவிரமுமாகத் தெரிந்தது. அவன் பார்வையின் தகிப்பை அவளால் தாங்க முடியவில்லை. ‘எப்பிடிப் பாக்குதுப் பார் கொள்ளிக் கண்ணு என்று தனக்குள் சொல்லிக்கொண்டாள். எண்ணத்தை மாற்ற முனியம்மாவிடம் பேச்சுக் கொடுத்தாள். திருவிழாவின்போது ஊரில் நடந்த பொதுவான விஷயங்களைப் பேசிக்கொண்டிருந்தனர். கூட்டம் சேரத் தொடங்கியது. சோளத்திற்கு மாலா ஞாபகம் வந்தது. மாலாவோடுதான் எப்போதும் அவள் கூத்துப் பார்ப்பாள். மாலா இப்போது இயல்பாக இல்லை. அவள் சிரித்தே வெகு நாட்களாகின்றன.

கூத்துத் தொடங்க இன்னும் நேரமிருந்தது. சோளம் கலவரமான மனநிலைக்கு ஆட்பட்டாள். பூனையைத் தனிமையில்

சந்தித்துப் பேசுவதா வேண்டாமா என்பதில் முடிவெடுக்க முடியாமல் தவித்தாள். பயமாகவும் இருந்தது. ஆசையாகவும் இருந்தது. மனம் பதற்றத்திலிருந்தது. மணலைக் கிளறினாள். மனதில் சந்தோசமான எண்ணங்கள் அவ்வப்போது தோன்றி அவளைக் கிளர்ச்சியடைய செய்தது. பூனை அவளது மார்பை அழுத்தியதை நினைத்து வெட்கத்துடன் மகிழ்ந்தாள்.

கிழவி எல்லா வேலைகளையும் முடித்துவிட்டு, நாய் உருட்டாதவாறு சால்னா சட்டியைப் பத்திரமாக மூடி அதன் மேல் கல்லை வைத்துவிட்டு, உரலும் வெற்றிலைப் பாக்கும் எடுத்துக்கொண்டு வந்துசேர்ந்தாள்.

''ஏன்டி.. இன்னும் கொஞ்சம் முன்னாடி எடம் புடிக்கிறதுதானே...''

''ஒக்காரு.. இங்கிருந்து பாத்தா போதும்.''

சோளத்தைப் பின்னாடி யாரோ தீண்டினார்கள்; திரும்பினாள். மாலா கூப்பிடுவதாகச் சொன்னார்கள். பூனை நின்று கொண் டிருக்கும் இடத்திற்கு அருகே மாலா உட்கார்ந்திருந்தாள். சோளத்தைத் தன்னிடம் வருமாறு அழைத்தாள். சோளம் ஆயாவிடம் கேட்டாள்.

''ஆயோவ்.. மாலா கூப்புடுறா.. போட்டுமா..''

கிழவி திரும்பி மாலாவைப் பார்த்துவிட்டு ''போ'' என்றாள். சோளம் கூட்டத்தின் இடையில் தடுமாறியபடி நடந்து மாலாவிடம் சென்றாள். மாலா கோபமாக கேட்டாள்.

''வரும்போது என்னயேன் கூப்புடுல..ம்..''

''அதுக்கில்லடி... மனசு சரியில்லாம இருக்கேன்னு கூப்புடுல..''

மாலா அமைதியானாள். கொஞ்ச நேரம் கடந்தது.

இருவரும் ரகசியமாகக் குசுகுசுவென பேசிக்கொண்டனர். சோளத்தின் முதுகில் சிறிய கல்லொன்று வந்து விழுந்தது. அது யார் அடித்திருப்பார்கள் என்பது சோளத்திற்கு தெரியும். அவள் காட்டிக்கொள்ளாமல் மாலாவோடு பேசிக்கொண்டிருந்தாள். பூனையோ அவள் முதுகை வெறித்தனமாகப் பார்த்துக் கொண்டிருந்தான். அவனது பார்வை தன் முதுகில் ஊசிபோல் குத்தியதை சோளம் உணர்ந்தாள். இருந்தும் திரும்பிப் பார்க்க

வில்லை. பார்த்தால் வரச்சொல்லி சைகையால் தொந்தரவு செய்வான். போனால் என்ன நடக்குமோ. சோளம் ஏன் தடுமாறுகிறாள் என்று மாலா யோசித்தாள். பின்னாடி திரும்பிப் பார்த்தாள். இதுதான் காரணமா என நினைத்துச் சிரித்தவாறு சோளத்திடம் கேட்டாள்.

"ஏய்.. இன்னாடி நடக்குது இங்க. அவன் இன்னாடான்னா.. கடிச்சி துன்னுற மாதிரி உன்னயே பாக்குறான். மரியாதையா உண்மைய சொல்லு.. மூஞ்சிமேல குத்துவேன்.. சொல்லுடி.."

"அது தனியா கூப்புடுது... பேசறதுக்கு..."

"ஓகோ.. அந்தளவுக்கு வந்துச்சா...? போனா கிழிஞ்சிடும்.. பரவாயில்லையா...?"

இருவரும் தலைகுனிந்தவாறு குலுங்கக் குலுங்கச் சிரித்தனர். தன்னைப் பற்றிதான் ஏதோ பேசிச் சிரிக்கின்றனர் என்பதைப் பூனை புரிந்து கொண்டான். மாலா அம்மாவிடம் சொல்லிவிடுவாளோ என்ற பயம் அவன் மனதில் லேசாக எட்டிப்பார்த்தது.

கூத்துத் தொடங்கியது. ஹார்மோனியமும் மிருதங்கமும் ஜனங்களின் கவனத்தை ஈர்த்தது. தாள ஓசை மிருதங்கத்தோடு போட்டிப்போட்டது. இருவர் வெள்ளை வேட்டியை திரையாகப் பிடிக்க திரைக்குப் பின் அரிதாரம் பூசியவர் உரத்தக் குரலில் பாடத் தொடங்கினார். சலசலவென பேசிக்கொண்டிருந்தவர்கள் அமைதியானார்கள். குட்டைக்கலக்கி சத்தமாக விசிலடித்தான். திரை விலகியதும் பபூன் தோன்றி தன் கோமாளிப் பாட்டாலும் சேஷ்டைகளாலும் அரங்கில் வலம் வந்து அனைவரையும் சிரிக்க வைத்தான்.

திடீரென கருமேகங்கள் சூழ்ந்தன. விட்டுவிட்டுச் சிறுதூரல் விழுந்தது.

ஜனங்கள் கவலையோடு அண்ணாந்து பார்த்தார்கள். மழை பெய்து அனைத்தையும் பழாக்கிவிடுமோ என்ற அச்சம் எழுந்தது. எல்லோரும் அம்மனை வேண்டிக்கொண்டனர். காற்று பலமாக வீசி மேகங்களை அடித்துச் செல்ல வேண்டும். ஏற்கனவே ஒருவருஷம் மழையினால் கூத்துத் தடைப்பட்டு

போயிருக்கிறது. கூத்து ஆரம்பித்ததும் மழை வந்துவிட்டது. விடவேயில்லை. இரவு முழுதும் விடுவதாகத் தெரியவில்லை. எல்லோரும் கூடிப் பேசி மறுநாள் நடத்தலாம் என்று முடிவெடுத்தனர். மறுநாளும் மழை விடவில்லை. இப்படியே கூத்துக்கலைஞர்கள் ஒரு வாரம் காத்திருந்தனர். ஊர்ப்பொதுவில் தங்க வைத்து உணவளித்து அவர்களைக் கவனித்துக்கொண்டனர். மழைத் தொடர்ந்தது. செய்த செலவெல்லாம் வீணானது. கடைசியில் கூத்துக்கலைஞர்கள் கூத்தை ஆடாமலேயே திரும்பிப் போனார்கள்.

கூத்து சூடு பிடித்தது. எல்லோர் கவனமும் கூத்தில் குவிந்திருந்தது. பெண் வேஷ நடிகர் அச்சு அசலாக பெண்ணாகவே மாறி யிருந்தார். அவரது அடவுகள் பார்ப்போரைத் துள்ளச் செய்தன. சிறுவர்கள் பலரும் கூத்தில் ஆர்வமில்லாத சிலரும் ஆங்காங்கே சுருண்டு உறங்கினர். நள்ளிரவு நெருங்கவும் பூனையின் சமிக்ஞைகள் அதிகமாயின. சோளத்தின் தயக்கம் அவனுக்குக் கோபத்தை ஏற்படுத்தியது. அவள் முதுகில் கொஞ்சம் பெரிய கல்லாகவே எரிந்தான். சோளம் கோபத்தோடு பூனையை முறைத்தாள். வாவாவென சைகையால் பதறினான். 'நீ கூப்ட்டதும் ஓடி வர நா இன்னா ஒம் பொண்டாட்டியா' என்று தனக்குத் தானே சோளம் சொல்லிக் கொண்டாள். ஆனால் அவன் அருகாமைக்கான ஏக்கமும் எதிர்பார்ப்பும் அவளது ஒவ்வொரு அணுவிலும் பாய்ந்து ரத்தத்தை சூடாக்கியது. உடல் முழுதும் உறைந்து கிடந்த காமம் அவளை எழுந்து போகும்படி வற்புறுத்தியது. யாராவது தன்னை கவனிக்கின்றார்களாவென சோளம் சுற்றிலும் பார்த்தாள். மாலாவின் காதில் கிசுகிசுத்தாள். எழுந்து கூட்டத்திலிருந்து வெளியேறினாள். அவள் நெஞ்சு திக்திக்கென அடித்துக்கொண்டது. பயத்தில் தொடைகள் நடுங்கின. கோயிலுக்குப் பின்புறமாக நடந்தாள். இருட்டான பகுதிக்கு வந்ததும் மூத்திரம் பெய்வதுபோல் பாவாடையைப் பரப்பி உட்கார்ந்தாள். அந்த ஒரு விஷயத்திற்கு மட்டும் இடம் கொடுக்கக்கூடாது என்று தனக்குள் உறுதி செய்துகொண்டாள். சிறிது நேரத்தில் பூனை வந்தான். சோளம் பயந்தவாறு எழுந்து நின்றாள்.

"இன்னாத்துக்குக் கூப்பிட்ட....?"

“அந்தப் பக்கம் போவலாம்...”

பூனை குன்றுப்பக்கம் கையை நீட்டினான்.

“நா வரல..”

பூனை அவளைக் கையை பிடித்து இழுத்தான். சோளம் வெடுக்கென அவனைத் தட்டி விட்டாள்.

“திமிரப் பாரு”

“நா வேணும்னா வா...”

என்று சொல்லிவிட்டுப் பாறைகளை நோக்கி நடந்தான். சோளம் குழம்பினாள். திரும்பி கூத்துப் பார்க்க போய்விடலாமா என்று யோசித்தாள். பூனையை நினைத்துப் பரிதாபப்பட்டாள். தடுமாற்றத்தோடு அவனை நோக்கி நடந்தாள். இருட்டில் இருந்தான். சோளம் தன் அருகில் வந்ததும் பூனை இழுத்து அணைத்துக்கொண்டான். அவனது சூடான மூச்சும், வியர்வையின் நெடியும் அவளைப் பலமாகத் தாக்கியது. இந்த நெடியை ஏற்கனவே எங்கோ நுகர்ந்தது போலிருந்தது. சோளம் யோசித்தாள். சட்டென்று பொறி தட்டியது. அன்று இருட்டில் வந்து தடவிச் சென்றது இவன்தானா? சோளம் சிரித்தாள். ‘திருட்டு நாயே’ என்று மனதிற்குள் சொல்லிக்கொண்டாள். தூரத்தில் ஹார்மோனிய இசையும், மத்தள ஓசையும் தாளமும் பாடலோடு ஓங்கி ஒலித்தன. சோளம் சிறு எதிர்ப்பின்றி முழுவதுமாகத் தன்னை அவனிடம் ஒப்புக் கொடுத்தாள். பூனை ஆடைகளைக் களைந்து அவள் மேல் படர்ந்தான். சோளம் எதையோ இழந்ததைப் போலவும், எதையோ பெற்றதைப் போலவும் உணர்ந்தாள். மழை வலுத்தது.

23

சோளத்தால் தன் மனதையும் உடலையும் கட்டுப்படுத்த இயலவில்லை. உடல் இன்னும் இன்னும் என்று உயிரை வாங்கியது. பூனை அழைத்த போதெல்லாம் மறுக்காமல் சென்றாள். ஏதாவது காரணம் சொல்லிக் கிழவி கண்ணில் மண்ணைத் தூவிவிட்டு பொழுது போனதும் குன்றுப் பக்கம் ஒதுங்கினாள். பூனை முன்கூட்டியே வந்து காத்திருப்பான்.

இந்த மாதம் தீட்டுத் தள்ளிப்போனது. அவள் மனதில் பயம் பிரமாண்டமாய் எழுந்தது. உண்டாகிவிட்டால் எப்படி எதிர்கொள்வது என்று யோசித்தாள். அடிவயிற்றை அவ்வப்போது தடவிப் பார்த்தாள். வயிற்றில் ஏற்படும் சிறுசிறு சலனங்கள் கூட அவளை பயமுறுத்தியது. அவள் பேசுவது குறைந்து பெருத்த அமைதி அவளிடம் நிலைக்கொண்டது. வேலைக்குப் போகும்போதும் வரும்போதும் சரோஜா தொணதொணப்பாள். சோளம் உம் கொட்டுவாளே தவிர சரோஜா சொன்னதை உள் வாங்க மாட்டாள். அந்தளவு குழம்பிக்கிடந்தாள்.

சோளம் மாலாவைப் பற்றி யோசித்தாள். மாலா அவள் மாமனோடு பலதடவைக் கூடியிருக்கிறாள். ஆனால் கருத் தரிக்கவில்லை. அவ்வளவு ஏன்.. இந்த சரோஜா பலபேரோடு படுக்கிறாள். கணக்கு வழக்கில்லை. அவளிடம் எந்த பயமும் இல்லை. நான் மட்டும் எதற்கு இப்படி பயந்து சாகனும். அப்படியே உண்டானாலும் பூனை பார்த்துக் கொள்வான். அவன் குழந்தையை எப்படிக் கைவிடுவான். ஆனால் கொத்தம்பாத்தா ஏற்றுக் கொள்வாளா? இப்படிப் பல எண்ணங்கள் அவள் மனதில் சுழன்றன. வேலையில்கூட கவனம் போகவில்லை. இதனை கவனித்த சரோஜா "இன்னாடி ஒரு மாதிரியா கீற.." என்றாள்.

"ஒன்னுமில்ல ஒடம்பு செரியில்ல..."

இப்படி ஒற்றை வாக்கியத்தில் முற்றுப்புள்ளி வைத்தாள். கட்டிக் கொண்டு போன சோற்றைக்கூட சோளம் தொடவில்லை. மேஸ்திரியிடம் சொல்லிவிட்டு வேப்பமரத்தடியில் சும்மாட்டை விரித்துப் படுத்துக் கொண்டாள்.

சாயுந்திரம் வீடு வந்த பிறகுகூட சோளம் தெளிவடையவில்லை. பயம் அதிகரித்துக்கொண்டே வந்தது. 'மாரியாத்தா.. என் வயித்தில புள்ளைய குடுத்திடாதே..' என்று மனமுருகி வேண்டினாள். இனி கல்யாணத்திற்கு முன் எக்காரணம் கொண்டும் பூனையோடு சேரக்கூடாது என்று மனதிற்குள் சங்கற்பம் செய்துகொண்டாள். பேருக்குக் கொஞ்சம் சாப்பிட்டுவிட்டு சீக்கிரமாகப் படுத்துக் கொண்டாள்.

உதடிகிழவி கிருஷ்ணாயில் வாங்க நாடார் கடைக்குக் கிளம்பினாள். தெருவில் அஞ்சலை வந்துகொண்டிருந்தாள். வழக்கமாக கிழவியைப் பார்க்கும்போது அஞ்சலை கொஞ்ச நேரம் நின்று ஏதாவது பேசிவிட்டுச் செல்வாள். இன்று விசுக்கென்று முகத்தை வேறு பக்கம் திருப்பிக்கொண்டாள். அது மட்டுமில்லாமல் தொண்டையைச் செருமி காறித் துப்பினாள். பிறகு யாரையோ திட்டத் தொடங்கினாள்.

''கூட்டிக்குடுத்து வாங்கித் துன்றாளுங்க.. தேவ்டியாளுங்க தூ..''

கிழவிக்கு ஒன்றும் பிடிபடவில்லை. தன்னைக் கண்டதும் அஞ்சலை ஏன் இவ்வாறு நடந்து கொள்கிறாள். அவளோடு எவ்வித மனத்தாங்கலும் இதுவரை ஏற்பட்டதில்லையே. கிழவி தனக்குத்தானே புலம்பியபடி கடைக்குப் போய் பொருள்களை வாங்கிக் கொண்டு திரும்பி வந்தாள். பொருட்களையெல்லாம் வீட்டிற்குள் வைத்துவிட்டு வாசலில் உட்கார்ந்து வெற்றிலை இடித்தாள். அஞ்சலை தெருவில் நின்றுகொண்டு கிழவியைப் பார்த்து வாய்க்கு வந்தபடி திட்டினாள்.

''மாங்காவுக்கும் தேங்காவுக்கும் துணிய அவுக்குற நாதேறிங்களுக்கு குடும்பத்தப் பத்தி இன்னா தெரியும்..'' வீட்டிற்குள் படுத்திருந்த சோளம் சட்டென்று எழுந்து வாசலுக்கு வந்தாள்.

''ஆயோவ்.. அஞ்சல எதுக்குப் பாக்கும் போதெல்லாம் திட்டுது.''

''இன்னாத்துக்கினு தெரிலடி.. ரோட்ல நின்னு நம்ம பாத்துதான் திட்டுறா..''

அஞ்சலை உதடிகிழவியை நோக்கி கையை நீட்டினாள்.

‘‘இருக்குடி உங்களுக்கு.. இன்னா ஆவப்போறீங்கன்னு பாருங்க. எங்க ஊட்டு ஆம்பள வருவான். வெரல உட்டு டாரா கிய்ப்பான்..’’

கிழவிக்குச் சுரீரென்று ஏறியது. பொறுக்க முடியவில்லை. வெற்றிலை இடிப்பதை நிறுத்திவிட்டு எழுந்து நின்றாள்.

‘‘இன்னாத்துக்கு வாசலப் பாத்து திட்டிக்கினு கீற..ம்.. யார டார கீக்கப் போற..இன்னா..’’

அஞ்சலை கிழவியை நெருங்கி நின்றாள்.

‘‘எதுக்கா.. கூட்டிக்குடுத்து வாங்கித் துன்னியே.. அதுக்கு.’’

கிழவி லபோதிபோன்னு வாயிலடித்துக்கொண்டாள். சோளத்துக்கு என்ன செய்வதென்றே தெரியவில்லை. அவள் பேந்த பேந்த முழித்தாள்.

‘‘யார பாத்து இன்னா பேசுற..ம்..நாங்க கூட்டிக்குடுத்து வாங்கித் துன்றோமா.. பாத்து பேசு.. நாக்கு அய்விப் பூடும்..’’

அஞ்சலையும் கிழவியும் வாய்க்கு வந்தபடி பேசிக்கொண்டனர். கூச்சல் கேட்டு சரோஜா ஓடிவந்தாள்.

‘‘ஏன்டி கூவுறீங்கோ.. இன்னாச்சு..ம்..’’

சரோஜாவின் கைகளை அஞ்சலைப் பிடித்துக்கொண்டாள்.

‘‘நீயே சொல்லு நியாத்த..ம்.. இந்த கெய்வியும் அவ பேத்தியும் சேந்துக்கினு இன்னா காரியம் பண்ணிக்கீறாளுங்கோ தெரியுமா..’’

சரோஜாவால் எதுவும் விளங்கிக்கொள்ள முடியவில்லை. அஞ்சலை விளக்கமாகச் சொன்னாள்.

’’இந்த கெய்வியும் அவ பேத்தியும் சேந்துக்கினு அந்த நொண்டிப் பையனோடு மாலாவ சேத்துவிட்டிருக்காளுங்கோ.. அவன் இங்க வருவான்.. உடனே மாலாவுக்கு ஆள் வரும்.. இப்படியே எங்குடிய கெடுத்திருக்காளுங்க..’’

அஞ்சலை பேச்சை நிறுத்திவிட்டு இடுப்பில் சொருக்கியிருந்த பொடி டப்பாவை எடுத்தாள். இரண்டு விரல்களில் பொடியை அள்ளி மூக்கில் உருஞ்சினாள். காரம் தலைக்கேற தொண்டையைச் செருமினாள்.

“நீயே சொல்லு சரோஜா.. அவனுக்குதான் பொண்ண குடுக்கிறதா இருந்தோம். லாரி கவுந்து ஒரு கால் போயிடுச்சு. கால் போனவனுக்கு எப்படிப் பொண்ண குடுக்கிறது? நாங்க நல்லவிதமா அவங்க ஊட்ல போய் சொல்லிட்டோம். மாலாவுக்கும் பக்குவமா சொல்லி மனச மாத்தியிருந்தோம். எடையில இந்த முண்டைங்க பூந்து கெடுத்துட்டாளுங்க. அவ இன்னாடான்னா துணிய சுருட்டிக்கினு ஓடப் பாக்குறா.. பெரியவளத்தான் பறிக்கொடுத்துட்டோம். இவ வாழ்க்கையாவது நல்லா இருக்கட்டும்னு பாத்தா இந்த நாதேறிங்க.. பாழாக்கிட்டாளுங்க..”

சொல்லிவிட்டு மூக்கைச் சிந்தினாள் அஞ்சலை. அஞ்சலைப் பக்கம் நியாயமிருப்பதாகப் பட்டது சரோஜாவுக்கு. அதனால் கிழவியைப் பார்த்து அதட்டி அடக்கிவிட்டு அஞ்சலையை சமாதானப்படுத்தினாள். கேசவன் வந்து போனது இவ்வளவு விபரீதம் ஆகுமென்று கிழவி நினைக்கவில்லை மேற்கொண்டு பேச வழியில்லாமல் மௌனமாக நின்றாள். நன்றாகக் குடித்துவிட்டு பெருத்த கூச்சலிட்டவாறு கூழ்வயித்தன் ஓடிவந்தான். சோளத்துக்கு வயிற்றைக் கலக்கியது. கிழவி நடுநடுங்கினாள். அஞ்சலையேகூட பயந்தாள். கூழ்வயித்தன் குடித்துவிட்டால் மோசமானவன். போதையில் எதுவும் செய்வான். பிரச்சனை வளர்வதை அஞ்சலை விரும்பவில்லை. நாலு கேள்வி கேட்டுவிட்டுப் போகவே அவள் வந்தாள். இந்தாளு எதுக்கு இங்கு ஓடி வர்றான் என்று தனக்குள் கேட்டுக்கொண்டாள்.

கூழ்வயித்தன் வந்த வேகத்தில் உதடி கிழவியைப் பிடித்து தள்ளினான். கிழவி தூரப்போய் விழுந்தாள். சத்தமே எழவில்லை. சோளம் அலறியவாறு ஆயாவிடம் ஓடினாள். கிழவியைத் தூக்கி உட்கார வைத்தாள். இரண்டடி உயர செடிகளின் மேல் விழுந்ததால் கிழவி பிழைத்தாள். இல்லையென்றால் என்ன ஆகியிருக்குமோ. குறைந்தபட்சம் சில எலும்புகளாவது உடைந்திருக்கும். கிழவிக்குச் சிறு சிராய்ப்புகூட ஏற்படவில்லை. அஞ்சலை கூழ்வயித்தனைப் பிடித்துக்கொண்டாள்.

“நீ எதுக்கு இங்க வந்தே.. வராதேன்னு சொல்லிட்டுதானே வந்தேன்..ம்..”

கிழவி சோளத்தின் உதவியோடு தடுமாறி எழுந்து நின்றாள்.

“அட பாடு பையா.. தள்ளாதவளப் புடிச்சி தள்ளுறீயே நீ உருப்படுவியா.. வாந்தி பேதி வந்து உன்ன வாரிக்குனு போவ; கையும் காலும் வௌங்காமப் போவ..”

கீழே குனிந்து மண்ணை அள்ளி கூழ்வயித்தன் மேல் வீசினாள். அவனோ நாக்கைத் துருத்தியபடி கிழவியை உதைக்க காலைத் தூக்கினான். அஞ்சலை அவனை இறுக்கமாகப் பிடித்துக் கொண்டாள். சரோஜாவும் குறுக்கே வந்து நின்றாள்.

“உட்ரி என்ன.. ங்கோத்தா இன்னா பண்றேன் பார்.. மண்ண அள்ளியா தூத்துற, உன் ஊட்ட கொளுத்தி உங்கள நடுத் தெருவுல நிக்க வெக்கிறேன்..”

கூழ்வயித்தன் சொன்னதோடு நில்லாமல் திமிறிக்கொண்டு ஓடிபோய் வத்திக்குச்சியைக் கிழித்து கூரையின் மேல் போட்டான். காய்ந்த பனை ஓலை சட்டென பற்றிக்கொண்டது. சோளமும் கிழவியும் குய்யோ முறையோ என கூச்சலிட்டனர். சரோஜா பரபரப்பாக இயங்கினாள். சாக்கடைப் பானையிலிருந்த தண்ணீரை ஊற்றி தீயை அணைத்தாள். போதாதற்கு மணலை அள்ளி அதன்மேல் போட்டாள். அந்தப் பக்கமாக வந்த டங்காருவும்கூட சேர்ந்து கொண்டான். ஒருவழியாகத் தீயை அணைத்து முடித்தார்கள். அந்த நேரத்தில் காற்று வீசியிருந்தால் தீயை அணைத்திருக்க முடியாது. மேலும் பல வீடுகளுக்குப் தீ பரவியிருக்கும். டங்காரு கூழ்வயித்தனை முறைத்தான்.

“நீ செஞ்சது ரொம்ப தப்பு.”

“அவங்க இன்னா பண்ணாங்கத் தெரியுமா.. சப்போட்டுக்கு வந்துட்ட..”

“அதுக்கு.. ஊட்ட கொளுத்துவாங்களா.. நெருப்பு பத்திக்கினா ஒரு வீட்டோடு போகுமா.. ஆம்பள இல்லாத ஊட்டுல வந்து வீரத்தக் காட்டிக்கினு.. போயா..”

சண்டையின் போக்கு திசை மாறுவதை உணர்ந்து புருஷனை இழுத்துச் சென்றாள் அஞ்சலை. டங்காரு வந்திருக்காவிட்டால் கூழ்வயித்தன் அடங்கியிருக்கமாட்டான். உதடிகிழவி வழக்கம்போல் வாசலில் உட்கார்ந்து அழ ஆரம்பித்தாள்.

டங்காரு அங்கிருந்து நகர்ந்தான். சோளம் கண்ணீர் விட்டபடி தேம்பினாள். கிழவியின் ஒப்பாரி சரோஜவை எரிச்சல்படுத்தியது.

"ஏய்.. கெய்வி.. வாய மூடு. ஓமேலேயும் தப்புக் கீது. அந்த நொண்டிப் பையன எதுக்கு ஊட்டாண்ட சேத்த..ம்.."

கிழவி சோளத்தை முறைத்தாள். சோளம் தலைகுனிந்தாள்.

"எல்லாம் இவளாலதான்."

"செரி செரி உடுங்க.."

சரோஜா இருவரையும் சமாதானப்படுத்திவிட்டு அங்கிருந்து கிளம்பினாள். சோளம் நடந்தவற்றை நினைத்துப் பார்த்தாள். சரோஜாவும், டங்காருவும் வரவில்லையெனில் கூழ்வயித்தன் இன்னும் அசிங்கம் செய்திருப்பான். மனதிற்குள் இருவருக்கும் நன்றி சொல்லிக்கொண்டாள். எல்லாவற்றையும் ஏறக்கட்டிவிட்டு இருவரும் படுத்தார்கள். படுத்த கொஞ்சம் நேரத்தில் கிழவி குறட்டை விட ஆரம்பித்தாள். சோளத்துக்கோ கண்கள் மூடவில்லை. இருளில் ஏதோதோ யோசித்தபடி படுக்கையில் புரண்டாள். வீட்டின் மேட்டு வளைவில் எலியொன்று சரசரவென ஓசையெழுப்பியபடி குறுக்கும் நெடுக்குமாக ஓடியது. மெல்ல சோளத்தின் கண்கள் சொருகியது.

அன்றைய விடியல் சோளத்திற்கு மகிழ்ச்சியை அளித்தது. தூக்கம் கலைந்ததும் தொடையின் இடுக்குகளில் பிசுபிசுப்பை உணர்ந்தாள். அவளை உருக்குலைத்த பிரச்சனை ஒரு வழியாக விலகிவிட்டது. படுக்கையைச் சுருட்டி மூலையில் வைத்து விட்டுக் குளிக்க ஆயத்தமானாள்.

24

அன்று ஞாயிற்றுக்கிழமை. ஊருக்கு வெளியே நின்ற புளிய மரத்தடியில் குன்றுமேட்டைச் சேர்ந்த வாலிபர்கள், சிறுவர்கள் கூடியிருந்தனர். இது வழக்கமானதுதான். வேலையில்லாதபோது அங்கு வந்து சீட்டோ, சோழியோ பணம் வைத்து ஆடுவார்கள். சிறுவர்கள் கோலி, பம்பரம் விளையாடுவார்கள். வரதன், பூனை, குட்டைக்கலக்கி, மரநாய் ஆகிய நால்வரும் சோழி ஆடிக்கொண்டிருந்தனர்.

விறகு சுமையோடு சோளம் வந்து கொண்டிருந்தாள். வியர்வையில் குளித்திருந்தாள். பாரத்தைத் தூக்கிக்கொண்டு நடந்ததால் அவள் உடல் குலுங்கியது. முன்னும் பின்னும் அசைந்தாடியதை சோழி போடுவதை நிறுத்திவிட்டுக் குட்டைக்கலக்கி வெறித்தான். மற்றவர்களும் ஏறக்குறைய அதே மனநிலையில் இருந்தனர். பூனைக்கு தர்மசங்கடமாக இருந்தது. வெளிக்காட்டிக் கொள்ள முடியாமல் அடக்கி வாசித்தான். குட்டைக்கலக்கி வெளிப்படையாகத் தனது வக்கிரத்தை வெளிப்படுத்தினான்.

“எப்பிடி கீறா பார்.. தளதளன்னு.. கெடைச்சா புழிஞ்சுடுவேன்...”

பூனையைத் தவிர்த்து எல்லோரும் சிரித்தார்கள். வரதன் தன் பங்குக்குச் சொன்னான்.

“மாரப் பார் எவ்ளோ பெரிசு.. எவனோ கை வக்கிறான். இல்லேன்னா இப்பிடி பெருக்காது.”

“சித்தாள் வேலைக்குப் போவுது. அந்த மேஸ்திரி வேற மோசமானவன். பதம் பாக்காம உடுவானா..”

பூனை உள்ளுக்குள் குமைந்தான். அவர்களை வெளிப்படையாக எதுவும் கேட்க முடியாது. அப்படியே கேட்டாலும் எல்லோரும் இவன் மேல் பாய்வார்கள்.

மரநாய் ஓரக் கண்ணால் பூனையைப் பார்த்தவாறு சொன்னான்.

“அந்தப் பொண்ணு சூடு கை.. தொட்டதும் உழுந்திடும். கவனிச்சுப் பாருங்க.. அது கண்ணு மேயும். அவள மொதமொத போட்டதே நான்தான்.”

மரநாய் சொல்லிவிட்டுப் பெருமையாகச் சிரித்தான். எல்லோரும் உண்மையா என்பதுபோல் அவனைப் பார்த்தார்கள். பூனை தன் தலையில் இடி விழுந்ததைப் போல் உணர்ந்தான். அவனது உடல் நடுங்கியது. குட்டைக்கலக்கி நம்பிக்கையில்லாமல் மரநாயிடம் கேட்டான்.

''நிஜமாவா.. இல்ல பொய் சொல்றீயா.. எப்போ நடந்துச்சு..''

''அது ரொம்ப நாளைக்கு முன்னாடி.. இருட்டுல பனஞ்சாலை யோரமா வந்துக்கினு இருந்துச்சி. தூக்கிப் போட்டு மிதிச்சுட்டேன். அதிலிருந்து என்ன பாத்தாவே பயந்துக்கினு ஓடுவா..''

அதுவரை மௌனமாகயிருந்த பூனை வாயைத் திறந்தான்.

''அப்போ வயசுக்கு வந்துருந்துச்சா..''

''போதையில இருந்தேன்.. மறந்துப்போச்சு..''

மரநாய் பூனையின் முகத்தைப் உற்றுப் பார்த்தான். மனக் கொந்தளிப்பால் பூனையின் முகம் இறுகுவதைக் கண்டான். தயங்கியவாறு மற்றவர்களிடம் சொன்னான்.

''பூன அந்தப் பொண்ண டாவடிக்கிறதா கேள்விப்பட்டேன்..''

கேட்டதும் எல்லோரும் அதிர்ச்சியடைந்தனர். பூனையைப் பரிதாபமாகப் பார்த்தனர். வரதன் மரநாயிடம் கேட்டான்.

''யார் சொன்னது. நீ பாத்தியா..''

''கேள்விப்பட்டேன்.. சொன்னது யாருன்னு சொல்லமாட்டேன்..''

நெருங்கிய உறவுக்காரன் என்பதால் வரதன் பூனையை எச்சரிக்கும் தொனியில் சொன்னான்.

''வாணா மச்சான்.. ஒந் தகுதிக்கு, படிப்புக்கு அது ஒத்து வராது. அது லோலாய்க் குடும்பம். உங்கம்மாவுக்குத் தெரிஞ்சா உயிர உட்டுடுவா.. அத ஏறக்கட்டு.. அது பலபட்டரை..ம்..புரியுதா..''

பூனை சப்தநாடியும் ஒடுங்கினான். வரதன் அம்மாவிடம் போட்டுக் கொடுத்துவிடுவானோ என்று பயந்தான். இன்னொரு பக்கம் சோளத்தின் கேவலமான கடந்தகாலம் மனதில் தோன்றி வாட்டியெடுத்தது. இருந்தும் எவ்வித உணர்ச்சியையும் காட்டிக் கொள்ளாமல் மழுப்பலாகச் சிரித்தான்.

“வழியில பாத்தா சிரிப்பன். அவ்ளோதான். நான் போய் அந்தப் பொண்ண பாப்பேனா..ம்..”

அவன் சமாளிக்கிறான் என்பது வரதன் உட்பட அனைவருக்கும் புரிந்துவிட்டது. அதைப் பற்றி மேற்கொண்டு பேசாமல் வேறு விஷயத்திற்குப் போனார்கள். பூனையோ உள்ளே கொந்தளித்துக் கொண்டிருந்தான். சோளத்தின் மேலிருந்த ஈர்ப்பு சுத்தமாக வடிந்துவிட்டது. அவள் ஒரு ஜாலக்காரியாகத் தெரிந்தாள். ‘ஒன்னுமே தெரியாததுபோல் நடந்துகொண்டாளே.. சீ.. திருடி..’ பூனை மனதிற்குள்ளாக புலம்பித் தீர்த்தான். அவளை வெறுத்தான். அன்றிலிருந்து சோளத்தின் பார்வையில் படுவதைத் தவிர்த்தான்.

அப்படியே எதிர்ப்பட்டாலும் முகத்தைத் திருப்பிக்கொண்டான். அவனது போக்கு புரியாமல் சோளம் அதிர்ச்சிக்குள்ளானாள். எதற்காகத் தன்னைப் புறக்கணிக்கிறான்? காரணம் பிடிபடவில்லை. அவனை மடக்கிக் கேட்கலாமென்றால் அந்த நேரம் யாராவது வந்துவிடுகிறார்கள். அவள் கண்களாலேயே கேட்டுப்பார்த்தாள். அவன் கல்லுபோல் இறுகிக்கிடந்தான். அவன் வெறுக்கிறான் என்பது புரிகிறது. எதற்காக வெறுக்கிறான் என்பதுதான் தெரியவில்லை. ஒருவேளை நாம் அவனுக்கு ‘அலுத்து விட்டோமோ.’ அவன் இழுத்த இழுப்புக்கெல்லாம் ஓடியது தன்னோட தப்புதான். ஆம்பள ஏறிமிதிச்சிட்டுப் போயிட்டான். இப்போ வேதனை படுவது யார்.. தன்னைத்தானே நொந்து கொண்டாள்.

பூனையோ கூட்டிக்கழித்துப் பார்த்தான். கமுக்கமாக அவளைவிட்டு விலகிட முடிவெடுத்தான். இங்கிருந்து கொண்டு ரொம்ப நாளைக்கு அவளுக்கு ஆட்டம் காட்ட முடியாது. பிரச்சனை செய்தாலும் செய்வாள். வெகு தூரத்திலிருந்த தனது அத்தை வீட்டிற்குக் கிளம்பிச் சென்றான். இதுகூட இரண்டு வாரத்திற்குப் பிறகுதான் சோளத்திற்குத் தெரிந்தது.

25

சோளம் காய்ந்த வேலிக்காத்தான் முள்ளை அடுப்பெரிக்க நறுக்கிக்கொண்டிருந்தாள். எந்திரகதியில் வேலை செய்து கொண்டிருந்தாள். பூனை ஊரை விட்டுப் போனதிலிருந்து சோளம் ஒரு மாதிரியாகிவிட்டாள். சரியாகச் சாப்பிடுவதில்லை; தூங்குவதில்லை.

கிழவி ஆப்பம் சுட்டுக்கொண்டிருந்தாள். ஆப்பம் வாங்க கோவூரா வந்தாள். அடுப்பருகில் குத்துக்காலிட்டு உட்கார்ந்தாள். கிழவி அலுமினிய தட்டில் ஆப்பத்தை வைத்துக் கறிக்குழம்பு ஊற்றி நீட்டினாள். கோவூராவுக்கு நல்ல பசி. கறியை ஒன்னும் பாதியுமாக மென்று விழுங்கினாள்.

''சோளம் எங்க காணோம்..''

''சோளத்துக்கு இன்னா வச்சிகினு கீற.. ஊட்டுப் பின்னாடி வெறவு தறிக்கிறா.. எதுக்கு கபக் கபக்னு முழுங்கற.. மென்னு துன்னு..''

கோவூரா சிரித்தாள்.

''வேகமா துன்னு பயக்கமாயிடுச்சி.. காரம் பத்தல..''

கிழவி தலையசைத்தாள்.

''கடைத்தூள் வாங்கிப் போட்டேன். அதான் சப்புன்னு கீது.. மொளகா அரைக்க துட்டு இல்லடி.. குடேன்..''

கோவூரா சுற்றிலும் பார்த்துவிட்டு சொன்னாள்.

''மாலா கத தெரியுமா..''

மாலா என்றதும் சோளம் அவர்கள் பேச்சில் கவனம் செலுத்தினாள். பேச்சு முழுதாகக் கேட்க வேண்டும் என்பதால் விறகு தறிப்பதை நிறுத்தினாள். கிழவி பயந்தவாறு கேட்டாள்.

''இன்னாச்சு மாலாவுக்கு.''

''இன்னும் விஷயம் ஒங் காதுக்கு வர்லியா..ம்..''

''அட சொல்லுடி இசுக்காத..''

‘‘அந்த நொண்டிக்கிட்ட ஓடிட்டா.. அப்பன் ஆத்தா ரெண்டு பேரும் போய் எவ்ளோ கெஞ்சிப் பாத்திருக்காங்க.. அவ வரமாட்டேன்னு சொல்லிட்டா.’’

மாலாவை நினைத்து சோளம் மனம் கலங்கினாள். என்ன வெல்லாம் சிரமப்படப் போகிறாளோ. மாரியத்தாதான் அவளைக் காப்பாத்தனும். சோளம் வேண்டிக்கொண்டாள்.

கோவூரா அடுத்த விஷயத்திற்குத் தாவினாள்.

‘‘கெய்வி.. கட்டக்காலன் கத தெரியுமா.. கண்ட எடத்தில் வாய வச்சு நோய வாங்கிக்கினு வந்து பொண்டாட்டிக்கு ஈசிட்டுக் கீறான். சொறிஞ்சி சொறிஞ்சி புண்ணாகி ஆஸ்பத்திரிக்குப் போயிருக்கா. அவமானப்பட்டு திரும்பியிருக்கா. தனக்கு தொத்தி யிருப்பது இன்னமாதிரியான நோயின்னு தெரிஞ்சதும் பத்ரக்காளியாயிட்டா.. கட்டக்காலனை பழைய தொடப்பக் கட்டையால விலாசி தள்ளிட்டா.. தாலிய கயட்டி அவன் மூஞ்சி மேல போட்டுட்டு கொய்ந்திங்கள கூப்டுக்கினு அவங்கம்மா ஊட்டுக்கு போயிட்டா’’

கேட்டதும் கிழவியின் மனதில் ஏதோ ஒன்று முறிந்தது. முனியம்மாவை நினைத்து வருத்தப்பட்டாள். கட்டக்காலனுக்கு வாழ்க்கைப்பட்டு வந்து அவள் பெற்றதெல்லாம் அடியும் உதையும் ஏச்சும் பேச்சும்தான். நாசமா போனவன் என்று கட்டக்காலனைக் கிழவி சபித்தாள்.

கோவூராவின் அடுத்த விஷயம் சோளத்தைப் பற்றியதாக இருந்தது.

‘‘ஏங் கெய்வி.. சோளத்தை எங்கேயாவது தள்ளி உடுறதுதானே..’’

கிழவிக்குச் சட்டென்று புரியவில்லை.

‘‘இன்னாடி சொல்ற..’’

‘‘கல்யாணம் பண்ண சொல்றேன்.’’

சோளத்தின் நெஞ்சு படபடவென அடித்தது. தன் கல்யாணத்தைப் பற்றி கோவூரா ஏன் இப்போது பேசுகிறாள். பூனையோடு தான் பழகியதை மோப்பம் பிடித்து விட்டாளோ. சோளம் மூச்சுவிடுவதைக்கூட மறந்தாள். அடுத்து கோவூரா என்ன சொல்லப் போகிறாள் என்பதை அறிய ஆவல் கொண்டாள்.

"ஒரு பையன் இருக்கிறான்.. இன்னா சொல்ற.."

"இந்த ஊரா.."

"உனுக்குத் தெரிஞ்சவன் தான்."

கோவூராவின் வார்த்தைகள் ஒவ்வொன்றும் சோளத்தின் மனதில் திகிலை உண்டாக்கின. கிழவியோ யாராக இருக்கும் என்று மனதிற்குள் யோசித்தாள். அவனா இருக்குமோ, அல்லது இவனா இருக்குமோ என்று ஊரிலுள்ள வாலிபர்களையெல்லாம் எண்ணத்தில் நிறுத்தினாள்.

"அடச் சீ ... சொல்லு.."

கோவூரா பதில் சொல்லாமல் சிரித்தாள்.

"இன்னாத்துக்குப் பல்லக் காட்ற.. சொல்லு."

"சொல்லுவேன். ஆனா திட்டக்கூடாது. டங்காருக்குதான் கேட்குறேன்."

"டங்காருக்கா.."

கிழவி இழுத்தாள்.

"இன்னா இசுக்கிற.. கல்யாணம் பன்னா செரியாயிடுவான்."

"அவனா கேக்க சொன்னான்.."

"அவுனுக்குத் தெரியாது. நானேதான் கேக்குறேன். நீ செரின்னா அவன் அப்பங்கிட்ட பேசுறேன். வயசுக்கு வந்த பொண்ண வச்சிக்கினு கஷ்டப்படுறீயேன்னு சொன்னேன்.. அப்புறம் ஒன் இஷ்டம்."

கிழவி கோவூராவின் வார்த்தையில் நியாயமிருப்பதை உணர்ந்தாள். சோளத்தை ஒருத்தனிடம் ஒப்படைத்து விட்டால்போதும். அதன் பிறகு கிழவி அக்கடாவெனக் கிடப்பாள்.

"கொஞ்சம் பொறு.. அவகிட்டேயும் ஒரு வார்த்த கேக்குறேன்.."

கோவூரா கிளம்பினாள்.

சோளம் மனதிற்குள் கோவூராவை நன்றாகத் திட்டி தீர்த்தாள். இவளை யாரு எனக்கு மாப்பிள்ளை பார்க்கச் சொன்னது. நான் கேட்டனா.. அதுவும் யாரை.. டங்காருவை.. அவனும் அவன்

மூஞ்சியும். ரவுடி, பொறுக்கி, போதாகுறைக்கு தேங்கா மாங்கா திருடுவான். அந்த நாயோடு போய் என்னை முடிச்சுப்போட பாக்குறா. இந்த கிழவிக்கும் புத்தி கிடையாது. முடியாதுன்னு அடிச்சு சொல்ல வேண்டியதுதானே. எதுக்கு மயங்குறா.. என்ன தள்ளிவிட்டா போதும்னு நெனைக்கிறாளா.. எனக்குக் கல்யாணமும் வேண்டாம்.. ஒரு மசுரும் வேணாம்.. நான் பாடுபட்டு வயித்தைக் கழுவிக்குவேன். இப்படியே சோளம் நீண்ட நேரம் புலம்பிக்கொண்டிருந்தாள். அவளுக்குப் பூனையைப் பார்க்க வேண்டும் போலிருந்தது. அவனிடம் சொல்லி அழ வேண்டும். எதற்கு அவன் என்னை விட்டு விலகிப் போனான். என்ன தப்பு செஞ்சேன்.. சோளம் எழுந்து தலை சீவிக்கொண்டு தெருவுக்கு வந்தாள்.

கிழவி கேட்டாள்.

"எங்கடி போற.."

சோளம் பதிலளிக்கவில்லை. கொத்தம்பாத்தா வீட்டுப் பக்கம் திரும்பத் திரும்ப நடந்தாள். வீட்டிற்குள் நுழைந்து கொத்தம்பாத்தாவிடம் எல்லாவற்றையும் சொல்லி அழலாமா என்றுகூட தோன்றியது. ஆனால் தைரியம் வரவில்லை. என்ன இருந்தாலும் பூனை அவளை நட்டாற்றில் விட்டுப் போயிருக்கக்கூடாது. தன் பின்னால் யாரோ காறித்துப்புவது கேட்டது. சோளம் திரும்பிப் பார்த்தாள். கொத்தம்பாத்தா துடைப்பக்கட்டையோடு நின்றுகொண்டிருந்தாள். ஜாடையாக சோளத்தைத் திட்டினாள். சோளம் அவள் திட்டியதைப் பொருட்படுத்தவில்லை. மான அவமானத்தையெல்லாம் கடந்து விட்டவள் போன்று அமைதியாக நடந்தாள்.

26

சோளத்திற்கு இன்று வேலை இல்லை. சட்டிப்பானை, தட்டு, தேக்சா எல்லாவற்றையும் சாக்கடையருகில் போட்டு, தேங்காய் நாரை சாம்பலில் தொட்டுத் தேய்த்துக்கொண்டிருந்தாள். காற்று வேகமாக வீசும்போது பாட்டுச் சத்தம் ஒலித்தது. இடையிடையே பேண்டு வாத்தியம் ஒலித்தது. வெளியூர் ஆட்கள் தெருவில் நடமாடினர். பிரிஞ்சி சோற்றின் மணம் மூக்கைத் துளைத்தது. ஊரே விருந்துக்குத் தயாரானது. இன்று பூனைக்குக் கல்யாணம். ஒரு மாதத்திற்கு முன்பே சோளத்திற்குத் தெரியும். அவளால் அழுவதைத் தவிர வேறொன்றும் செய்ய முடியவில்லை. வந்தான்; சிரிச்சான்; அனுபவிச்சான்; கழட்டிவிட்டான். எந்த உறுத்தலும் இல்லாமல் இன்னொருத்தியைக் கல்யாணமும் செய்கிறான். கடவுள்தான் இதற்குக் கூலி கொடுக்கனும்.

சோளத்தால் இருப்புக்கொள்ள முடியவில்லை. எழுந்து தெருவில் வந்து நின்றாள். யாரிடமாவது பேசினால் நன்றாக இருக்கும்போல் தோன்றவே சரோஜா வீட்டை நோக்கி நடந்தாள். சரோஜா சோறாக்கிக்கொண்டிருந்தாள். காற்றில் மிதப்பதுபோல் நடந்துவரும் சோளத்தைப் பார்த்ததும் அவளுக்குப் பரிதாப உணர்வு ஏற்பட்டது. சோளம் வலிந்து சிரிப்பை வரவழைத்தாள். சந்தோசமாக இருப்பதைப்போல் காட்டிக்கொள்ள முயற்சித்தாள். தன் பக்கத்தில் உட்கார்ந்த சோளத்தின் முகம் வீங்கியிருந்தது. 'ரொம்பவும் அழுதிருப்பாள்.'

"இன்னாடி பொண்ணே ஒரு மாதிரியா கீற.. ஒடம்பு செரியில்லையா.."

"எனக்கின்னா.. நல்லாத்தான் கீறேன்.. பொகையுது பார்.. அடுப்பை ஊது.."

"ஈர வெறவுடி.. எரிய மாட்டேங்குது. இன்னா காலங்காத்தால.."

சோளம் முகம் சுழித்தாள்.

"சும்மா தான் வந்தேன். வரக்கூடாதா...?"

"நீ சும்மான்னா வா.. சொமந்துக்கின்னா வா.. இந்தா காபியைக் குடி."

காய்ச்சி இறக்கி வைத்திருந்த காபியை அலுமினிய கிளாசில் ஊற்றி சோளத்திடம் நீட்டினாள். குடிக்கும் மனநிலையில் சோளம் இல்லை. வேண்டாமென்று தலையாட்டினாள்.

''அடச் சீ... குடி. ரொம்ப பிகு பண்றே''

சோளம் கிளாசை வாங்கிக்கொண்டாள். ஆனால் வாயில் வைக்க முடியவில்லை. பேண்டு வாத்தியம் அவள் மனதை சிதறடித்துக்கொண்டிருந்தது.

''இன்னா தாங்கமுடியலியா..ம்..''

சோளம் திடுக்கிட்டாள். சரோஜா இதைப் பற்றி கேட்பாளென்று சோளம் எதிர்ப்பார்க்கவில்லை. ஒன்றும் தெரியாதது போல் நடித்தாள்.

''இன்னாக்கா சொல்ற..''

''சொரக்காயில உப்பில்லேன்னு சொல்றேன். திருடி.. ஒங் கதையெல்லாம் எனுக்குத் தெரியாதுன்னு பாக்குறீயா...''

''நீ இன்னா சொல்றேன்னு புரில..''

''புரியாது. பூனையும் நீயும் டாவடிச்சது எனுக்குத் தெரியும்டி''

சோளம் பதற்றமானாள்.

''யெக்கோவ்.. அப்படித்தான் வெளியே யாருக்கிட்டேயாவது சொல்லப் போற, வம்பாயிடும். ஏம் மூஞ்சிக்கு டாவு ஒன்னு தான் கொறை.''

சோளம் கண்கலங்கினாள். சரோஜா அத்தோடு அந்த விஷயத்தை நிறுத்திக்கொண்டாள். சோளத்தின் கவனத்தை வேறு விஷயத்திற்கு மாற்றினாள்.

''நாளைக்கு வேல கீது வர்றீயாடி..''

''இன்னா புச்சா கேக்குற.. வர்றீயான்னு.. பாடுபட்டாத்தான் நமக்குச் சோறு..''

சோளம் கொஞ்ச நேரம் ஏதேதோ பேசிக்கொண்டிருந்தாள். அதுவும் சலிப்பு தட்டவே வீட்டிற்குக் கிளம்பினாள். கல்யாண வீட்டிலிருந்து கொட்டுமேளச் சத்தம் கேட்டது.

கட்டட வேலை ஜரூராக நடந்துகொண்டிருந்தது. மேஸ்திரி மேற்பார்வையிட்டுக் கொண்டிருந்தார். சரோஜாவும் சோளமும் செங்கல் சிமெண்ட் கலவைப் போன்றவற்றை இரண்டாவது தளத்திற்கு சுமந்து சென்றனர். வம்பு பேச்சோ கேலி கிண்டலோ இல்லாமல் மௌனமாக வேலை செய்தனர். மேஸ்திரிகூட இதனைக் கவனித்துக் கேட்டார். சரோஜா சோளத்தின் மனநிலைக்கு ஏற்ப நடந்துகொண்டாள்.

சோளத்தின் எண்ணம் முழுதும் பூனையே நிரம்பியிருந்தான். அவன் பேசிச் சிரித்ததெல்லாம் ஞாபகத்திற்கு வந்தது. அவன் ஏன் என்னோடு பழகினான். எதற்காகக் கழற்றிவிட்டான்? திரும்பத் திரும்ப இந்தக் கேள்வியே அவள் எண்ணத்தில் சுழன்றது. 'அவன் ஏமாற்றுவான் என்று தெரிந்திருந்தால் உடம்பைக் காட்டியிருக்க மாட்டேன். போச்சு. எல்லாம் போச்சு. ஆசையைத் தீர்த்துக் கொண்டு ஓடிட்டான்.' சோளம் சூழலை மறந்து தலையிலடித்துக் கொண்டாள். சரோஜா அதட்டினாள்.

"ஏய்.. எல்லாரும் பாக்குறாங்க.."

சோளம் தன்னைத்தானே நொந்துகொண்டாள். மதியம் சாப்பிடக் கட்டி வந்த சோற்றை அவள் தொடவே இல்லை. சரோஜாவும் வற்புறுத்தாமல் அவள் போக்கிலே விட்டுவிட்டாள். நேரம் ஓடியது. பிற்பகல் மூன்று மணி. சரோஜா மணல் சலித்துக் கொண்டிருந்தாள். சோளம் மட்டும் இரண்டாவது தளத்திற்குக் கல்லெடுத்துச் சென்றாள்.

பொத்தென்று ஒரு சத்தம் கேட்டது. நிமிர்ந்து பார்த்த சரோஜா திடுக்கிட்டாள். அவளுக்குக் கையும் ஓடவில்லை; காலும் ஓடவில்லை. மூளையே ஒரு கணம் ஸ்தம்பித்தது. சோளம் சிமெண்ட் மூட்டையின் மேல் விழுந்து கிடந்தாள். சரோஜா ஐயோவென்று கத்திக்கொண்டு சோளத்திடம் ஓடினாள். மற்றவர்களும் ஓடி வந்தனர். சோளம் மூர்ச்சையாகிக் கிடந்தாள். விழும்போது கட்டிய சாரத்தின் மீது விழுந்திருந்ததால் அவள் தலையில் ரத்தம் கசிந்தது. முதல் தளத்தில் அல்லது இரண்டாவது தளத்திலிருந்து தவறி விழுந்தாளா அல்லது தற்கொலைக்கு முயன்றாளா என்பது தெரியவில்லை. சரோஜா வாயிலும் வயிற்றிலும் அடித்துக்கொண்டு கதறினாள். அவளை

மேஸ்திரி அடக்கினார். அந்தப் பக்கமாக வந்த லாரியை மடக்கி அதில் சோளத்தை தூக்கிப் போட்டுக்கொண்டு ஆஸ்பத்திரிக்கு விரைந்தனர்.

சோளம் ஆஸ்பத்திரியில் பத்து நாட்கள் கிடந்தாள். தலையில் ஏழு தையல்கள். இடது கை முறிந்துவிட்டதால் அதற்கு மாவுக் கட்டு. ஆங்காங்கே சிறுசிறு காயங்கள். அதற்குக் களிம்பு பூசினார்கள். சோளம் உயிர்பிழைத்ததே ஆச்சரியம்தான். சரோஜாதான் பத்து நாளும் உடனிருந்து சோளத்தைக் கவனித்துக்கொண்டாள். மேஸ்திரியிடம் சண்டையிட்டுக் கொஞ்சம் பணமும் வாங்கிக் கொடுத்தாள். சரோஜா மட்டும் இல்லையென்றால் கிழவி நொந்துவிட்டிருப்பாள். சோளம் ஆஸ்பத்திரியிலிருந்து வீடு வந்தபோது கிழவி பெருங்குரலெடுத்து அழுதாள். எட்டியம்மாதான் கிழவியைத் தேற்றினாள்.

சோளம் முழுதாகக் குணமாக இன்னும் சில மாதங்கள் ஆகும். உடைந்த கை ஒன்று சேர்ந்தாலும் உடனடியாக பளு தூக்க முடியாது. தலை வேறு அவ்வப்போது கிருகிருவெனச் சுற்றுகிறது. இனி பழைய மாதிரி வேலை செய்ய முடியுமா என்ற கேள்வி சோளத்திற்கு எழுந்தது. அது கவலையை அதிகரித்தது. ஏன் தான் பிழைத்தோமோ.. அதைவிட செத்திருந்தால் நன்றாக இருந்திருக்கும் என்று அலுத்துக்கொண்டாள்.

உண்மை எப்படியாவது வெளிவந்து விடும். பூனையின் கல்யாணத்திற்கு மறுநாள் சோளம் விழுந்தது ஊருக்குள் சந்தேகத்தை உண்டாக்கியது. பூனையொடு அவளுக்கிருந்த தொடர்பு வெளிச்சத்திற்கு வந்தது. பூனை எல்லா வேலையும் முடித்து விட்டுச் சோளத்தை கழற்றி விட்டானென்றும், அதனால்தான் சோளம் தற்கொலைக்கு முயன்றாள் என்றும் பேசிக்கொண்டார்கள்.

27

சோளத்திற்கு முறிந்த எலும்பு சரியாகக் கூடவில்லை. இடது கையால் ஒரு வேலையும் செய்ய முடியவில்லை. பலரும் புத்தூர் கட்டுப் போடச் சொன்னார்கள். அங்குப் போன பிறகுதான் சரியானது. ஆனாலும் பளு தூக்கச் சிரமப்பட்டாள். தலைகூட அவ்வப்போது கிர்ரென்று சுழற்றியது. முன்புபோல் தன்னால் வேலை செய்ய முடியாது என்பது புரிந்ததும் அவளுக்கு எதிர்காலம் குறித்து அச்சம் எழுந்தது.

சோளம் கொதிக்கும் உலையில் அரிசியைக் கழுவிப் போட்டாள். புழக்கடையில் கலவையாகக் கொஞ்சம் கீரைகளைப் பறித்து வைத்திருந்தாள். புளி போட்டுக் கடைந்தால் இரண்டு நாளைக்கு வரும். அடுப்பில் சுள்ளி விறகுகள் திகுதிகுவென எரிந்தன. சோளம் எரியும் தணலை அமைதியாகப் பார்த்துக் கொண்டிருந்தாள். மனமோ வெறுமையாக இருந்தது. எந்திரத்தனமாக அடுப்பைத் தள்ளினாள். அப்போது தெருவில் இரைச்சல் கேட்டது. வீட்டுக்குள்ளிருந்த கிழவி சோளத்தைக் கேட்டாள்.

“இன்னாடி அங்க சத்தம்.”

“எனுக்கின்னாத் தெரியும்.. எவனோ குடிச்சிட்டுக் கத்திக்கினுக்கீறான்.”

“சாராயத்த ஊத்திக்கினா சாண்ட குடிச்சவனுங்களுக்குத் தலைக்கால் புரியாது.”

டங்காரு தெருவில் நின்று கொண்டு யாரையோ திட்டிக் கொண்டிருந்தான். நன்றாகக் குடித்திருந்தான். போதையில் வாய் குழறியது. நிற்க முடியாமல் தடுமாறினான். அவன் யாரைத் திட்டுகிறான் என்பது இவர்களுக்குப் பிடிபடவில்லை. அவனிடமும் கேட்க தயக்கமாக இருந்தது.

“இருடி.. இரு.. ஒரு நாளைக்கு இருக்குது உனுக்கு. ங்கோத்தா கீச்சிடுறேன்..” இன்னும் என்னென்னவோ உரத்தும் தாழ்ந்தும் உளறிக்கொண்டிருந்தான்.

இடையிடையே நறநறவெனப் பற்களைக் கடித்தான். அந்தப் பக்கமாக வந்த புட்லூரரா அவனை அதட்டினாள். “போடா ஊட்டுக்கு. நல்லவனுக்குப் புள்ளையா பொறந்துட்டு, ஏன்டா இப்பிடி ரவுடித்தனம் பண்றே..ம்..போடா..” டங்காரு புட்லூராவின் கைகளைப் பிடித்துக்கொண்டான்.

“நீயே நாயத்த சொல்லு பெரிம்மா.. எம்மேல தப்புன்னா செருப்பால அடி.. அம்பிகாவுக்கு நா எவ்ளோ பாடுபட்டேன்.. அவுளுக்காக எத்ன மொற கேசை வாங்கிக்கினு ஜெயிலுக்குப் போயிகீறன். எப்பிடியெல்லாம் சரக்கைக் கொண்டாந்து சேத்திருக்கேன். நாலு காசு வந்ததும் திமிர் வந்திடுது. நம்மக்கிட்டேயே வேலைய காட்டுறாங்க.. ங்கோத்தா இன்னா பண்றேன் பார்.. எம்மயிரை எவனும் புடுங்க முடியாது.”

அவன் அழுத்திப்பிடித்துக் கொண்டிருந்ததால் புட்லூராவுக்கு கைகள் வலித்தன. ‘கை உட்றா.. கையை உட்றா’ என்று அவள் கத்தினாள். அவனோ எதையும் காதில் வாங்காமல் சொன்னதையே சொல்லிக்கொண்டிருந்தான். புட்லூராவால் பொறுக்க முடியவில்லை. பலவந்தமாக அவனது பிடியிலிருந்து விடுவித்துக்கொண்டு அங்கிருந்து நகர்ந்தாள். தெருவில் போன ஓரிருவர் காது கேட்காததுபோல் அந்த இடத்தைக் கடந்தனர். அதே சமயம் தெரு முனையிலிருந்து அம்பிகா அவனைக் கழுவிக் கழுவி ஊற்றிக்கொண்டிருந்தாள். காற்று பலமாக வீசும்போது சோளத்தால் கேட்க முடிந்தது. ஒருமணி நேரம் டங்காரு அதே இடத்தில் சுழன்று சுழன்று அம்பிகாவைத் திட்டிக்கொண்டிருந்தான். ஒரு கட்டத்தில் அவனால் நிற்க முடியவில்லை.

சோளத்தின் வீட்டெதிரே தெருவோரமிருந்த பாறாங்கல்லின் மேல் உட்கார்ந்தான். டவுசர் பாக்கெட்டிலிருந்து பீடி வத்திப் பெட்டி எடுத்தான். பீடியை பல்லால் கடித்தவாறு தீக்குச்சியைப் பற்ற வைத்தான். தீக்குச்சியின் வெளிச்சத்தில் அவன் முகம் வசீகரமாய் மாறியதை சோளம் பார்த்தாள். டங்காரு அடுத்தடுத்து பீடியைப் பற்ற வைப்பதும், ஒன்னும் பாதியுமாக இழுத்துவிட்டு துப்புவதும், மறுபடியும் வேறொன்று பற்றவைப்பதுமாக இருந்தான். இடையிடையே லொக்லொக்கென்று இருமினான்.

சோளத்திற்குப் பசி வயிற்றைக் கிள்ளியது. சோற்றைப் போட்டுத் தின்னலாமென்றால் வாசலுக்கு நேராக டங்காரு உட்கார்ந்திருக்கிறான். சோளம் ரொம்ப நேரம் பொறுத்திருந்தாள். டங்காரு அங்கிருந்து அசைவதாகத் தெரியவில்லை. சோளம் தட்டு நிறைய சோற்றைப் போட்டுக் குழம்பை ஊற்றி எடுத்துக் கொண்டு வீட்டிற்குள் போனாள். கிழவி டங்காருவிடம் நெருங்கி நயமாகக் கேட்டாள்.

"இன்னா டங்காரு ஊட்டுக்குப் போலியா.."

"போவாம இன்னா பண்ணப் போறேன்.." போதை ஓரளவு தளர்ந்து வந்து சோர்வாக இருந்தான்.

கிழவி திரும்பி வந்து வாசலில் உட்கார்ந்து கொண்டாள். டங்காரு எழுந்து கிழவியின் அருகில் வந்து உட்கார்ந்தான்.

"ஆயா எவ்ளோ நேரம் வாசல் முன்னாடி உட்காந்துக்கினு கீறன்.. சோறு போட வாணா.. தண்ணியாவது குடுக்கலாமில்ல.."

கிழவி அலுமினிய கிளாசில் தண்ணீர் மொண்டு அவனிடம் கொடுத்தாள்.

அவன் மேல் சாரய நெடி குப்பென்று வீசியது.

"நாங்க கொய்ம்பு காசல.. வெறும் கஞ்சி தான்.. ஒன்னும் வரும்படி இல்ல. பாடு படறவ மொடங்கிட்டா.. ஆப்பக் கடையில இன்னா கெடைச்சுடும்..ம்.."

இதைக் கேட்டு சோளம் முணுமுணுத்தாள், "ஊட்டுக் கஷ்டத்த எதுக்கு அந்தாளுக்கிட்ட சொல்லனும்."

டங்காரு ஆச்சரியமாகக் கேட்டான், "மேஸ்திரி குடுத்த பணமெல்லாம் காலியா"

"மயிர குடுத்தான் கம்னாட்டி.."

டங்காரு பதில் பேசாமல் நீண்ட நேரம் யோசித்தான். தணிந்த குரலில் கிழவியிடம் சொன்னான். அதைக் கேட்டதும் கிழவி திடுக்கிட்டாள். பயத்தில் உடல் நடுங்கியது. ஊரார் என்ன சொல்லுவார்கள்.

"வாணா டங்காரு.. வாணா.."

டங்காரு கிழவியை சமாதானப் படுத்தினான்.

“உங்குளுக்கு ஒத்தாச செய்லாம்னுதான் கேக்குறேன். ஒரு பிரச்சனையும் வராது.. பயப்படாதே.. பிரச்சனை வந்தா நா ஏத்துக்கிறேன். கமுக்கமா சரக்கக்கொண்டாந்து சேர்த்தாப் போதும்.. மத்ததை நா பாத்துக்கிறேன்.”

கிழவிக்கு என்ன பதில் சொல்வதென்று தெரியவில்லை. வீட்டிற்குள்ளிலிருந்து சட்டென வெளிவந்த சோளம் டங்காருவின் முகத்தை நேருக்கு நேர் பார்த்துச் சொன்னாள்.

“பண்ணலாம்..”

சோளத்தின் வார்த்தை டங்காருவுக்கு தெம்பளித்தது. பணத்தோடு வருவதாகச் சொல்லி கிளம்பினான். கிழவி பயந்தவாறு கேட்டாள்.

“எதுக்குடி ஒத்துக்கினே.. ஊருல நாலு பேர் நாலு விதமா பேசுவாங்க.. போலீஸ்காரன் தேடிக்கினு வருவான்.”

“ஏதாவது செய்யனும்.. இல்லேன்னா சாகனும்.. இன்னா பண்ண சொல்ற.. வர்றது வரட்டும்.. ஊரப் பத்தி எனுக்குக் கவல இல்ல.. எதுவொன்னா பேசிக்கிட்டம். ஏன் காசியம்மா விக்கல.. அம்பிகா விக்கல..”

கிழவி வாயை மூடிக்கொண்டாள். சோளத்திற்கு மனதிலிருந்த இறுக்கம் வெளியேறியது. நிம்மதியாகப் படுக்கச் சென்றாள்.

28

டங்காரு மறுநாள் வருவான் என்று சோளம் எதிர்பார்த்தாள். அவனோ ஒரு வாரமாக ஆளையே காணோம். சோளம் நம்பிக்கையிழந்தாள். டங்காரு போதையில் உளறியதை நாம்தான் பெரிதாக எடுத்துக் கொண்டோம் என்று தன்னையே நொந்தாள். எட்டாவது நாள் அவளைத் தேடி டங்காரு வந்தான். அவள் கேட்காமலேயே காரணத்தைச் சொன்னான். பணம் புரட்டத் தாமதமாகியிருக்கிறது. அவளிடம் பணத்தைக் கொடுத்துவிட்டு மற்ற விவரங்களை விளக்கினான். எங்குப் போகணும் யாரைப் பார்க்கணும். போய் வர குறுக்கு வழிகள் எல்லாவற்றையும் சோளம் பொறுமையாகக் கேட்டுக் கொண்டாள். பணத்தை ஜாக்கெட்டில் பத்திரப்படுத்திக் கொண்டு சோளம் புறப்பட்டாள். இதையெல்லாம் பார்த்துக் கொண்டிருந்த கிழவி, பயத்தில் புலம்பத் தொடங்கினாள். டங்காரு கிழவியைச் சமாதானப்படுத்தினான்.

சோளம் டங்காரு சொன்னபடி சரக்கை வாங்கி அடிமடியில் கட்டிக்கொண்டாள். பார்ப்பதற்குப் பிள்ளைத்தாய்ச்சி போலவே இருந்தது. சாலை மார்க்கமாகப் போகாமல் தோப்புகளிலும் வயல் வரப்புகளிலும் நுழைந்து குன்றுமேட்டை நோக்கி நடந்தாள். டங்காரு ஊருக்கு வெளியே காத்திருந்து சரக்கை வாங்கிக்கொண்டான். பெரிய சாதனை புரிந்ததுபோல் அவள் உணர்ந்தாள்.

டங்காரு தனியாக சரக்கு ஓட்டினான். கொண்டு வந்த சரக்கை இரண்டே நாளில் விற்றான். சோளம் மறுபடியும் போய் சாராயம் கொண்டு வந்தாள். அவள் கையில் காசு புரளத் தொடங்கியது. கிணற்றடியில், எல்லைக் கல்லிடத்தில், செங்கல் சூளைகளில் சோளத்தின் தலை உருண்டது. ஈரைப் பேனாக்கிப் பேனைப் பெருமாளாக்கினார்கள். கண்ணால் பார்த்ததுபோல் கதை அளந்தார்கள்.

டங்காரு சோளத்தை வைத்துக்கொண்டிருப்பதாக ஒருவர் காதில் ஒருவர் சொன்னார்கள். மானமாவது ஈனமாவது துட்டு கெடைச்சாப் போதும் என்று ஜாடையாகக் கிழவியின்

காதில் விழும்படி பேசினார்கள். இந்த ஊரு நம்ம பொயக்க உடாதுன்னு கிழவி புலம்பினாள். சோளம்கூட கொஞ்சம் தளர்ந்தாள்.

அன்று சாயுங்காலம் சரக்கையெல்லாம் விற்றுவிட்டுச் சோளத்தைப் பார்க்க வந்தான் டங்காரு. இருள் கவிழத் தொடங்கியிருந்தது. உதடிகிழவி வாயில் வெற்றிலையைக் குதப்பியவாறு வாசலில் கால் நீட்டி உட்கார்ந்திருந்தாள். அங்கு உயிரோட்டமே இல்லை. ஏதோ சரியில்லை என்பதை டங்காரு உணர்ந்தான். கிழவியிடம் கேட்டான்.

''இன்னா உம்முன்னு கீற.. சோளம் ஏன் இவ்ளோ சீக்ரம் படுத்துக்கிச்சி.. ஒடம்பு செரில்லியா..''

கிழவி லேசாக அசைந்து கொடுத்தாளே தவிர அவனுக்குப் பதில் சொல்லவில்லை. டங்காரு பரபரப்படைந்தான்.

''இன்னாதான் பிரச்சன..''

கிழவி இரு கைகளையும் தலைக்கு மேல் தூக்கி டங்காருவுக்குக் கும்பிடு போட்டவாறு சொன்னாள்.

''இனி இந்தப் பக்கம் வராத டங்காரு.. ஒவ்வொருத்தியும் பேசறத காது குடுத்து கேக்க முடியல.. நாங்க பரதேசிங்க.. எங்களால இன்னா பண்ணமுடியும்..ம்..''

''யார் இன்னா சொன்னாங்க..''

''அதெல்லாம் எதுக்கு இப்போ..''

நடுவீட்டில் படுத்திருந்த சோளம் குரல் கேட்டு எழுந்தாள். எதுவும் பேசாமல் மௌனமாக இருந்தாள். கிழவி கண் கலங்கியவாறு சொன்னாள்.

''நா சோளத்த உனுக்குக் கூட்டிக்குடுத்து வாங்கி துன்றேனாம்..''

கேட்டதும் கோபம் தலைக்கேறியது டங்காருவுக்கு.

''எவ சொன்னா.. ஆளக் காட்டு.. ங்கோத்தா பொளந்திடுறன்..''

அவ்வளவுதான். டங்காரு விருட்டென தெருவில் போய் நின்றான். வாய்க்கு வந்தபடி அசிங்கமாகத் திட்டத் தொடங்கினான். ஒருத்தியும் வாயைத் திறக்கவில்லை. சோளமும் அவன்

பேசட்டும் என்று பேசாமலிருந்தாள். இனி யாரும் நம்மைக் கேவலமாகப் பேசமாட்டார்கள். பேசினால் அடிதடிதான் என்று நிம்மதியடைந்தாள். டங்காரு அலுத்துப் போகும்வரை கத்திவிட்டு கிழவியின் அருகில் வந்து உட்கார்ந்தான். குடிக்க தண்ணீர் கேட்டான். சோளம் சட்டென்று எழுந்து சொம்பைக் கழுவி தண்ணீர் மொண்டு அவனிடம் நீட்டினாள். தண்ணீரைக் குடித்துவிட்டு வாசலில் படுத்தான். கிடந்துவிட்டுப் போகட்டும் என்று நினைத்தவாறு சோளம் வீட்டிற்குள் போய் படுத்தாள்.

29

கண்மூடி கண் திறப்பதற்குள் ஏதோதோ நடந்துவிட்டது. சோளமோ செய்வதறியது தவித்தாள். டங்காருவின் கையில் சரக்கை ஒப்படைத்துவிட்டுத் திரும்பி வந்துகொண்டிருந்தாள். அவள் எதிரில் வந்தவன் சாராயம் விற்குமிடத்தைக் கேட்டான். சோளம் அவனை ஏற இறங்கப் பார்த்தாள். ஆள் புதுசு. சவரம் செய்யாத முகம். அழுக்கான வேட்டிச் சட்டை. பரிதாபமாகக் காட்சியளித்தான். பக்கத்து ஊரைச் சேர்ந்தவனாக இருக்கலாம் என்று நினைத்தவாறு டங்காரு இருந்த புதர்ப் பக்கம் கைக்காட்டிவிட்டு நடந்தாள்.

சோளம் வீட்டிற்குள் நுழைய குனிந்தாள். காளி மூச்சிரைக்க ஓடிவந்தான். சோளம் உள்ளே போகாமல் அவனைப் பார்த்தாள்.

"இன்னா இப்பிடிப் பண்ணிட்டே.. மப்டியில வந்த போலீஸ்காரன்கிட்ட சாராயம் விக்கிறத காட்டிக் குடுத்திட்டியே. டங்காரு கையும் களவுமா புடிச்சிட்டாங்க.. வா.."

கேட்டதும் சோளத்திற்கு உடல் பதறியது. காளியோடு திரும்பி நடந்தாள். நான்கு போலீஸ்காரர்கள் நின்றிருந்தனர். அவளிடம் சரக்குக் கேட்டவனும் அதிலிருந்தான். டங்காருவின் இரு கைகளையும் பின்புறமாக மடக்கித் துண்டினால் கட்டியிருந்தனர். ஜனங்கள் யாரும் அருகில் போய் எதுவும் கேட்கவில்லை. தூரமாக நின்று வேடிக்கைப் பார்த்தனர். சோளம் அருகில் போய் பரிதாபமாக நின்றாள். டங்காரு அவளைப் பார்வையாலேயே விரட்டினான். அவர்கள் டங்காருவை சைக்கிளின் பின் உட்கார வைத்துக்கொண்டு புறப்பட்டனர். காளி சோளத்தின் காதில் கிசுகிசுத்தான்.

"எல்லாம் அம்பிகா வேல.. இப்பவே போனா கேஸ் இல்லாம இட்டுக்கினு வந்துடலாம்.. கொஞ்சம் பணம் வேணும்.. இன்னா சொல்ற.."

சோளம் காதிலிருந்த கம்மலைக் கழட்டி முந்தானையில் முடிந்து கொண்டாள். வீட்டிற்குப் போய் கிழவியிடம் சொல்லிவிட்டுக் கிளம்பினாள். காளியும் அவளோடு வந்தான். மலைக்கடைக்குப்

போய் கம்மலை அடகு வைத்தாள். அவர்கள் போலீஸ் ஸ்டேசனுக்கு வந்து சேரும்போது பகல் பொழுது முடியும் தருவாயிலிருந்தது. போலீஸ் ஸ்டேசன் பழைய கட்டடத்தில், அதுவும் ஒதுக்குப்புறமான இடத்திலிருந்தது. அதன் வண்ணம் சோளத்தை பயமுறுத்தியது. இருவரும் சாலையோரத்தில் நின்று போலீஸ் ஸ்டேசனை எட்டி எட்டிப் பார்த்தனர். காளி வேறு அவ்வப்போது பரபரவெனத் தலையைச் சொறிந்து எரிச்சல் படுத்தினான். ஏதோ ஓர் உந்துதலில் இங்கு வந்துவிட்டாள். ஆனால் உள்ளே போய் போலீஸ்காரர்களிடம் பேசக்கூடிய தைரியம் அவளுக்கில்லை. திரும்பிப் போய்விடலாமா என்ற எண்ணம் எழுந்தது. நெருக்கடியான தருணத்தில் தனக்கு உதவியவனை அப்படியே விடுவதா என்றும் கேள்வி எழுந்தது.

'ஏய்..' என்ற அதட்டல் கேட்டு சோளமும் காளியும் திடுக்கிட்டனர். கையில் லத்தியோடு அவர்களை நோக்கி போலீஸ்காரன் ஒருவன் வந்தான். அவனது இறுக்கமான முகமும், பெரிய மீசையும் சோளத்தை அச்சமூட்டின.

"யார் நீ.. இங்க இன்னா பண்ற.."

போலீஸ்காரன் அதட்டினான். சோளத்திற்குத் தொடையிடுக்கில் மூத்திரம் சொட்டியது. அவளுக்குப் போலீஸைக் கண்டாலே ரொம்ப பயம். அவளால் பதில் சொல்லக்கூட முடியவில்லை. திணறினாள். காளி ஒருவாறு சுதாரித்துக்கொண்டான்.

"டங்காருன்னு ஒருத்தர புடிச்சாந்துட்டாங்கோ.. பாக்க வந்தோம்."

"அது யாருடா டங்காரு.."

கேட்டுக்கொண்டே சோளத்தை ஏற இறங்கப் பார்த்தான் போலீஸ்காரன். சோளம் உடம்பெல்லாம் கூசி நின்றாள்.

"குன்னு மோட்டிலிருந்து வர்றீங்களா.."

காளி பயபக்தியோடு தலையசைத்தான்.

"நீ யாரு அவனுக்கு.."

"பக்கத்தூடு.."

"இவ.. யாரு.."

இதற்கு என்ன பதில் சொல்லுவதென்று அவனுக்குத் தெரியவில்லை. சோளம் பதில் சொன்னாள்.

"சொந்தக்காரு.."

"சொந்தக்காரன்னா.. எப்பிடிச் சொந்தம்.."

இதெல்லாம் எதுக்குக் கேட்கிறான் என்று சோளம் எரிச்சல் பட்டாலும் வெளிக்காட்டிக் கொள்ளவில்லை.

"உன்னைத்தான் அவன் வச்சிக்கினு கீறானா.. நீதான் அவனுக்குச் சரக்கு எடுத்துக்கினு வந்து குடுக்கிறீயா..ம்.."

போலீஸ்காரன் இப்படிக் கேட்டதும் சோளத்திற்குச் செருப்பால் அடித்தது போலிருந்தது. இப்படியெல்லாம் கேள்வி வரும் என்று தெரிந்திருந்தால் அவள் இந்தப் பக்கம் வந்தே இருக்கமாட்டாள். போலீஸ்காரன் மீசையை நீவியபடி சோளத்தைப் பார்த்தான். ஒருவிதமாக நாக்கைச் சலாவினான்.

"பணம் வச்சிருக்கியா.."

சோளம் தலையசைத்தாள்.

30

''இயேசுவே... கர்த்தாவே''

கூழ்வயித்தன் ஜெபிக்கத் தொடங்கினான். அவனது ஜெபக்குரல் குன்றுமேட்டில் பலமான அதிர்வை உண்டு பண்ணியது. பலரது மனங்களில் மாற்றம் ஏற்பட்டது. இயேசு கூழ்வயித்தன் மூலமாகக் குன்று மேட்டிற்குள் நுழைந்தார். நாகம்மாகூட குழந்தையோடு கூழ்வயித்தன் நடத்தும் ஜெபக்கூட்டத்திற்கு வந்துபோகிறாள். இயேசு அவன் மனதில் நுழைந்ததற்குக் காரணமிருந்தது. அவன் மனைவி அஞ்சலை முழங்கால் வலியில் முடங்கிக் கிடந்தாள். ஏற்கனவே தனது இரு பெண்களாலும் ஏற்பட்ட வலி நீங்காதபோது அஞ்சலையும் இப்படியானது கூழ்வயித்தனை நடை பிணமாக்கியது.

அஞ்சலைக்குப் பார்க்காத வைத்தியமில்லை. வேண்டாத சாமியில்லை. பீடையைக் கழிக்க வரும் குடுகுடுப்பைக்காரனை மடக்கி பெருந்தொகைக் கொடுத்து தாயத்து வாங்கிக் கட்டினான். இப்படி யார் எது சொன்னாலும் செய்தான். அப்போதும். அஞ்சலையால் நடமாட முடியவில்லை. மனம் வெறுத்திருந்த நேரத்தில்தான் அவர்களைப் பார்த்தான்.

வெள்ளை அங்கி அணிந்த இருவர் குன்று மேட்டிற்கு சைக்கிளில் வந்து இறங்கினர். தெருமுனையில் சைக்கிளை நிறுத்திவிட்டு ஜோல்னா பையிலிருந்து தடிமனான கறுப்புப் புத்தகத்தை எடுத்தனர். குன்றுமேட்டைச் சேர்ந்தவர்கள் அவர்களை ஆச்சரியத்தோடு பார்த்தவாறு நின்றனர். அவர்கள் யார் எதற்கு வந்திருக்கின்றார்கள் என்ற கேள்வி எல்லோர் மனதிலும் எழுந்தாலும் அவர்களிடம் கேட்கத் தோன்றவில்லை. தலை முடியை ஒட்ட வெட்டி தாடியும் மீசையும் மழித்திருந்தனர். அவர்கள் சுற்றிலுமிருந்தவர்களைப் பார்த்து பளிச்சென சிரித்தனர்.

தங்கள் கையில் வைத்திருந்த புத்தகத்தைப் பிரித்து படித்துவிட்டு அதைப் பற்றி விளக்கினார்கள். திடுமென பெருத்த குரலெ ழுப்பிப் பாடத் தொடங்கினார்கள். சூழ்ந்து நின்ற கும்பலில் கூழ்வயித்தனுமிருந்தான்.

அவர்கள் பிரசங்கித்து முடிக்கும்வரை அவன் மட்டுமே நின்றிருந்தான் அவர்கள் பேசியது அவனுக்கு ஆறுதலாக இருந்தது.

வெள்ளை அங்கியணிந்தவரில் மூத்தவர் கூழ்வயித்தனை நெருங்கி அவனைப் பற்றியும் அவன் குடும்பத்தைப் பற்றியும் விசாரித்தார். அவனும் தன் கஷ்டங்களைச் சொன்னான். கேட்டதும் கூழ்வயித்தன் வீட்டிற்கு இருவரும் வந்தனர். அஞ்சலையின் தலைமேல் கறுப்புப் புத்தகத்தை வைத்து ஜெபித்தனர். அந்த ஜெபம் அஞ்சலையின் மன இறுக்கத்தைத் தளர்த்தியது. அவள் நம்பிக்கையோடு அவர்களைப் பார்த்தாள்.

பிரசங்கிகள் மறுநாளும் கூழ்வயித்தன் வீட்டிற்கு வந்தனர். ஏதோ ஒரு எண்ணெய் கொண்டு வந்து கால்களில் தேய்த்து வருமாறு அஞ்சலையிடம் கொடுத்தார்கள். அஞ்சலையும் அவர்கள் சொல்படி கால்களில் தேய்த்து வந்தாள். அடுத்த சில நாட்களில் அவள் குணமானாள். இவ்வாறு கர்த்தர் அவர்கள் வீட்டில் குடியேறினார்.

சோளம் சாராயத் தொழிலில் எல்லோரையும் முந்திச் சென்றாள். போலீஸ் ஸ்டேசனுக்கும் ஒழுங்காக மாமூல் தந்துவிடுகிறாள். மேலும் மீசைக்காரப் போலீஸ்காரனை தனது கைக்குள் போட்டுக்கொண்டாள். அவனும் அவ்வப்போது குன்று மேட்டுக்கு வர, போக இருக்கிறான். ஊரில் ஒரு மாதிரி பேசினர். சோளம் எதையும் காதில் போட்டுக்கொள்வதில்லை.

உதடிகிழவிக்கு கண்கள் மங்கிவிட்டன. தட்டில் போட்டுக் கொடுப்பதை தடுமாறியபடி தின்கிறாள். அவ்வப்போது சோளம் இடித்துக் கொடுக்கும் வெற்றிலையைக் குதப்புகிறாள். மலஜலம் கழிக்கத் தோன்றினால் சோளத்தைக் கூப்பிடுவாள். மற்றபடி வீட்டின் பின்புறம் இருக்கும் சிறிய கொட்டகையில் எமன் வரவுக்காகக் காத்திருக்கிறாள்.

கையிலிருந்த காசையெல்லாம் சூதாட்டத்தில் இழந்து விட்டு வீடு திரும்பினான் டங்காரு. வாசலில் மீசைக்காரன் சைக்கிளும் பூட்சுமிருந்தது. தயங்கியவாறு வெளியே நின்றான். சோளத்தைக் கூப்பிடலாமா வேண்டாமா என்று யோசித்தான்.

அதற்குள் சோளமே வெளியே வந்தாள். டங்காருவைப் பார்த்து முறைத்தாள்.

“எங்க போன.. காளிய அனுப்பி ஊரெல்லாம் தேடுனேன். மத்தியானம் சோறு துன்றதுக்குக்கூட வரல.. சூதாடப் போயிட்டியா..ம்.. உன்ன திருத்தவே முடியாதா”

சோளம் பல்லைக் கடித்தாள். டங்காரு தலையைச் சொறிந்தான்.

“மீசைக்குப் பன்னிக் கறி வேணுமாம்.. வங்கினு வர்றீயா..”

டங்காரு தலையசைத்தான். சோளம் உள்ளே போய் பை எடுத்து வந்து அவனிடம் கொடுத்தாள்.

“துட்டு...”

“சரக்கு எடுக்க பணம் குடுத்தேனே இன்னா பண்ண.. எல்லாத்தையும் உட்டுடியா..ம்..”

முந்தானையைப் பிரித்து பணம் எடுத்து அவனிடம் கொடுத்தாள். டங்காரு அஞ்சு குடிசையை நோக்கி நடந்தான். அவன் திரும்ப ஒருமணி நேரமாகும். மீசை தொண்டையைச் செருமினான். சோளம் டங்காரு தலை மறையும்வரை அங்கேயே நின்றாள். ரொம்ப அவசரம் இந்தாளுக்கு என்று மீசையைத் திட்டியவாறு வீட்டிற்குள் போனாள்.

(முற்றும்)